Ta rao quanh làng hóng chuyện phiếm
Đời người cũng chuyện phiếm mà thôi
(Tô Thùy Yên)

Phiếm 31

song thao

NHÂN ẢNH
2024

Phiếm 31

Song Thao

NHÂN ẢNH xuất bản
Bìa: Khánh Trường
Kỹ thuật: Tạ Quốc Quang
www.songthao.com

ISBN: 9798869263254

MỤC LỤC

PHIẾM

PHỤ LỤC

PHIẾM

BÚI TÓ

Từ những ngày còn rất nhỏ, thập niên 1940, chúng tôi thường hát lời Việt nhái lại bài quốc ca Pháp La Marseillaise. Trong một bài viết, Bác sĩ Lê văn Lân cũng cho biết là hồi nhỏ ông cũng hay hát bài này. Cho tới nay ông chỉ còn nhớ lõm bõm được vài câu. Tôi vào tìm trong Google, sục sạo đủ kiểu nhưng không thấy bóng dáng bài hát. Tôi định tâm nhớ lại và may mắn bộ nhớ trong óc tôi còn khá tốt. Tôi nhớ được toàn bài nhưng không dám chắc là đúng từng chữ. Bài hát tôi nhớ được như thế này: “ *Thầy đồ ngày xưa quen thói nuôi móng tay dài / quần trễ tai hồng đỏ đen mực son. Đầu lúc la lúc lắc đảo như lên đồng / được dăm trẻ ghẻ lở quá hủi phong. Quát lấy điếu, đem bình phóng , bưng cơi trầu. / Nhân chi sơ, người đi trước / ta bảo phải để vào tai dốt đặc. Ở trên đầu thầy có cái chi lúc lắc? Búi tó, nó to bằng niêu, tính ghét móng tay hằng cân / thọc luôn trong nách, bật tanh tách hoài / Ngâm thơ thích chí rung đùi*”.

Bài hát nhái lại quốc ca Pháp có thể được những người chống sự đô hộ của Pháp thời đó sáng tác. Cũng có thể do những người muốn chọc quê các thầy đồ làm ra. Và làm ra từ trước khi chúng tôi căng miệng ra hát rất lâu. Vì thời chúng tôi, không còn bóng dáng các thầy đồ. Tới tuổi đi học, chúng tôi cắp sách tới trường chứ không phải lê la nằm xồm trên chiếu học "nhân chi sơ tính bản thiện". Trong phạm vi bài này, tôi chú ý tới cái búi tó của thầy đồ. Ngày đó búi tó thì còn nhưng chỉ còn trên đầu các bà. Đó là mái tóc dài được cuộn thành một búi tròn phía sau đầu. Đàn ông đều đã cắt tóc ngắn. Lũ trẻ chúng tôi khổ sở vì vụ cắt tóc này. Thợ cắt tóc cho chúng tôi là những chú thợ cắt tóc dạo. Họ xách một chiếc hộp gỗ trong đó có các dụng cụ như tông đơ, kéo, dao, lược và một tấm vải. Tấm vải thường là màu cháo lòng, toát mùi hôi vì ít khi được giặt. Kéo, dao và tông đơ thường cũ và cùn. Khi cạo mặt dao cứa làm rỉ máu. Nhưng cái tông đơ cùn mới là nỗi khiếp sợ. Nó dứt tóc đau điếng. Chúng tôi thù hận cái tông đơ này.

Nhưng cái tông đơ là vật dụng văn minh. Trước khi có tông đơ, người ta cắt tóc bằng dao kéo thường tạo nên cái đầu tóc nham nhở. Trong cuốn *Un campagne au Tonkin* (Một Chiến Dịch ở Bắc Kỳ), xuất bản ở Paris vào năm 1896, Bác sĩ Hocquad của quân đội viễn chinh Pháp đã viết: *"Họ không cắt tóc bằng tông đơ như người Pháp. Họ cạo râu cũng không bằng dao mỏng như người Pháp. Tất cả đều dùng con dao khá to và xén từng chút một. Hỗ trợ cho anh chàng cắt tóc, lấy ráy tai, là anh chàng xoa bóp. Hai anh chàng này sống cạnh nhau như đồng sự và khách hàng sẽ*

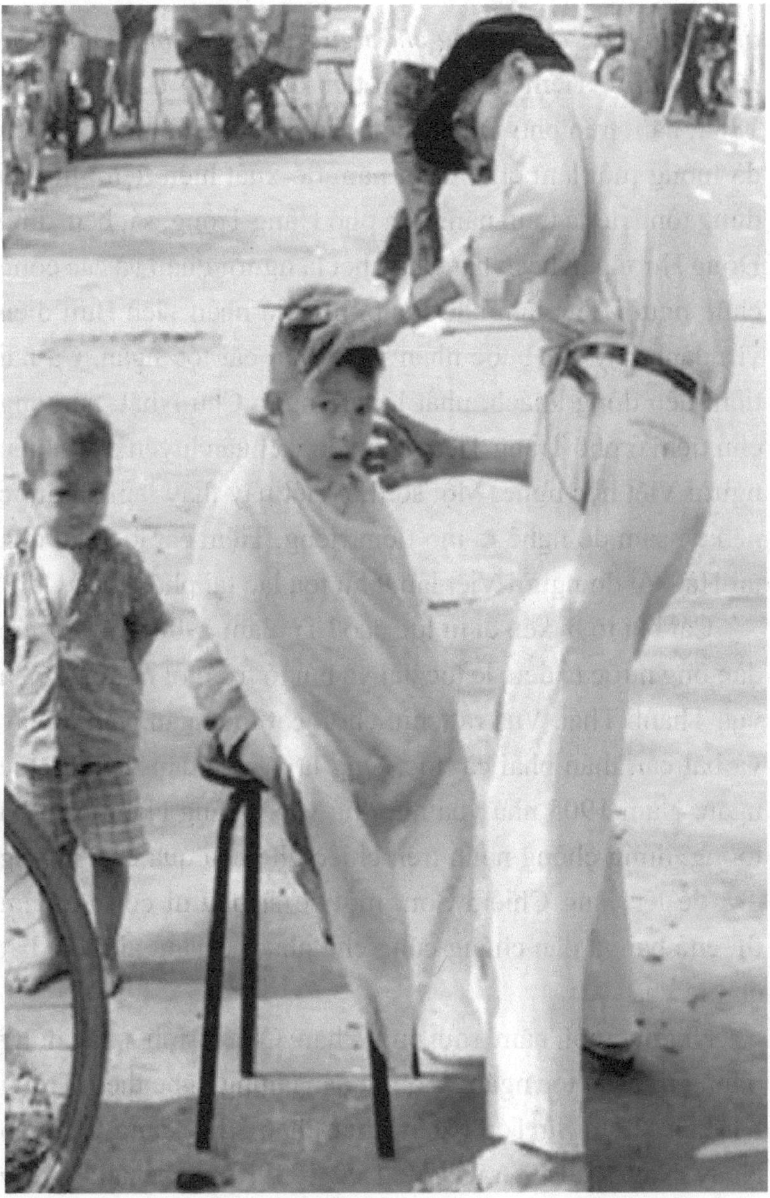

Cắt tóc dạo

đi từ chỗ người này sang chỗ người kia sau khi cạo mặt và lấy ráy tai". Tiệm cắt tóc đầu tiên dùng tông đơ có từ năm 1884, nằm trên phố Tràng Tiền, Hà Nội, do một người Pháp đã luống tuổi làm chủ. Cuối năm đó xuất hiện tiệm thứ hai dùng tông đơ là tiệm nằm trên phố Hàng Trống, sát bên đình Đông Hương. Khách hàng hầu hết là người Pháp và các công chức người Việt làm cho Pháp, nhất là nhân viên Bưu điện vì ngành này bắt buộc nhân viên phải cắt tóc ngắn. Cả hai tiệm đều đông khách, nhất là vào ngày Chủ Nhật, nên ông chủ tiệm ở phố Tràng Tiền đã tuyển và huấn luyện cho nhiều người Việt học nghề. Một số thợ Việt này thấy làm ăn được nên đã sắm đồ nghề ra mở tiệm riêng. Tiệm cắt tóc đầu tiên tại Hà Nội do người Việt làm chủ tọa lạc tại phố Hàng Gai.

Cái búi tó bị xén đi từ lúc nào? Từ năm 1906 trở về trước đàn ông nước ta đều để tóc dài và búi tó trừ một người. Đó là vua Thành Thái. Vua rất chịu chơi, cắt tóc ngắn, vận đồ tây và bắt cận thần phải cắt tóc. Ông là vị vua đầu tiên cắt tóc ngắn. Năm 1905 nhà vua ngự giá vào Quảng Nam, cầm ba toong, đứng chống nạnh trên chiếc ghe câu qua đò Phương Trà để lên làng Chiêm Sơn, một số sĩ phu đi coi đã thầm thì chê bai và dân chúng cũng chế nhạo. Chẳng ai thèm bắt chước vua.

Nhưng một năm sau ông Phan Chu Trinh phát động phong trào cắt tóc ngắn lại được dân chúng nghe theo. Trong bài viết "Lịch Sử Tóc Ngắn" của Phan Khôi đăng trên báo Ngày Nay số 149, ra ngày 15/2/1939, ông kể lại: *"Mùa đông năm 1906, thình lình ông Phan Châu Trinh đi với ông Nguyễn Bá Trác đến nhà tôi. Đã biết tin ông Phan mới ở*

Nhật về, tiên quân tôi chào mừng một cách thân mật với câu bông đùa này: "Cửu bất kiến quân, quân dĩ trọc"! Bấy giờ tôi có mặt ở đó, câu ấy khiến tôi phải chú ý xem ngay đầu ông Phan. Thấy không đến trọc, nhưng là một mớ tóc ngắn bờm xờm trong vành khăn nhiễu quấn. Ở chơi nhà tôi ba hôm, lúc đi, ông Phan rủ tôi cùng đi sang làng Phong Thử, nơi hiệu buôn Diên Phong, là một cơ quan của các đồng chí chúng tôi lúc bấy giờ mới lập được mấy tháng. Tại đó, gặp thêm ông cử Mai Dị nữa, rồi bốn người chúng tôi cùng đi thuyền lên Gia Cốc, thăm ông Học Tồn. Ông này có mở một tiệm buôn và một sở vườn trồng quế trồng chè ở làng An Chánh gần đó, nhân thể mời chúng tôi đến chơi. Một nếp nhà chòi đóng sơ sài trên đồi, bốn phía cây cối um tùm, giữa mùa đông lạnh và vắng vẻ. Vào nhà rồi, một điều nhận thấy lấy làm lạ mắt nhất: từ chủ đến người làm công, kẻ tôi tớ, cả nhà hết thảy chừng hai chục đầu người đều không có tóc dài như ba chúng tôi".

Tại đây, vào một buổi sáng, ông Phan Chu Trinh tấn công ba ông tóc dài: *"Nếu lấy bề ngoài mà đoán một người là khai thông hay hủ lậu thì trong đám chúng ta ngồi đây duy có ba anh – vừa nói ông vừa chỉ ông Trác, ông Dị và tôi – là hủ lậu hơn hết, vì ba anh còn có cái đùm tóc như đàn bà. Cả mâm đều cười hé môi. Ba chúng tôi bẽn lẽn. Ông Phan lại nói: "Nào! Thử "cúp" đi có được không? Đừng nói là việc nhỏ; việc này mà các anh không làm được, tôi đố các anh còn làm được việc gì!". Câu sau đó, ông nói với giọng rất nghiêm, như muốn gây với chúng tôi vậy. Ông Mai Dị đỏ mặt tía tai: "Ừ thì cúp chứ sợ chi!". "Thì sợ chi!". "Thì sợ chi!". Ông Trác rồi đến tôi lần lượt phù họa theo. Ông Mai Dị được hớt trước rồi đến hai chúng tôi. Mỗi người đều đầy ý quả quyết và tin nhau lắm, chẳng hề sợ ai nửa chừng thoái thác".*

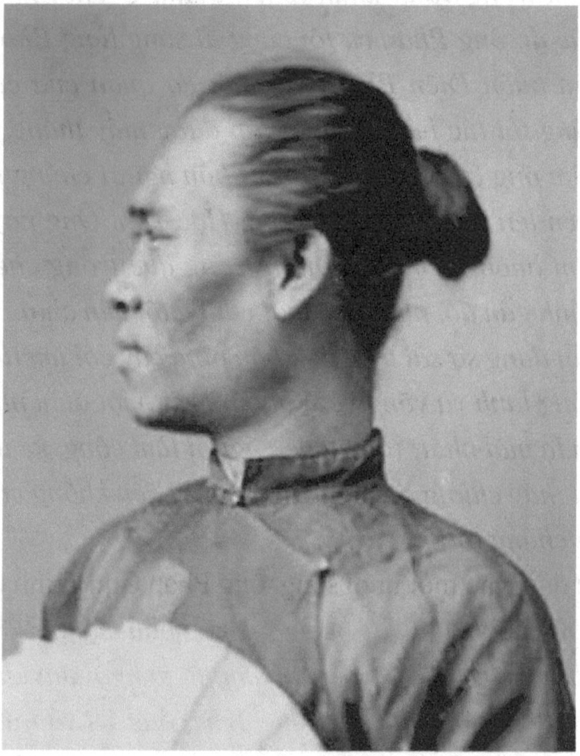

Búi tó của các ông.

Ba ông nhà nho vừa có bộ tóc ngắn sau đó trở thành các nhà rao giảng việc cúp tóc ngắn. Họ thuyết phục được các ông Phan Thúc Duyện, Phan Thành Tài và Lê Dư cùng khoảng sáu chục gia nhân của những ông này cắt tóc. Gặp ai tới chơi họ cũng khuyên nên theo ông Phan Chu Trinh canh tân cái đầu tóc. Vậy là ông Tiến sĩ Trần Quý Cáp, thầy của Phan Khôi, cùng các ông tú khác cũng…cách mạng. Ông Huỳnh Thúc Kháng từ Hà Đông ra chơi cũng bị dụ để cho chính ông Lê Dư cầm kéo hớt tuy ông này chưa bao giờ biết vít đầu hớt tóc cho ai. Từ năm 1907, các ông này chẳng cần cổ động mà dân chúng ào ào tới xin cắt giùm cái búi tó. Để cổ động cho phong trào, ông Phan Khôi đã đặt một bài ca cúp tóc: *"Tay trái cầm lược / Tay mặt cầm kéo / Húi hè! Húi hè! / Thăng thẳng cho khéo / Bỏ cái ngu này / Bỏ cái dại này / Ăn ngay nói thẳng / Học mới từ đây"*.

Vậy là cho tới đầu thế kỷ 20, cái búi tó mới rơi khỏi đầu cánh đàn ông. Nó đã bám vào chỗ đội khăn của các ông ngay từ thời Hùng Vương lập quốc. Trong cuốn "Lĩnh Nam Chích Quái", tục truyền do Trần Thế Pháp viết, cho biết về phong tục tập quán của nước Văn Lang thời Hùng Vương: *"Hồi quốc sơ, dân không đủ đồ dùng, phải lấy vỏ cây làm áo, dệt cỏ giang làm chiếu, lấy cốt gạo làm rượu, lấy cây quang lang, cây tung lư làm cơm, lấy cầm thú, cá, ba ba làm mắm, lấy rễ gừng làm muối, cày bằng dao, trồng bằng lửa. Đất sản xuất được nhiều gạo nếp, lấy ống tre mà thổi cơm. Bắc gỗ làm nhà để tránh hổ sói. Cắt tóc ngắn để dễ đi lại trong rừng rú. Đẻ con ra lấy lá chuối lót cho nằm, có người chết thì giã cối làm lệnh, người lân cận nghe tiếng đến cứu. Chưa có trầu cau, việc hôn thú giữa nam nữ lấy gói đất làm đầu, sau đó mới giết trâu dê làm đồ lễ, lấy cơm nếp để nhập phòng cùng ăn, sau đó mới thành thân"*. Tôi chú ý tới câu: "Cắt tóc ngắn để dễ đi lại trong rừng rú". Theo giải thích của các tác giả Văn Tân, Nguyễn Linh, Lê Văn Lan,

Nguyễn Đổng Chi và Hoàng Hưng trong cuốn " Thời Đại Hùng Vương", xuất bản vào năm 2008, thì cắt tóc ngắn có nghĩa chỉ cắt tới ngang vai. Cũng có trường hợp cắt ngắn đến tận chân tóc nhưng không phổ biến. Tóc cắt ngang vai thường được búi sau gáy hoặc trên đỉnh đầu. Vậy là cái búi tó đã hiện diện từ thời các vua Hùng.

Trong Kiến Văn Tiểu Lục, Lê Quý Đôn ghi lại là thời nhà Trần (1225-1400), đàn ông đều cạo đầu cho nên trong "Sứ Giao Châu Thi Tập" của Trần Cương Trung nhà Nguyên chua rằng: "Con trai đầu trọc, người nào có quan chức thì trùm đầu bằng khăn xanh, nhân dân đều như sư cả". *"Tục cắt tóc này đến Hoàng Phúc nhà Minh mới cấm, nay dân ở Kiên Lao và Trà Lũ huyện Giao Thuỷ (Nam Định ngày nay) vẫn còn giữ tục ấy.(...) Đàn bà cắt tóc để lại 3 tấc tết ở trên đỉnh đầu, buộc lấy đầu sợi tóc rồi búi chặt lại và cài bằng trâm, ở đằng sau gáy không có tóc, cũng không xoa dầu xoa sáp gì cả. (...) Tôi nhận thấy, đấy là phong tục triều nhà Trần, đến bản triều ngày nay thì tục đội khăn xanh, mặc áo thâm, cắt tóc và xăm mình đã thay đổi rồi".*

Năm 1428 Lê Lợi đánh đuổi được quân Minh mang lại độc lập cho nước ta. Sử sách không ghi thời kỳ đầu của nhà Lê đầu tóc dân ta ra sao. Mãi tới năm 1470, theo Đại Việt Sử Ký Toàn Thư của Ngô Sĩ Liên, vua Lê Thánh Tôn "cấm người không phải là sư sãi không được gọt tóc". Nghĩa là dân ta lại dài tóc!

Thời Lê mạt, hầu như tất cả chúng ta đều được biết, qua những giờ sử thời Trung học, vua Lê Chiêu Thống đã chạy qua Trung Hoa toan chuyện cõng rắn cắn gà nhà. Hoàng Lê

Nhất Thống Chí ghi lại hoạt cảnh ô nhục này khi Lê Chiêu Thống được Khang An đãi yến tiệc tại Quế Lâm. *"Khang An nói với vua Lê: "Ngày xuất quân không còn xa, vương nên tự mình đem tả hữu liêu thuộc làm quân dẫn đường đi trước. Nhưng bây giờ nên gọt đầu gióc tóc, thay đổi quần áo giống như người Trung quốc, để khi về Nam quân giặc không thể phân biệt được, thì công lớn mới có thể thành. Sau khi khôi phục nước nhà, bấy giờ sẽ lại theo như tục cũ. "Việc binh không ngại dùng cách xảo trá. Vương nên nghĩ tới chỗ đó". Vua Lê cho là phải và đáp: "Chúng tôi không giữ được nước nhà, may nhờ thiên triều cứu viện, dù cả nước phải ăn mặc như người Trung quốc, cũng xin vâng mệnh. Việc ấy còn có tiếc gì? Rồi vua Lê cùng các bề tôi đều gióc tóc, thay đổi đồ mặc".*

Một thời gian sau, Lê Quýnh và một nhóm cựu thần nhà Lê cũng chạy sang Trung Quốc. Khang An lại định dụ khị như dụ Lê Chiêu Thống. "*Lúc họ tới nơi, An chẳng hỏi han gì, chỉ bàn về việc gọt đầu gióc tóc và đổi đồ mặc mà thôi. Quýnh biết An dối trá, giận lắm, nói: "Đòi ta đến ngỡ là để giáp mặt mà bàn bạc, nay té ra lại chẳng bàn bạc gì, mà chỉ toàn bảo gọt đầu gióc tóc và đổi đồ mặc. Chúng ta đây, đầu có thể chặt, tóc không thể cắt, da có thể lột, đồ mặc không thể đổi! Khang An biết là không thể ép buộc được, bèn sai đem bọn họ an trí ở tỉnh Quảng Tây*".

Trong bài "Cái Răng Cái Tóc, Một Góc Con Người", tác giả Nguyễn Dư tổng kết: "*Tóm lại, từ năm 1470 đến khoảng vài năm sau năm1777 dường như dân ta liên tục để tóc dài. Nếu suy đoán thêm thì có thể nói rằng từ thời thuộc Minh đến gần cuối đời nhà Lê dân ta để tóc dài. Sở dĩ nói rằng đến gần cuối đời nhà Lê là bởi vì năm 1789, trước lúc xuất quân dẹp giặc Thanh, Nguyễn Huệ đã tuyên bố: "Đánh cho để dài tóc /Đánh cho để đen răng /Đánh cho nó chích luân bất phản / Đánh cho nó phiến giáp bất hoàn / Đánh cho sử tri Nam quốc anh hùng chi hữu chủ". Vua Quang Trung quyết tâm đánh giặc Thanh để giành lại chủ quyền cho đất nước, giành lại quyền để tóc dài, răng đen cho nhân dân! Điều này có nghĩa là trước đó quân Thanh đã bắt dân ta cắt tóc ngắn. Thật là quái gở ! Ta đang để tóc ngắn thì nhà Minh bắt phải để tóc dài. Ta để tóc dài thì nhà Thanh lại bắt phải cắt tóc ngắn. Đúng là mấy ông con trời chỉ thích đi phá thối. Nhưng điều bất ngờ nhất là hành động cõng rắn cắn gà nhà của Lê Chiêu Thống đã ảnh hưởng đến cả mái tóc của dân ta".*

Nói chuyện cái búi tó, ý tôi chỉ muốn nói tới cái búi tó của các ông. Các bà thì búi tó liên miên, khỏi bàn. Khi hình ảnh các thầy đồ đã đi vào dĩ vãng, chiếc búi tó cũng cáo chung. Nhưng không hẳn vậy. Tại Việt Nam hiện còn ba cụ vẫn búi tó. Đó là cụ Nguyễn văn Chiến, còn gọi là cụ Tám Nhơn, 95 tuổi, ở Tiền Giang, hơn 80 năm chưa một lần cắt tóc. Mái tóc của cụ dài 5 thước, đã được hãng tin Reuters đưa tin cho thế giới tỏ tường. Cụ tin là cụ được thần linh chọn nuôi tóc dài để cầu ước bình an và trân quý sự ban tặng của tự nhiên. Từ năm học lớp ba, mỗi khi cắt tóc, đầu cụ đau như búa bổ, cơ thể suy yếu, có khi ngất xỉu khiến phải thôi học. Khi mái tóc dài ra cụ hết đau đầu cảm cúm.

Cụ Trần Văn Hay, sanh năm 1936, ngụ tại Châu Thành,

Cụ Nguyễn văn Chiến, Tiền Giang, với mái tóc dài 5 thước.

Kiên Giang, có mái tóc dài tới 6 thước 80. Cụ bắt đầu để tóc từ năm 25 tuổi vì mỗi lần cắt tóc đều bị ốm rất nặng. Mỗi khi tắm, cụ phải nhờ vợ hoặc con trai vác mái tóc đứng bên ngoài nhà tắm, cửa khép hờ. Khi ngủ cụ đặt khối tóc nằm cuộn tròn cạnh người giống như đang ngủ cùng một con trăn lớn bằng bắp chân. Cụ đã mất vào ngày 22/2/2010.

Cụ Nguyễn Văn Long, ngụ tại Bắc Ninh, bắt đầu để tóc từ năm 1994. Cụ kể lại: "Năm 1995, tôi đi vãn cảnh núi Yên Tử. Trời nắng rất to, từ Bắc Ninh nhà tôi đi đường Quế Võ ra Yên Tử khá gần. Lúc đến cổng chùa, nắng rát, chính ngọ, tôi bị say nắng, người cứ lịm đi. Tôi thấy rõ một bóng người trắng toát, mờ ảo, có lúc ngài mặc áo nâu lụng thụng cứ mải miết dẫn đường cho tôi đi lên chùa chính. Về nhà, tôi ốm thập tử nhất sinh, lại có người rỉ tai nói tôi sẽ phải tu để thành chính quả thì mới thoát tội. Tôi bỏ tham sân si, ăn chay. Rồi tự nhiên tóc tai cứ bù xù, nó kết lại, chải không duỗi, cắt thì ốm. Gội không sạch, gỡ không ra. Hễ cắt là tai ương ập đến, hết điện giật lại đến ngã xe máy". Mái tóc của cụ khiêm nhường hơn, chỉ dài khoảng một thước.

Ba cụ này đều có mái tóc loại *super*. Dài và nặng như vậy nên cái búi tó không "to bằng niêu" mà phải to bằng cái nồi. Nồi cỡ nào, các bạn cứ vào bếp, tự do ước lượng!

02/2023

CÀ PHÊ CHỒN

Cà phê, sáng nào tôi cũng phải lỳ một lam, cho tỉnh táo. Nhưng cà phê chồn, cả đời tôi chưa nếm qua. Mà cũng chẳng muốn đụng tới. Gọi là cà phê chồn cho thanh tao chứ đúng ra phải là "cà phê cứt chồn". Tôi vốn là người lịch sự nên thích dùng chữ "cà phê phân chồn" hơn. Thứ cà phê nghe rất ẹ này có xuất xứ từ Indonesia. Cà phê được người Hòa Lan mang tới trồng tại các xứ thuộc địa từ khoảng đầu thế kỷ 18 trong đó có đảo Java và Sumatra của Indonesia. Cà phê phân chồn có tên nguyên thủy là *Kopi Luwak*. *Kopi* có nghĩa là cà phê, *Luwak* là tên một vùng thuộc quần đảo Java nhưng cũng là tên một loại chồn trên đảo. Chồn là một loại động vật có vú sinh sống tại các nước trong vùng Đông Nam Á như Indonesia, Philippines, Việt Nam và miền Nam Trung Quốc. Chồn tại Việt Nam còn có một tên khác là "cầy". Loại chồn sống và ăn các trái cà phê là chồn hương. Chúng khôn tổ cha, chỉ chọn những trái mọng chín đỏ nhất trên cây. Thứ trái rụng xuống đất chúng không thèm để mắt tới. Khi ăn trái cà phê, chồn nhả lớp vỏ bên ngoài, nuốt phần thịt và hạt bên trong. Hạt cà phê cứng ngắc chồn không tiêu hóa được nên khi thải ra theo phân, hạt còn nguyên. Nhưng trong quá trình tiêu hóa, hạt cà phê đã được lên men nhờ vào các *enzyme* trong dạ dày chồn. Vì vậy khi hạt cà phê này được rang lên sẽ cứng và giòn hơn, ít *protein* hơn. Khi pha cà phê, độ đắng sẽ giảm bớt, hương vị nồng thêm, thơm ngon hơn những loại cà phê thường. Các *enzyme* trong dạ dày chồn hương cũng phá vỡ cấu trúc hương vị khiến cà phê dạy mùi và thoang thoảng mùi *chocolate* đắng nhưng rất dễ chịu.

Tôi tính hỏi mấy ông bạn ghiền và sành cà phê coi đã uống thứ cà phê có dính chất thải này chưa nhưng khi thấy cái giá một ly cà phê phân chồn, tôi biết mấy ông này cũng chào thua, chẳng dám rớ tới. Giá một ly cà phê chồn tùy theo các quốc gia, khoảng từ 35 tới 100 đô một ly. Đành hóng hớt các cây ghiền cà phê đã từng thưởng thức và kể lại. Vị cà phê chồn dịu nhẹ, không đắng gắt, trong và sau khi uống cổ họng luôn có chút dư vị ngọt ngào làm người ta nhớ đời. Muốn cảm nhận được hương vị của ly cà phê phân chồn thì chỉ nên uống cà phê nguyên chất, không đá không đường. Nhiều người đã thưởng thức loại cà phê xịn này còn ca tụng, không biết có đúng không, là hương thơm của cà phê phân chồn này có nhiều tầng. Tầng đầu là mùi hoa quả chín, tầng thứ hai là mùi cà phê quyện vào mùi *chocolate* và mạch nha.

Trên đây là cảm nhận của người uống cà phê. Giáo sư Massimo Marcone của Đại học Guelph, Canada, phân tích cặn kẽ hơn dưới con mắt của nhà khoa học. Khi hạt cà phê được nuốt vào trong bụng chồn, các men tiêu hóa và vi sinh vật thấm qua lớp vỏ, thâm nhập vào bên trong hạt cà phê và tác động trực tiếp, cắt nhỏ cấu trúc của các *protein* cùng cấu trúc của hơn 800 phân tử hương *(aroma composition)* tạo nên những loại đường cũng như gia tăng các phân tử hương nhỏ hơn. Đây là nguyên nhân làm thay đổi hương vị hạt cà phê để tạo nên loại cà phê phân chồn có hương vị đặc biệt, mùi thơm nồng nàn và quyến rũ. Quá trình đồng hóa và dị hóa thức ăn của những con chồn hương đã biến những hạt cà phê bình thường trở thành một thứ nguyên liệu cà phê quý giá có chất lượng đặc trưng làm các tay sành uống cà phê mê mẩn.

Cà phê chồn của Indonesia có đó từ lâu đời nhưng không được thế giới biết tới cho tới khi thương gia Tony Wild giới thiệu trên kênh truyền hình của Oprah Winfrey vào năm 1991. Khi đó dân sành điệu trên khắp thế giới mới bỏ công lùng sục. Chuyện không dễ dàng. Vì trong hàng chục triệu tấn hạt cà phê sản xuất trên thế giới hàng năm chỉ có 700 kí hạt cà phê phân chồn thiên nhiên. Sau khi chế biến, số lượng đã ít ỏi này teo lại chỉ còn 200 kí!

Số cung nhỏ tí teo trong khi số cầu ngày càng nhiều khiến giới con buôn nghĩ cách sản xuất hạt cà phê phân chồn nhân tạo.

Cách dễ nhất là dùng hóa chất. Họ pha vào hạt cà phê một số phụ gia như phẩm màu, bơ, *caramel*. Cách thứ hai là bắt nuôi chồn trong lồng, cho ăn hạt cà phê chín để lấy phân. Thứ cà phê phân chồn do chồn được nuôi sản xuất ra không phải là cà phê phân chồn sống tự do trong thiên nhiên, tự leo trèo trên cây, chọn hạt cà phê để ăn và sản xuất ra hạt cà phê phân chồn thực thụ. Người ta gọi hai thứ cà phê này là cà phê nhân tạo và cà phê bán nhân tạo.

Cà phê phân chồn thực thụ do chồn sống trong thiên nhiên sản xuất ra hầu như không còn nữa. Chồn đã bị săn bắt, nhốt trong chuồng, nên "dân số" chồn ngoài thiên nhiên coi như con số không. Những con chồn sống tự do ngoài thiên nhiên rất kén ăn. Chúng chỉ chọn ăn những trái cà phê ngon nhất trên cây, những trái chín mọng không sâu bệnh, không xước, không có nhựa bám bên ngoài. Không phải chúng ăn trái trên bất cứ cây cà phê nào. Trong vườn cà phê, chỉ có một số cây được chúng chiếu cố. Có lẽ đây là những cây cho những trái ngon nhất theo khẩu vị của chúng. Chính sự chọn lựa khe khắt này mới giúp chúng sản xuất ra theo đường tiêu hóa những hạt cà phê đúng là cà phê phân chồn.

Hạt cà phê do những con chồn nuôi trong chuồng ị ra không được như vậy. Những trái cà phê do con người hái làm thức ăn cho chúng bị chúng chê. Chúng chỉ ăn khoảng từ 10% đến 15% số trái được cung cấp. Chồn nuôi còn phải ăn những thứ thực phẩm do con người nghĩ ra và ép chúng ăn để tẩm bổ như thịt heo, thịt bò, phổi heo, cháo. Đó là những thực phẩm xa lạ với loài chồn. Trong thiên nhiên, ngoài hạt cà phê, chúng chỉ ăn thêm kiến. Giáo sư Phan Quốc Sủng, Viện Trưởng viện Nghiên Cứu Cà Phê, thuật lại một cuộc thăm viếng một trang trại trồng cà phê cùng với một ký giả Mỹ: *"Có lần tôi và một nhà báo Mỹ đến từ tạp chí* "Wall-street" *ở New York sang tìm hiểu về cà phê chồn ở Việt Nam. Chúng tôi gặp ông Tư Yến, một chủ trang trại trồng cà phê nổi tiếng ở Buôn Ma Thuột từ trước năm 1975. Bố ông Tư Yến từng làm việc cho một ông chủ đồn điền cà phê người Pháp tại thị xã Buôn Ma Thuột. Theo lời kể của ông Tư Yến những năm trước 1975, ở xung quanh thị xã Buôn Ma Thuột có rất nhiều rừng, đây là nơi trú ngụ khá an toàn của loài chồn hương. Sau mỗi vụ thu hoạch cà phê vào đầu mùa xuân, bà con dân tộc bản địa thường đi lượm hạt cà phê chồn ở dưới những gốc cây lớn ở gần bìa rừng, ở mỗi gốc cây có thể lượm được từ một đến vài cân. Loại cà phê này bà con dùng để uống, làm quà hoặc mang bán. Cũng theo lời kể của ông Tư Yến, khi rang hạt cà phê chồn phải dùng thứ củi đặc biệt là cây cà phê khô để không có khói hấp thụ vào hạt cà phê. Khi hạt cà phê rang gần được thì cho vào một ít mỡ gà để khi uống có vị béo và giúp ly cà phê giữ được độ nóng lâu hơn.*

Như vậy để có cà phê chồn thứ thiệt cần phải có những yếu tố chủ yếu sau đây: Quả cà phê là nguyên liệu để chồn chọn ăn phải chín mọng (có lượng đường cao nhất trong phần thịt quả). Thời gian ăn quả cà phê của chồn là vào khoảng nửa đêm. Quá trình lên men tự nhiên trong dạ dày và ruột chồn khoảng 24 giờ. Có các men, vi sinh vật từ trong dạ dày và ruột chồn hương, để phân hủy lớp thịt, nhớt phủ xung quanh lớp vỏ trấu và thấm vào trong nhân làm thay đổi cấu trúc. Nhiệt độ lên men hạt cà phê là nhiệt độ thân nhiệt của con chồn vào khoảng 37 độ C (điều kiện lý tưởng mà chồn đã tạo ra để phân hủy lớp nhớt bám xung quanh vỏ trấu). Quá trình phơi hạt cà phê do chồn thải ra ở dưới bóng cây râm mát có thời gian trên dưới 3 tháng mới được thu lượm".

Chỉ có thứ hạt cà phê gồm được đầy đủ các điều kiện

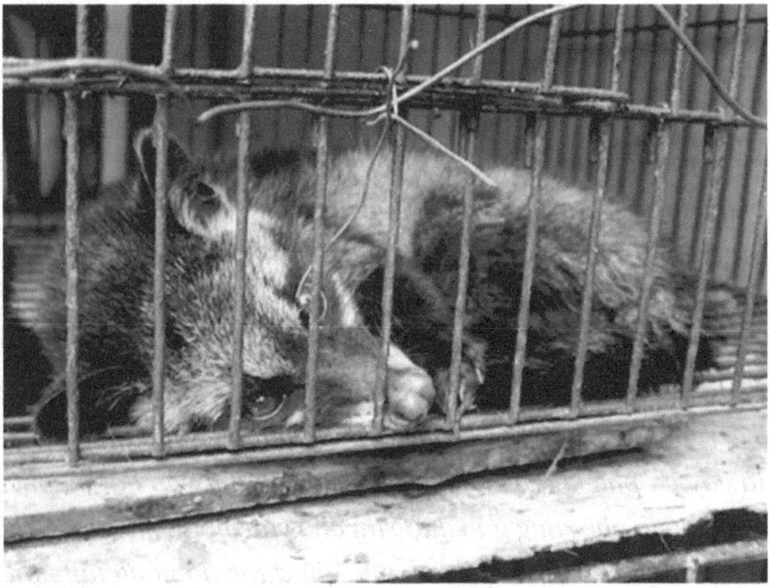

trên mới được coi là cà phê phân chồn chính hiệu con nai vàng. Không phải phân nào cũng là phân, thứ hạt cà phê do các con chồn bị nhốt thải ra không được liệt vào loại cà phê cứt chồn thiên nhiên. Phân cũng có đẳng cấp. Muốn được là phân chồn thứ xịn không phải là dễ!

Vậy thứ cà phê phân chồn mà những người muốn thể hiện đẳng cấp uống tại các tiệm cà phê loại sang hiện nay chỉ là thứ cà phê phân chồn hạng hai mà người ta gọi là "bán nhân tạo". Không còn lựa chọn, dân uống cà phê cũng phải bằng lòng với loại cà phê chồn này. Ký giả người Đức Johny Kohl, một người từng thưởng thức cà phê Kopi Luwak ở đảo Java, đã cất công qua Việt Nam để thăm viếng và tìm hiểu các trại nuôi chồn sản xuất cà phê tại Việt Nam. Anh đã tới thăm trại cà phê chồn Trại Hầm ở Đà Lạt. Chủ nhân trang trại này là Luật sư Nguyễn Quốc Minh. Ông cho biết cơ duyên bứng ông khỏi văn phòng luật sư để tới với trang trại nuôi chồn. *"Mấy năm trước, bạn mình là anh Thìn mang đến một ít hạt cà phê chồn và cùng với mình lụi hụi rang trên nồi đất, xay nhỏ rồi pha chế để uống thử. Từng thưởng thức nhiều loại cà phê trong và ngoài nước nhưng lần này mình thực sự bất ngờ bởi hương vị rất lạ và đặc sắc khó tả. Vừa có vị bùi bùi, dìu dịu vừa ngai ngái, lại phảng phất mùi của khói và hương vị sô cô la. Mình đã giao văn phòng luật sư ở Sài Gòn cho con trai để đi nhiều nơi tìm hiểu đến tận ngọn nguồn về loại thức uống này. Cuối cùng mình quyết định dừng lại ở Đà Lạt vì đây là vùng đất hứa của arabica - dòng cà phê có hương vị đặc biệt và đắt giá nhất"*. Đất Đà Lạt là đất *bazan*, nằm trên độ cao, khí hậu lành lạnh, nhiều sương mù, tất cả những yếu tố này rất thuận lợi cho việc trồng cà phê *moka*, một trong những loại cà phê lâu đời nhất trên thế giới thuộc dòng *arabica*. Luật sư Minh đã đầu tư bạc tỷ để mua mấy mẫu cà phê *moka*, xây dựng chuồng trại nuôi chồn. Thoạt đầu ông mua 14 con chồn từ Indonesia nhưng vì không thích nghi với khí hậu Đà Lạt nên một nửa số chồn này đã chết. Ông phải mua chồn tại địa phương. Chuồng chồn của ông đã lên tới 120 con. Ông nuôi chúng rất kỹ, mùa lạnh có sưởi bằng tia hồng ngoại, tách riêng trong mùa sinh sản để tránh giao hợp cận huyết. Mùa cà phê chín công nhân sẽ hái những trái cà phê chín mọng đã được chọn lựa kỹ cho chồn ăn. Thứ trái xịn được tuyển chọn kỹ như vậy nhưng chồn vẫn khảnh ăn. Chúng ngửi và chọn lựa, cuối cùng chỉ ăn những trái ngon và tươi nhất. Chúng chỉ nhậu khoảng 3 trong số 10 trái! Lần cho ăn tiếp theo, nếu công nhân trộn những trái bị chê này lẫn với những trái mới, chồn biết liền và không bao giờ đụng tới những trái này. Trong một đêm chồn ăn khoảng 200 *gram* trái cà phê và thải ra khoảng từ 60 đến 70 *gram* hạt cà phê trong phân.

Chồn hương là một loài động vật quen sống trong môi trường hoang dã, thích tự do. Khi bị con người bắt nhốt trong chuồng nhỏ hẹp, chật chội, bức bối, dơ dáy sẽ dẫn đến rối loạn hành vi, thậm chí có thể tuyệt thực hoặc sinh bệnh và chết. Báo Daily Mail của Anh đã cho phóng viên tới quan sát các nơi nuôi chồn hương tại Philippines và Indonesia. Chồn hương bị nhốt vào trong những chiếc lồng chật hẹp và dơ dáy khiến chúng cáu kỉnh và gần như suy sụp. Ngoài ra, chúng được nhồi nhét cho ăn nhiều hạt cà phê mỗi ngày để cho nhiều chất thải.

Giới bảo vệ động vật hoang dã đã không thể làm ngơ trước hiện tượng này. Ký giả Tony Wild, người đã quảng bá cà phê chồn của Indonesia ra khắp thế giới vào năm 1991 cũng không thể làm ngơ. Ông đã khởi xướng chiến dịch thuyết phục người tiêu dùng ngưng tiêu thụ cà phê phân chồn. Ông nói: "Nhu cầu về mặt hàng này ngày càng tăng làm cho giá thành sản phẩm cũng tăng theo, điều này khiến cho loài chồn đang bị bắt giữ trái phép, bị tước mất tự do, bị ép ăn trái cà phê quá trọng lượng để có thể sản xuất cà phê hàng loạt, tôi rất hối tiếc vì sự khám phá của tôi không ngờ lại dẫn đến sự kinh doanh tàn nhẫn dựa trên sự ngược đãi động vật như vậy".

Lợi nhuận là lợi nhuận, các người làm ăn trên lưng chồn hương vẫn không nương tay làm ngơ trước các lời kêu cứu này. Chồn hương phải nặng cỡ 2 kí mới dùng để sản xuất hạt cà phê phân chồn được. Nếu so với trọng lượng của voi là một điều khôi hài. Vậy tại sao không dùng voi để sản xuất cà phê phân voi? Nghe đã thấy…hoành tráng! Câu hỏi thiệt muộn màng. Cà phê phân voi đã có trên thị trường từ năm 2015 lận. Khởi đầu chúng được sản xuất tại vùng núi thuộc tỉnh Chiang Rai, nằm tại phía Bắc Thái Lan. Đây là loại cà phê được khách thưởng thức tại các *resort* cao cấp và các khách sạn 5 sao tại Thái Lan.

Voi dềnh dàng, ăn nhiều nên sản xuất cà phê voi tốn kém hơn. Phải cho voi ngốn tới 30 kí thực phẩm gồm nhiều loại trái cây, các loại bột kèm với trái cà phê chín mới thu được 1 kí thành phẩm. Riêng trái cà phê phải là thứ trái chín, sạch, không có mùi thuốc trừ sâu thì voi mới ăn. Vì voi có men tiêu hóa mạnh hơn chồn nên cà phê phân voi có vị đắng dịu, mùi *chocolate*, hương thoang thoảng vị trái cây cùng vị the đặc biệt.

Sáng nào tôi cũng uống một ly cà phê khi ăn sáng. Dĩ nhiên không phải cà phê phân chồn hay phân voi. Tôi chê phân dù là thứ phân đắt đỏ chỉ có giới lắm của nhiều tiền mới uống nổi. Giả thử có một ông bạn tốt bụng, túi rủng rỉnh, mời tôi một tách cà phê phân chồn hay phân voi, tôi có nhận không? Nhất định không. Giao du với cái thứ nhầy nhụa phân, dù đã được cọ rửa sạch sẽ, không phải là gu của tôi. Nhưng tôi đang giả dụ. Nếu chuyện xảy ra thật, có thể tôi thay đổi lập trường. Sống ở đời mà không biết trở mặt coi bộ khó thích hợp. Quân tử nhất ngôn là quân tử dại, quân tử nói đi nói lại là quân tử khôn. Dại chi mà làm thứ quân tử dại!

08/2023

CÂN ĐO ĐONG ĐẾM

Dân miền Nam được nghe cụm từ "cân đo đong đếm" từ khi Sài Gòn bị cưỡng chiếm. Thời đó, nghĩ lại còn rùng mình, dân ta đói mờ mắt. Cái chi cũng không có. Cậu con trai tôi ra đời đúng vào thời buổi "cái đinh cũng không có" này đã trải qua một thời gian thiếu sữa thê thảm. Trước đó, hai đứa chị được sanh vào thời miền Nam còn cộng hòa được nuôi bằng sữa bột nhập cảng. Tha hồ chọn lựa mác nọ mác kia. Meiji, Similac, Babilac, Enfamil ê hề… Sài Gòn mất tên đồng nghĩa với mất tất cả tiện nghi của một đời sống tân tiến. Tôi chỉ còn một chọn lựa duy nhất cho đứa con mới sanh là sữa Liên Sô. Cũng sữa đó nhưng uống vào lở loét đầy mình, đành phải cho con uống sữa đặc có đường lúc đó tìm mỏi mắt mới mua được. Phải cho con uống dặm với nước cơm. Khốn nỗi gạo cũng không có. Toàn ăn độn khoai sắn và nhất là bo bo của Liên Sô.

Ngăn sông cấm chợ là chính sách của nhà nước. Địa

phương nào bỏ vào bao tử sản phẩm của địa phương đó. Vận chuyển lương thực qua biên giới tỉnh phải có giấy phép. Không có là bị tịch thu. Một ngày bí lối quá, tôi cùng một chú em đánh liều đạp xe đạp đi Long An mua gạo. Gạo mua thì được nhưng làm sao vượt được biên giới tỉnh mang về Sài Gòn? Chúng tôi không dám đi theo quốc lộ mà men theo những con đường làng, giữa những bờ ruộng. Hai chục ký gạo được ngụy trang trong những túi xách rách nát chở sau poóc-ba-ga. Vậy mà không thoát. Vài tên du kích đuổi theo khám xét và mang về trụ sở xã, đòi tịch thu. Hai anh em tôi lúc đó đang là giáo viên, có mang giấy chứng nhận theo, năn nỉ ỉ ôi cách nào cũng không lay động được mấy anh xã. Cuối cùng phải đánh bài lì, nhất định ôm khư khư mấy túi gạo không chịu buông. Khi được cho gặp "giới chức" xã, chúng tôi trình bày là giáo viên, nhà đông con, con còn nhỏ cần nước cơm nhưng hết gạo, mang về ăn chứ không bán buôn chi. May mắn họ thông cảm cho đi. Thoát.

Ngày nay sống trên gạo trắng ê hề, nhiều người không hiểu được lòng người và hạt gạo thời khốn cùng đó. Trên Facebook của họa sĩ Nguyễn Trọng Khôi có kể một giai thoại về hạt gạo thời đó. *"Dạo ấy tôi sống trong hẻm khu vực đường Đinh Tiên Hoàng quận 1 – Saigon, từng ngày ngơ ngác vì miếng cơm. Một hôm về nhà thấy trên giường tôi nằm kê gần cửa sổ có một túi nylon khoảng 1 kí gạo trắng. Gai ốc tôi nổi rần người, nước mắt cứ thế mà ứa ra. Gạo trắng thật ư? Tôi không tin nổi mắt mình nữa. Ai? Ai? Là người làm việc này...mà cũng may tôi không có thói quen cài cửa sổ. Ai đó đã ném vào giường tôi một kí gạo. Tôi vội nấu cơm ăn, cũng không cần đến thức ăn. Tôi nhai cơm rất kỹ, ăn thật chậm để tận hưởng vị ngọt lịm của chất gạo từng lúc ngấm vào cơ thể tôi. Mấy hôm sau, tôi đã tìm được người chủ của kí gạo ấy. Đó là nhà văn Từ Kế Tường về quê có mang được ít gạo đi ngang nhà tôi, nhớ bạn mà chia sẻ chút ít. Kí gạo đó đã theo tôi nhiều năm và vẫn theo đến bây giờ nó đã được khắc ghi trong đáy lòng tôi lòng biết ơn và trân trọng".*

Chuyện miếng cơm manh áo thời buổi mạt vận này tôi không cách gì quên được. Vậy nên thấy trên Facebook của An Duong nhắc chuyện mang gạo chui, tôi như gặp được... tri kỷ. Anh viết: *"Những năm đói kém 1975-1978 khi cộng sản không cho phép mang gạo vào Sài Gòn (ép dân đi kinh tế mới), mỗi lần đi làm xa về thăm nhà tôi thường khiêng về một giạ gạo làm quà (cứu đói) cho gia đình. Tụi cộng sản nó chặn hết các tuyến đường lục tìm và bắt bớ tùm lum. Tụi tui đi qua được là vì đi làm lao động cần mang theo thức ăn tự túc và phải có giấy phép".*

Tôi chú ý khi An Dương nhắc tới chữ "giạ gạo". Nó thuộc phạm trù "cân đo đong đếm" nhưng là một đơn vị đo lường không thường dùng. Thường chúng ta dùng những đơn vị đo lường quen thuộc. Cân tính bằng kí, đo tính bằng thước, đong tính bằng đấu, đếm tính bằng số. Nhưng ngoài những đơn vị này, dân chúng, nhất là dân quê, còn dùng những đơn vị mà dân thành thị ngỡ ngàng. Tôi suốt đời chôn chân nơi thành thị nên có chút tò mò muốn tìm hiểu. Một giạ gạo là bao nhiêu?

Dân quê trong Nam tính 1 giạ là 2 táo. Lại đau đầu: táo là bao nhiêu? Một táo là 20 lít. Cha mẹ ơi, gạo đâu có phải là chất lỏng mà tính bằng lít? Nhưng vậy đó. Bộ đổ gạo vào chai lít cho đầy là một lít sao? Không ai…quê như vậy. Một lít là 3 lon sữa bò. Đong gạo bằng lon sữa bò là chuyện thông thường trong Nam. Ba lon là một lít nhưng tính ký thì phải 4 lon mới được một ký! Đong bằng lon có khi đầy khi vơi, người ta đã thuận với nhau 3 lon sét là 1 lít, 3 lon vun là 1 ký. Lon sét là gạt ngang miệng lon, lon vun là đong có ngọn. Tôi nhớ hồi nhỏ ngoài Bắc người ta cũng đong gạo bằng lon sữa bò nhưng gọi là "bơ".

Trong Nam khác ngoài Bắc. Dân Bắc không đong gạo bằng kí mà bằng cân. Thoạt nghe thì một ký giống một cân nhưng rất khác. Cân nói đây là cân ta. Một cân chỉ bằng 0,6 kí hay 600 gram. Chục cân là một yến, tức 6 kí. Ngoài Bắc còn có đơn vị "lạng". Một lạng bằng 37,5 gram. Thành ngữ có câu "kẻ tám lạng người nửa cân" để chỉ sự tương xứng hay ngang tài ngang sức giữa hai đối thủ trong một cuộc tranh tài. Nghe ra có sự so le: tám lạng sao bằng nửa cân? Nhưng tính ra thì ngang nhau thiệt: 37,5g x 8 = 600 g: 2. Đúng phóc!

Trước kia, khi nước ta chưa bị Pháp đô hộ, dân Nam cũng đong lúa bằng giạ. Một giạ là bao nhiêu, tùy theo vùng miền. Tại Mỹ Tho, 1 giạ lúa là 35 lít, tại Chợ Lớn là 38,27 lít. Sài Gòn gần xịt Chợ Lớn nhưng giạ lại nhỉnh hơn, tới 39,71 lít. Có nơi phóng lên tới 42 lít! Thấy chuyện cân đong chửi cha nhau, ngày 24/12/1863, Soái phủ Nam Kỳ ra nghị định thống nhất 1 giạ là 40 lít. Ngày 11/2/1898 chính phủ lại ra nghị định tại Nam kỳ dân chúng đều phải dùng đồ đo lường loại 1 lít, 5 lít, 10 lít, 20 lít, vuông 40 lít. Các dụng cụ đo lường này làm bằng sắt trắng, có hai quai hai bên. Các bạn hàng đều phải có một bộ đong lường này. Mỗi năm chính phủ sẽ kiểm tra một lần, nếu không có hoặc thiếu một món sẽ bị phạt 100 đồng.

Các loại dụng cụ trên đã bị mai một theo thời gian. Tới thế hệ chúng tôi, các thứ lỉnh kỉnh này đều đã mất dạng. Chúng tôi chỉ còn thấy người ta cân gạo cân thóc bằng cân. Chiếc cân cổ lỗ sĩ nhất mà tôi còn thấy hồi nhỏ là chiếc cân đòn hay cân xách. Cân gồm có một chiếc đĩa để chứa đồ cân, thường là gạo, bột, trái cây hay bất cứ thứ gì muốn cân. Chiếc đĩa này được treo vào đầu cân bằng ba sợi dây xích sắt. Cân có thêm một cái móc dùng để cân những thứ không có thể đặt được trên đĩa. Phía trên có một khoen sắt tròn để xách cân lên khi cân. Đòn cân là một thanh sắt dài có vạch lõm bên cạnh có ghi những con số. Ngoài ra còn có một quả cân. Khi cân, người ta di chuyển quả cân tới khi đòn nằm ngang là đúng trọng lượng. Trọng lượng được đọc trên con số nơi treo quả cân. Đứng coi các bà bán và mua tranh cãi nhau về độ ngang của cán cân là một màn kịch thú vị cho sắp nhỏ chúng tôi hồi đó. Bà vít lên, bà ấn xuống, mỗi bà nhìn độ ngang với cặp mắt khác nhau. Cãi cọ chán các bà mới nhờ tới lũ trẻ chúng tôi làm trọng tài. Các trọng tài nhí hồi đó còn rất trong trắng nên rất công bằng. Các bà tuân theo hết tranh cãi.

Cân xách chỉ dùng để cân những trọng lượng nhỏ, thường là dưới 2 kí, muốn cân những thứ lớn hơn như một bao gạo, giỏ cần xế rau hay một chú heo, người ta dùng loại cân xách lớn hơn, có thể thọc cây vào khoen sắt để hai người khiêng

Cân đòn

bổng lên khi cân.

Cân đĩa là loại cân văn minh hơn cân xách. Cân gồm bàn cân nâng hai chiếc đĩa. Khi cân một bên để quả cân, một bên để vật cân. Quả cân có nhiều cỡ, từ 50 gram tới 5 kí. Khi hai đĩa nằm ngang nhau là đúng cân. Muốn biết sức nặng, chỉ cần đọc trên quả cân. Nếu có nhiều quả cân thì phải làm tính cộng sức nặng. Tỷ như có 3 quả cân trên đĩa: quả 1 ký, quả 50 gram, quả 100 gram thì sức nặng của vật cân là 1 ký 150 gram.

Cân bàn cũng dùng để cân các vật nặng. Ngày còn ở Hà Nội, nhà tôi có nhà máy xát gạo dùng loại cân này. Bàn cân nằm dưới, nối với thanh cân bằng một hoặc hai cột sắt. Khi

Quả cân.

cân, quẳng bao gạo lên bàn cân, di chuyển quả cân trên thanh sắt để biết số cân. Có hai thanh sắt nằm sát nhau, một cho hàng chục và một cho hàng đơn vị.

Ngày nay những chiếc cân này đã vắng bóng. Không còn ai dùng nữa khi các loại cân điện tử ra đời. Số cân hiện trên màn hình ngay khi cân, chẳng cãi cọ vào đâu được. Muốn thấy những ông bà cụ đo lường này có lẽ phải vào bảo tàng viện. Tác giả Đinh Thanh Hải không phải vào bảo tàng viện cũng thấy chiếc cân cổ xưa. Ông ghé thăm nhà một người thích sưu tầm đồ cổ và thấy chiếc cân đòn được gắn một cách trịnh trọng trên tường. *"Hôm qua, ghé thăm nhà em Lê Đức Thịnh, thấy cân đòn huyền thoại được gắn trên tấm gỗ, cân đòn sơn màu vàng - như một sự trân trọng, chắc là người em lưu lại kỷ niệm ngày xưa ấy - tôi tự đoán như vậy... Đức Thịnh có sở thích khá giống tôi, sưu tầm đồ xưa cũ: Bi đông, Cà Mèn, Cân đòn... Riêng Thịnh còn sưu tầm thêm nhiều bom đạn ở Khe Sanh. Hỏi ra thì Đức Thịnh chia sẻ: "Cân đòn này có tuổi đời 39 năm, và Thịnh lưu giữ đã 23 năm nay. Cái cân đòn đó là một trời kỷ niệm của những năm tháng cơ khổ, đi cân những con heo thịt ở Lương Lễ tới Tân Hợp, Khe Sanh, Tân Liên, Tân Lập..." Những ngày tháng năm cũ, bà con đi buôn bán thường mang theo cái "cân đòn" cân những bao cát gai chứa gạo, lúa, củ sắn (khoai mì), khoai lang, cân nhôm đồng phế liệu, cân những mảnh bom đạn, cân heo bán, cân thịt...Cái cân đòn gợi nhớ cả một trời hoài niệm về ngày xưa cũ ấy. Nếu cân con heo nặng, thì kiếm một nhánh cây và hai người "sương" trên vai, một người điều chỉnh quả cân sao cho ngang bằng, đúng giá trị - không "già" hoặc bị "non". Theo Thomas G. Chondros của Đại học Patras: "Cân đòn - là một loại cân bằng steelyard đơn giản với cơ chế đòn bẩy lần đầu tiên xuất hiện ở Cận Đông cổ đại hơn 5.000 năm trước. Theo Mark Sky của Đại học Harvard, steelyard đã được sử dụng trong các thợ thủ công Hy Lạp vào thế kỷ 5 và 4 trước Công nguyên, thậm chí trước khi Archimedes chứng minh định luật đòn bẩy về mặt lý thuyết.". Ở Châu Á cũng có tư liệu cho rằng cân đòn xuất xứ từ Trung Hoa, một phát minh của Lỗ Ban, thợ thủ công nổi tiếng sống ở nước Lỗ, được làm bằng gỗ, bao gồm: cán cân, quả cân, và đĩa cân, hoạt động theo nguyên tắc đòn bẩy".*

Viết tới đây tôi thấy nhức đầu vì chuyện cân, đo, đong, đếm nơi này nơi khác của dân ta. Chuyện "đếm" có lẽ rành rọt hơn, không rắc rối lung tung như chuyện "cân, đo, đong". Những ngày mới di cư vào Sài Gòn, gia đình tôi chưa có nhà cửa, phải ở tạm nhà ông bác. Ông bác tôi vào lập nghiệp trong Nam từ thập niên 1940 nên cuộc sống khá vững vàng. Ông có một cửa tiệm bán xe đẩy trẻ em tại đường Lê Thánh Tôn, ngay sát chợ Bến Thành. Những ngày đầu lạ nước lạ cái tôi hay lang thang qua chợ coi dân chúng mua bán. Có lần bà bác dẫn tôi ra chợ mua trái cây. Bà mua một chục xoài là thứ trái cây lạ miệng với dân di cư từ ngoài Bắc vào. Bà lựa trái bỏ vào một chiếc rổ cho bà bán hàng đếm. Tôi đứng bên cạnh cũng đếm. Tôi thấy đã đủ chục trái nhưng bà bán hàng vẫn nói bà bác tôi lựa thêm hai trái nữa. Thấy lạ nhưng tôi không dám hỏi, tưởng hai bà quen nhau nên thêm cho hai trái. Khi về nhà tôi mới thắc mắc hỏi. Bà bác tôi cười thằng bé Bắc Kỳ di cư ngây ngô: "Trong này chục là 12 trái". Ngộ thiệt, người miền Nam rộng bụng hết biết, đếm 10 thành 12.

Chục ló thêm hai trái người Nam gọi là chục có đầu. Cái đầu này khi to khi nhỏ. Cái đầu của chục trái cây là 12 nhưng chưa phải là cái đầu ổn định. Học giả Nguyễn Hiến Lê cho biết ở Tân An, chục biến thiên từ 12, 14, 16, 18 tới...24 trái luôn! Tỉnh Long Xuyên, Sa Đéc cũng rứa. Các vùng Tiền Giang, Vĩnh Long, Bến Tre, Đồng Tháp tính chục từ 12 đến 16. Chục không cố định cứng ngắc theo từng tỉnh. Tại Cái Mơn thuộc huyện Chợ Lách, tỉnh bến Tre tính chục 12 nhưng ở Mỏ Cày, cũng thuộc tỉnh Bến Tre, thì chục lại là 14.

Chục cũng thay đổi theo thời gian. Trước 1975, tại Sóc Trăng tính chục 14 nhưng sau này chục tụt xuống còn 12. Tại Cao Lãnh trước 1975 chục tới 18 lận.

Chục có cái đầu nhỏ nhất là 12 được gọi là lố hay tá. Trăm là đơn vị dùng để đếm các mặt hàng có số lượng lớn như bánh tráng, gạch hay cây. Trăm đúng là 100, không thêm bớt. Nhưng thiên là đơn vị không phải bao giờ cũng là 1.000. Có "thiên trơn" và "thiên có đầu". Thiên trơn chẵn chòi 1.000 nhưng thiên có đầu lên tới 1.100 hoặc 1.200. Đầu nhỏ 1.100 dùng khi đếm thuốc rê, đầu lớn 1.200 dùng khi đếm dừa khô. Ngộ nhất là một thiên lúa lại chỉ có 100 giạ. Thiên tụt từ "ngàn" xuống "trăm", mất tới 90% giá trị.

Chục có đầu của dân Nam nói lên sự hề hả trong cuộc sống của miền đất nhiều sông rạch, lắm tài nguyên. Có phải tính cách xuề xòa, dễ dãi sao cũng được của người miền Nam đã sanh ra chục có đầu không? Tác giả Lê Đại Anh Kiệt đã luận về dân Nam và chục có đầu: *"Điều thú vị hơn nữa là sự chân thành chất phác của người bán cũng bộc lộ qua cách mua bán này. Người mua là khách phương xa, không rành số chục của địa phương, không phải lo lắng, cứ mua một chục người bán sẽ đếm đủ số đầu. Nếu người mua tự mình đếm trái không đủ số đầu, người bán sẽ nhắc "Lấy thêm hai trái, lấy thêm bốn trái cho đủ chục". Má tôi, dì tôi quê Long An, gần Sài Gòn nên một chục nhiều nhất là 14, mấy lần đi chùa ở Mỹ Thiện, Cái Bè, Tiền Giang, cứ tấm tắc khen những người bán hàng ở đây tốt bụng, đã lấy đủ 14 trái rồi mà vẫn cho thêm bốn trái. Hóa ra ở đây một chục là 18. Thủa nhà văn Sơn Nam còn sống, tôi đã hỏi ông vì sao một chục có đầu, ông giải thích đây là cách bù hao của người bán dành cho người mua. Trái cây đi đường xa dễ dập dễ hư, trứng gà trứng vịt đi xa dễ bể. Thời đó đất rộng người thưa, sản vật dồi dào nên giá trị không lớn so với đồng tiền, bù hao thêm một chút, được cái tình, cái niềm tin, chuyện mua bán sẽ bền chặt, tin cậy nhau hơn. Tánh rộng rãi, trọng nghĩa khinh tài của người miền Tây là vậy đó".*

Tôi rất lơ là trong việc phân biệt người Nam, người Bắc, người Trung. Khi nói chuyện tôi cũng không để ý tới giọng nói của người đối diện. Nói chuyện với một người xong, lỡ có ai hỏi người vừa nói chuyện với tôi là người miền nào, tôi chỉ biết cười trừ. Tôi ngờ rằng cái tính xuề xòa đó tôi chỉ có từ ngày di cư vào Nam. Miền Nam đã dạy tôi như vậy!

10/2023

CHẠY

Hồi tôi còn thanh niên, chuyện tập tành thể dục có nhưng chạy thì không. Thể dục của chúng tôi thuộc loại tự túc tự cường, múa tay múa chân cho có vận động vậy thôi, chẳng dụng cụ chi. Kể ra cũng có. Năm học lớp nhất tiểu học, anh em tôi có sáng kiến tự làm tạ để tập. Chúng tôi trộn xi măng với cát như thợ nề xây nhà, cuốn giấy các-tông làm khuôn, đúc hai quả tạ. Giờ hỏi tạ nặng bao nhiêu, tôi không trả lời được. Có cân đâu mà cân kéo. Lấy một đoạn ống nước bằng chì, xỏ vào chiếc lỗ giữa tạ làm cây nâng tạ. Đó là dụng cụ duy nhất để tự hào mỗi sáng lấy thước dây đo coi xem vòng tay vòng chân có nhỉnh thêm chút nào không. Ngày đó, nếu biết chạy là một môn thể dục rất tốt như ngày nay, chúng tôi đã chạy tóe cơm.

Chạy là một hành động thông thường khi cần nuốt nhanh một đoạn đường. Đó là một lợi ích chứ không phải chuyện tập tành. Từ khi nào người ta mới nhận ra chạy là một môn thể dục rất có lợi cho sức khỏe, tôi không biết, nhưng ngày nay đi bộ và chạy như một bộ môn thể dục là hai thứ rất được mến mộ. Nghĩ lại thấy ngày xưa người ta đã...thể dục mà không biết. Nay biết thì đã muộn, chân cẳng đâu mà uốn éo chạy nhảy. Nói vậy ông Châu Nhuận Phát ông ấy cười cho. Châu Nhuận Phát là ai chắc nhiều người biết nếu đã từng say mê với các bộ phim Bến Thượng Hải hoặc Tiếu Ngạo Giang Hồ hay Ngọa Hổ Tàng Long. Năm nay ông 70 tuổi và say mê chạy và leo núi. Không phải chạy nhong nhong mà chạy có bài bản đàng hoàng. Ông đã từng tham dự nhiều lần giải chạy bộ marathon ở Hong Kong. Năm ngoái, giải được tổ chức vào ngày 12/2/2023, ông tham dự cự ly 10 cây số. Ông chạy tới đích với thời gian 1 giờ 3 phút 58 giây, tuy không ăn cái giải rút gì nhưng lại là tay chạy bộ được chú ý nhất trong cuộc đua. Có điều an ủi là ông thuộc vào số 20% người về đích sớm nhất trong số 20 ngàn người tham dự chạy cùng cự ly.

Tôi nhắc tới Châu Nhuận Phát coi như một gương sáng cho người cao niên chạy. Ai muốn theo ông tài tử đẹp trai rồi đẹp lão thì theo, tôi xin kiếu. Chỉ mới nghe nói đã thấy mệt! Kể ra ông cũng đã biết thân biết phận để tự chế. Nếu ông chạy marathon đầy đủ chắc đứt gân máu từ khuya.

Giải chạy marathon có nhiều cự ly. Cự ly đầy đủ là 42 cây số 195. Sao lại lẻ loi vậy, nó có nguyên nhân. Năm 490 trước Công nguyên, Hy Lạp và Ba Tư có chiến tranh. Người đưa thư Hy Lạp tên Thersipus ở ngoài mặt trận thấy một con tàu của Ba Tư đổi hướng tiến về phía kinh thành Athens trong khi Hy Lạp đang trên đà chiến thắng. Thersipus biết

Châu Nhuận Phát trong một cuộc chạy.

đây là một nỗ lực của người Ba Tư muốn tung tin giả tại thủ đô là Ba Tư đã chiến thắng. Để chặn cái *fake news* tai hại này, ông quyết định chạy bộ thiệt nhanh về thủ đô để báo tin chiến thắng của Hy Lạp trước. Ông vứt bỏ vũ khí và các phụ kiện trên người cho nhẹ hầu có thể chạy nhanh. Ông chạy một mạch không ngừng nghỉ, tới Athens, xông vào hội đồng

Người đưa tin về tới nghị hội tại Athens. Tranh: Luc-Olivier Merson, 1869

hét lớn: “Chúng ta đã chiến thắng”. Hét xong ông gục xuống và chết vì quá mệt.

Khi quyết định tổ chức thế vận hội hiện đại vào cuối thế kỷ 19, ông Michel Bréal có ý tưởng tổ chức cuộc chạy marathon để tưởng nhớ tới hành động oai hùng của Thersipus. Ông Pierre de Coubertin, người sáng lập Thế vận hội hiện đại, gật đầu tức thì. Vậy là marathon trở thành một bộ môn đình đám của thế vận hội. Hiện nay là cuộc thi cuối cùng được chú ý nhất khi đích tới là ngay trong vận động trường chính trong buổi lễ bế mạc với khán đài chật ních khán giả.

Marathon sau đó đã có cuộc sống riêng, tách rời Olympic thành một cuộc đua riêng thu hút các lực sĩ. Hầu như các thành phố lớn trên thế giới mỗi năm đều tổ chức đua marathon. Thành phố Montreal chúng tôi không là ngoại lệ. Cuộc đua mới nhất được tổ chức vào ngày 22/9/2023 vừa qua. Có 5 cự ly tất cả. Muốn tham dự các lực sĩ phải ghi danh đóng tiền. Cự ly xịn nhất là marathon đầy đủ 42,2 cây số, đóng 110 đô lệ phí. Cự ly nửa marathon 21,1 cây số, đóng 90 đô. Cự ly 10 cây số, nếu từ 18 tuổi trở lên, đóng 60 đô, dưới 18 tuổi đóng 40 đô. Cự ly 5 cây số đóng 40 đô hoặc 30 đô tùy theo tuổi. Cuối cùng là cự ly 1 cây số dành cho trẻ em, đóng 10 đô. Có tổng cộng 19 ngàn người từ nhiều nước ghi danh đóng tiền trong đó có cậu cháu tôi. Cậu này chơi lớn ghi danh chạy *full* marathon. Cháu tôi là một cây chạy. Hầu như ngày nào cậu cũng chạy bất kể thời tiết. Nhìn thấy cả chục đôi giầy chạy ngổn ngang nơi cửa mà phát khiếp. Đó là không kể những đôi mòn đế hoặc rách nát đã cho vào thùng rác. Đi nghỉ hè ở Vancouver hoặc Thụy Sĩ, cậu cũng vác giầy

Huy chương marathon Montreal 2023 và Sevilla, Tây Ban Nha, của cháu tôi.

chạy. Bữa chạy marathon Montreal, cậu về tới đích, không biết mất bao nhiêu thời gian, nhưng có huy chương đàng hoàng. Tháng giêng năm 2024, cậu vác giầy qua Sevila bên Tây Ban Nha chạy tiếp. Lần này cậu chỉ chạy nửa Marathon nên về tới đích dễ dàng. Muốn chạy ngon lành về tới đích đàng hoàng, lực sĩ phải khổ luyện. Có những *cours* dạy chạy, có những tài liệu phổ biến trên *internet* chỉ kinh nghiệm. Phải theo dõi tất cả.

Marathon tại Montreal chúng tôi mang tên *Marathon Beneva de Montreal* có số lực sĩ tham dự tới từ nhiều nước nhưng không được liệt vào hàng đại gia của marathon. Có 6 cuộc chạy marathon được coi là *World Marathon Majors*. Đó là các cuộc chạy của các thành phố Tokyo, Boston, London, Berlin, Chicago và New York. Trừ Tokyo ở Nhật, năm thành phố còn lại đều ở Âu châu và Mỹ châu. Boston là thành phố nhanh chân nhất trong việc tổ chức chạy marathon. Thế Vận Hội đầu tiên có môn chạy dài đường này là Thế Vận Hội 1896. Ngay năm sau, 1897, Boston đã…chạy. Marathon Boston rất chảnh, không phải ai đóng tiền đều được chạy. Họ chỉ chọn 50 ngàn người có thành tích. Có cả một bản quy định thành tích đàng hoàng gọi là *Boston Marathon Qualifying Standards*, viết tắt là BQ. Với nhiều phương tiện hỗ trợ, con người ngày càng chạy nhanh hơn nên đạt được BQ cũng ngày càng khó hơn.

New York marathon cũng chảnh không kém. Tuy chỉ mới được khai sanh từ năm 1970, sau Boston Marathon quá chừng chừng, nhưng số người muốn so chân tại New York tăng tới chóng mặt. Từ 100 chân chạy vào năm 1970, con số đã lên tới 50 ngàn vào những năm gần đây. Lệ phí tham dự cũng tăng nhanh không kém, từ chỉ 1 đô vào năm 1970, tới năm 2019 đã tăng lên tới 360 đô. Cũng như marathon Boston, không phải cứ sùy tiền ra là được mang chân tới chạy. Họ không đặt ra tiêu chuẩn như bên Boston nhưng lại bắt thăm. Anh nào may mắn trúng thăm mới được tham dự.

Tokyo marathon mới được tổ chức lần đầu tiên vào năm 2007 nhưng được nhiều vận động viên ao ước được tham dự nhất. Mỗi năm có tới 300 ngàn người nộp đơn xin chạy nhưng chỉ có 30 ngàn người được chấp nhận. Việc lựa chọn cũng y chang như New York: bắt thăm. Anh nào được thần may mắn độ trì mới có cơ được chạy. Tôi thắc mắc không hiểu tại sao dân chạy lại khoái marathon Tokyo như vậy. Có lẽ nước Nhật vẫn là một đất nước có nhiều huyền bí mà họ muốn khám phá. Hay là các cô gái Nhật với chiếc áo kimono kín mít đánh đố giới mày râu. Hay là họ muốn coi hoa đào, thứ hoa đã được người Nhật khôn ngoan quảng bá thành một loại hoa nổi tiếng nhất trong các loài hoa. Dám lắm! Tokyo marathon thường được tổ chức vào dịp hoa đào e ấp chớm nở. Năm nay sẽ vào ngày 3/3/2024.

Như chúng ta đã biết, chạy marathon có nhiều cự ly nhưng chiều dài của cự ly đầy đủ *(full marathon)* cứ khi trồi khi sụt. Chiều dài này do Liên Đoàn Điền Kinh Tài Tử Quốc Tế (*International Association of Athletics Federations)* ấn định. Năm 1896: 40 cây số chẵn chòi. Năm 1900: 40,26 cây số; năm 1904: trở lại 40 cây số; năm 1906: kéo dài tới 41,86 cây số; năm 1908: kéo tiếp tới 42,195 cây số; năm 1912: kéo thêm chút đỉnh thành 40,2 cây số; năm 1920: kéo thêm thành 42,75 cây số. Cuối cùng, năm 1924, thụt lại bằng năm 1908, 42,195 cây số. Chiều dài này được giữ cho tới nay.

Chạy liên tục 42,195 cây số cỡ tôi chắc lè lưỡi. Nói vậy cho oai chứ tôi thì chạy nổi chi. Chỉ nghĩ tới đã toát mồ hôi hột. Bèn hỏi cậu cháu sao có thể chạy bán sống bán chết như vậy được, cậu ta cười khẩy xổ tiếng Pháp nói một câu đắng lòng: "Ông không chạy nổi đâu!". Thiệt mất mặt bầu cua. "Ông" có định chạy đâu, chỉ hỏi cho biết. Thực ra không nên hỏi. Nhìn cậu mê say tập chạy hàng ngày khắc biết rồi. Tập như vậy cũng chỉ mới lết về được tới đích chứ ăn thua chi được với ai. Người ta chạy tính giờ đàng hoàng để lập thành tích không hiểu phải tập tới thế nào. Câu hỏi khó mang ra hỏi được vì những người có thẩm quyền trả lời ở tuốt tận Phi Châu, tại các quốc gia có những cái tên lạ hoắc lạ huơ.

Theo một thống kê cập nhật vào ngày 23/4/2023, có hài tên của 25 người chạy nhanh nhất trong các giải marathon từ trước tới nay. Người chạy nhanh nhất là anh Eliud Kipchoge, người Kenya, với thời gian 2 giờ 1 phút 9 giây. Kenya ở đâu chắc chúng ta chẳng ai biết. Nhưng trong 25 người có tên trong bảng...thầy chạy này có tới 13 anh Kenya. Chịu khó đếm thêm thì Ethiopie có 9 tên, Tanzania 1 tên. Họ toàn là người châu Phi. Chỉ có duy nhất một anh người Bỉ lọt vào danh sách chạy có cờ này. Đó là anh Bashir Abdi, chạy mất 2 giờ 3 phút 26 giây tại cuộc đua ở Rotterdam, Hòa Lan, vào ngày 24/10/2021. Khổ nỗi anh người Bỉ này không hẳn là người Bỉ mà gốc Somali! Vậy là dân châu Phi độc chiếm toàn tập.

Chạy hộc xì dầu như vậy có tốt cho sức khỏe không, nhà văn, nhà báo và cũng là nhà dinh dưỡng Mariska van Sprundel, trả lời trong cuốn *"Running Smart: How Science Can Improve Your Endurance and Performance"* như sau: "Điều mà các nhà nghiên cứu phát hiện ra là sau khi bạn kết thúc cuộc chạy marathon, trong máu của bạn sẽ có một chất gọi là

Lực sĩ Bashir Abdi, người Bỉ gốc Somali.

troponin, một loại *protein* làm tim bị tổn thương. Tuy nhiên chất này sẽ biến mất khỏi máu sau khoảng một đến hai ngày. Và vì vậy nó không bị tổn thương vĩnh viễn. Do đó, nếu bạn là người thích chạy đường dài, bạn vẫn có thể chạy".

Chạy ngắn hay chạy dài đều kéo dài tuổi thọ của con người, làm tăng lưu lượng máu tới não, giúp tăng cường trí nhớ và sự tập trung. Bà Mariska van Sprundel đã làm một cuộc nghiên cứu về sự liên quan giữa chạy bộ và tuổi thọ với sự tham gia của 55 ngàn người, trong đó có 14 ngàn người thường chạy bộ. Nhóm nghiên cứu đã theo dõi nhóm người tình nguyện này trong 15 năm. Sau 15 năm, họ xác định là những người chạy bộ ít có nguy cơ tử vong vì bệnh tim và các nguyên nhân liên quan đến tim mạch hơn người không chạy bộ tới 90%.

Không biết có phải đó là nguyên nhân khiến ông già 70

tuổi Châu Nhuận Phát ham chạy không. Dù sao cũng kệ ông ấy, tôi nhất định không theo. Nói cho sang vậy chứ sức đâu mà theo. Tôi hỏi các ông bạn nhiều tuổi của tôi, ông nào cũng lắc đầu lè lưỡi. Chúng tôi làm nhẹ bớt nhịp chạy đi một chút: đi bộ. Các ông bà có tuổi xẳng xái cuốc bộ hàng ngày trên đường phố hay trong các *mall*, chúng ta gặp thiếu giống chi. Đi bộ cũng tốt cho sức khỏe, các nhà khoa học đều công nhận như vậy. Tôi ngại ra đường tập đi bộ, nhất là những ngày mùa đông tháng giá, tuyết phủ đầy đường. Không khéo té cái oạch thì lợi bất cập hại. Tôi đi máy *treadmill* trong nhà. Đó là nói khi chăm chỉ, khi lười biếng thì tặc lưỡi một cái cho qua. Ông Luân Hoán hơn đứt tôi cái vụ này. Nhà ông cũng có *treadmill* nhưng ông không rớ tới. Ông lê bước trong nhà, từ phòng khách xuống phòng bếp, cứ đi ra đi vào như vậy, mỗi sáng đủ ba cây số. Ông nội có tiếng là lười biếng này lại rất chăm chỉ đi. Mỗi ngày ông chứng minh trên Facebook bằng ba tấm hình đồng hồ điện tử, mỗi chiếc có ghi con số 1 cây số đàng hoàng. Hỏi ông đi ra đi vào trong nhà như vậy không chán sao, ông cười tươi xác định không chán. Tôi nghĩ ông nói thiệt vì thấy chẳng mấy ngày ông không cặm cụi làm thơ tình cho vợ không biết chán. Ông Quan Dương cũng làm thơ nịnh vợ hết mình. Cả thế giới biết tên vợ ông là Thu Ba. Tôi nghĩ nịnh thần ngày xưa cũng phải chào thua. Nói theo kiểu thể dục thể thao thì thơ nịnh vợ của ông Luân Hoán là thơ đi bộ, thơ nịnh vợ của ông Quan Dương là thơ chạy. Lạ! Cả hai ông đều mần thơ khi chạy xe ngoài đường. Vậy nên thơ của ông Quan Dương cứ thậm thà thậm thụt với đèn đường. Gặp đèn đỏ, *"câu thơ đang cựa mình bỗng dừng lại ngang xương*"; gặp đèn vàng, "*câu thơ ngập ngừng nửa đi nửa ở*"; gặp đèn xanh, "*câu thơ đuổi đi trên đường phố vắng*".

Dòng cuộc sống không em. Tĩnh lặng
Một ngày trôi. Cũng giống một ngày
Một ngày qua. Cho đến một ngày
Những ngã tư đã không còn bốn ngã
Đã không còn đèn xanh vàng đỏ
Những câu thơ đôi mắt sáng dẫn đường
Trong thơ tôi thấp thoáng em đi cùng
Có em đi cùng đèn đỏ hóa đèn xanh
Cả thế giới giờ chỉ còn một ngã
Đó là ngã nơi xe tôi ngừng lại
Có em đứng chờ "ông giỏi chạy đi đâu"

Không biết ông Quan Dương có biết chạy marathon không? Tôi nghi chân ông có dính một cục nam châm loại xịn. "Ông giỏi chạy đi đâu" coi!

02/2024

CHO HAY KHÔNG CHO

Lái chiếc xe ra khỏi nhà, gặp vài cái đèn đỏ, chúng ta sẽ có nhiều phần gặp những người ăn xin. Trước đây họ thường cầm cây chùi kính xe, đèn vừa đỏ, họ nhào ra, chùi kính trước dù chủ nhân chiếc xe có cho phép hay không. Tài xế không có quyền từ chối, chẳng nhẽ nhe răng ra cười, đành phải móc tí tiền lẻ ra cho. Cách xin tiền lỗ mãng này bị phản đối khiến nhà nước phải hành động. Họ cấm ngặt chuyện tống tiền này.

Tay không được phép cầm cây chùi kính, họ đổi ra cầm lon. Tôi thấy họ xuất hiện khá nhiều, hầu như tại mỗi ngã tư thuộc khu nhiều xe cộ dừng lại khi đèn đỏ. Phần lớn là đàn ông. Số người già cả hay tật nguyền ít hơn số trai tráng khỏe mạnh. Họ nhanh nhẹn cầm chiếc lon đi qua từng hàng xe ngừng lại chờ đèn xanh. Số người cho họ ít tiền lẻ coi bộ hiếm. Phần đông phớt lờ. Tôi thuộc số đông này. Móc chút tiền lẻ cho họ không phải là chuyện khó nhưng cho họ tiền là làm hư con người họ. Sức khỏe họ không thiếu, khỏe hơn mình là cái chắc, tại sao không lo làm ăn mà làm cái chuyện đáng xấu hổ là trơ mặt ra đi ăn xin.

Theo suy nghĩ thông thường chuyện ăn xin là chuyện bất đắc dĩ của những người không còn khả năng tự nuôi sống được. Người lành lặn, khỏe mạnh không sống bám vào đồng tiền bố thí của người khác. Người nào cũng có tự trọng. Nhưng nhiều người không có đức tính quý giá này. Khi mới di cư vào Sài Gòn, gia đình tôi sống tại Vĩnh Hội, khu Cầu Ông Lãnh. Dân cư nơi đây là những người lao động: đạp xích lô, buôn bán lặt vặt nơi lề đường, thợ thuyền, khuân vác. Nhưng cũng có vài người làm nghề ăn xin. Họ là những người khỏe mạnh nhưng sáng sáng hóa trang với thuốc đỏ, bông băng, giẻ rách thành những người què quặt. Có người cẩn thận hơn còn quết mắm tôm vào vết thương giả, dụ ruồi bu vào cho thêm phần bi đát. Tối tối, khi trở về, họ rửa ráy sạch sẽ, ra quán cà phê ngồi tán dóc. Họ tỉnh bơ, hàng xóm láng giềng cũng tỉnh bơ. Coi như một nghề như những nghề khác. Không một chút mắc cở. Hàng xóm không bao giờ tỏ vẻ khinh thị họ. Hình như khi con người ở vào vị trí tận cùng của xã hội, họ chỉ lo chuyện thực tế. Ai kiếm sống cách nào, mặc kệ. Ăn xin cũng chỉ là một nghề kiếm tiền như bao nghề vất vả khác.

Ở Việt Nam không có những phúc lợi như an sinh xã hội, mỗi người phải tự lực cánh sinh. Đói đầu gối phải bò, ai muốn bò sao thì bò, chuyện tự trọng là thứ cao siêu người ta không màng tới. Bần cùng mà không đạo tặc là OK rồi. Nơi chúng ta đang sống là những xã hội tiên tiến, không có chuyện bần cùng. Không có lợi tức đã có tiền xã hội, có các dịch vụ miễn phí của nhà nước để bảo đảm cuộc sống tối thiểu. Vậy tại sao còn có những người trơ trẽn đi xin tiền ngoài đường. Nghĩ như vậy nên phần lớn chúng ta không cho tiền họ. Cho họ tiền là nuôi dưỡng sự lười biếng. Nhưng cũng có những người nhìn họ như những con người, dù sao cũng vẫn đáng thương. Và họ không ngần ngại móc túi làm cái mà họ coi như làm việc thiện. Riêng tôi chỉ cho tiền những người già cả tật nguyền, thanh niên mạnh khỏe tôi làm lơ.

Ký giả Remy Franklin cũng suy tư khi ông viết: *"Cho hay không cho, đây là một câu hỏi lớn với tôi. Tôi suy nghĩ trong nhiều năm về cách đối xử sao cho đúng. Tôi băn khoăn như đang ngồi trong một lớp triết học đạo đức. Cuộc tranh luận chuyện cho hay không cho luôn là một chuyện mới mẻ mỗi khi có người ăn xin tới xe tôi. Tôi nghĩ dĩ nhiên họ cần sự giúp đỡ nhưng những gì tôi cho có thể coi là vô nghĩa. Đồng tiền lẻ tôi cho có thể là một miếng băng dán. Họ sẽ*

dùng nó ra sao? Nếu tôi cho họ thực phẩm có tốt hơn không? Hay là phớt lờ không phải chuyện của tôi? Thời gian tranh luận nội tâm của tôi kéo dài cho tới khi đèn xanh hiện lên, xe chạy và chuyện này ám ảnh tôi suốt ngày. Đôi khi tôi cảm thấy buồn nhưng luôn luôn cảm thấy có tội và xấu hổ. Tôi tự trách mình. Rồi một ngày khoảng hai năm trước, tôi quyết định một điều giản dị: tôi luôn luôn để sẵn tiền, nếu gặp họ, tôi sẽ cho ít nhất một đô. Một đô không làm thay đổi cuộc đời của họ nhưng đó là một cách tốt nhất để tôi làm việc thiện".

Ông ký giả này thuộc loại suy tư nhức nhối. Cho có thể là tốt nhưng cũng có thể là không tốt. Dù thế nào người ăn xin cũng đứng sờ sờ trước mặt chúng ta với ánh mắt hy vọng. Cách đối xử tốt nhất là đừng làm ngơ. Hãy gật đầu, cười hoặc *hello* với họ. Chúng ta không mất gì nhưng cũng đã cho họ niềm vui. Muốn làm hơn nữa, chúng ta có thể hạ kính xe, nói với họ: "Tôi muốn giúp lắm nhưng hôm nay tôi không có sẵn tiền lẻ". Vậy là vui vẻ cả làng.

Thân thiện hỏi người đi xin cần gì cũng làm họ vui vì có người chịu khó nói chuyện với họ. Họ cần một vé xe buýt, hay một đôi giầy, một cái mền chẳng hạn, chúng ta hứa sẽ mua và mang đến cho họ sau. Làm như vậy họ sẽ cảm thấy được tôn trọng hơn là chỉ đưa cho họ ít tiền lẻ. Nếu ngã tư họ đứng gần một nhà hàng hay tiệm cà phê, đề nghị mua cho họ một ly cà phê uống cho nóng bụng giữa trời giá lạnh, hay mua cho họ một phần ăn. Họ sẽ nhận nhưng không bảo đảm họ không bán lại cho "đồng nghiệp" lấy tiền mua thuốc lá hoặc rượu.

Có người tốt bụng chỉ cho họ chỗ cung cấp bữa ăn hoặc chỗ ngủ cho họ. Tôi kể ra những chuyện cho thứ này thứ kia thay vì cho tiền hoặc chỉ chỗ này chỗ khác cung cấp các dịch vụ cho người vô gia cư là theo tài liệu của mấy ông tây bà đầm cho vui. Người vô gia cư rành những chỗ này hơn chúng ta nhưng họ không muốn tới. Chỗ nào cung cấp thực phẩm vào ngày nào, họ thuộc lòng, tiện thì họ tới, không tiện thì họ lơ. Những người sống ngoài đường phố là những người ưa tự do buông thả, họ không ép mình vào một kỷ luật như phần đông chúng ta.

Họ cũng là những người thiếu tình thương nên những nhân viên của các hội từ thiện phải tiếp cận họ bằng tình thương. Bà Shannon Clancy, một nhân viên của một hội thiện tâm sự: "Tôi nhận ra là đối đãi với họ với tình thương, sự tử tế và tôn trọng phẩm giá của họ là điều quan trọng, cho họ và cho cả chúng ta. Tôi đã gặp nhiều người trong số họ cho biết là điều khó khăn nhất của họ không phải là cái đói, sự không nhà không cửa hay cái thiếu thốn những thứ căn bản cho đời sống nhưng là cảm giác cô đơn và bị xã hội làm lơ. Trong phòng ăn của chúng tôi, họ không nói tới đồ ăn dù chúng tôi cung cấp những bữa ăn rất ngon, nhưng họ nó tới cung cách đối đãi họ nhận được: sự quan tâm, sự thông cảm và lòng vị tha. Họ ấm lòng khi nhận sự chăm sóc thân mật của chúng tôi".

Có nhiều người ngại cho tiền vì coi đó là một hành động phũ phàng của một người tự cho mình là kẻ cả. Đồng tiền đưa ra không có tình. Lạnh tanh. Họ mua sẵn những *coupon* tại các tiệm cà phê hoặc các nhà hàng bán thức ăn nhanh phổ biến, dễ tìm tới tại bất cứ khu vực nào. Làm như vậy họ thấy thích hợp và yên ổn lương tâm hơn.

Cô Danielle McMahon cũng ngại cho tiền nhưng cô có cách khác. Xe của cô là một quầy tạp hóa. Cô trữ đủ các loại đồ hộp và bánh kẹo. Cô hỏi họ cần chi: bánh, kẹo hay lon súp, lon thịt, lon cá. Và đưa cho họ thay vì cho tiền.

Không có luật lệ nào cấm ăn xin miễn là họ đứng trên lề đường, không cản trở giao thông. Những người ngồi xin tiền trên lề đường, nơi người qua lại đông đúc, nhất là các đường phố ở *downtown*, không bị xua đuổi. Họ được an lành xin ông đi qua bà đi lại. Thường họ có nuôi một con chó để gợi lòng thương của những người có tình với súc vật. Tại Montreal chúng tôi, trên đường Sainte Catherine, họ ngồi nhan nhản trước các cửa *shopping mall* hoặc các cửa hàng lớn đông người vào ra.

Nhưng những người xin tiền người lái xe hơi tại các ngã tư đường thì khác. Họ chen giữa những làn xe, cản trở giao thông, làm phân tâm tài xế, gây nguy hiểm giao thông. Tôi không thấy cảnh sát dẹp những người này dù nhiều người làm quá, gõ kính xe khi bị làm ngơ. Có lẽ cảnh sát cũng thông cảm cho những người khốn khó này. Nhiều người trong số họ thực sự xin tiền vì bất đắc dĩ chẳng đặng đừng.

Cô Emily Stutz, 18 tuổi, học sinh năm cuối trung học của trường Lowell, tiểu bang Massachusetts, đã cầm tấm bảng đứng xin tiền tại ngã tư đường: "H.S SENIOR NO $ FOR COLLEGE, ANYTHING HELPS". Học sinh cuối cấp không có tiền vào đại học cần giúp đỡ. Theo ABC News cô Emily đã cố kiếm tiền học đại học bằng nhiều cách như xin học bổng, đi làm thêm hai *job*, cố ra trường với điểm cao, nhưng không sao kiếm đủ tiền đạt ước mơ học bác sĩ. Cô đã nói chơi với gia đình là cô sẽ ra ngoài đường xin đủ từ 20 ngàn đến 30 ngàn đóng học phí năm đầu, năm thứ hai sẽ tính sau. Nói chơi chơi nhưng cô hứng chí làm thiệt. Sau hai ngày đứng ngoài đường, cô xin được 600 đô! Đồng thời cô lên trang gây quỹ *GoFundMe* và được các mạnh thường quân cho tổng cộng 16 ngàn đô. Vậy là chỉ xin thêm gia đình ít tiền nữa là đủ đóng tiền cho năm đầu. Mục tiêu đã đạt, cô không tiếp tục xin tiền nữa. Cô nói: “Tôi không ngờ xin được nhiều tiền nhanh chóng như vậy, tôi không xin nữa vì còn nhiều người cần tiền hơn tôi đang cần giúp đỡ”.

Cô Emily Stutz đứng đường xin tiền để học đại học.

Tôi vừa đọc được một truyện ngắn của tác giả Vĩnh Khanh, truyện “Người Mỹ Già vô Gia Cư”.

“Hôm đó là một ngày tháng năm, như mọi lần tôi đậu xe ngay sát lề chờ đèn xanh, nơi ông già Mỹ đang đứng. Tháng năm là mùa Hè ở Texas, trời rất nóng. Bên ngoài

cũng khoảng 92, 93 độ F chứ không ít. Trời nóng như vậy mà ông ta mặc một cái áo lính rằn ri bốn túi kiểu của quân đội Mỹ. Nhưng cái đập vào mắt tôi ngày hôm đó là, trên ngực áo của ông ngoài mấy phù hiệu binh chủng, còn có huy hiệu một lá cờ vàng ba sọc đỏ. Chính điều này làm tôi chú ý. Khi ông bước đến cửa xe, tôi không cưỡng được nên hạ cửa kiếng xuống móc ra tờ giấy 1 dollar đưa cho ông".

Chiếc huy hiệu cờ vàng ba sọc đỏ đã làm tác giả chú ý tới ông Mỹ già vô gia cư này. Lần gặp sau, tác giả đã mời ông Bill này đi ăn tại tiệm *fastfood* Fried Chicken . Ông đeo huy hiệu cờ vàng trên ngực ông là có lý do. Ông là lính Thủy Quân Lục Chiến Mỹ đã từng sang chiến đấu tại Việt Nam năm 1966, đóng quân tại Long Bình, Đà Nẵng và Khe Sanh. Tiếng Việt giọng lơ lớ của ông còn nhớ được: "Chào ông, chào bà, chào cô; con gái Việt Nam đẹp lắm; nước mắm; đi đi mau; cám ơn ông". Năm 1968 ông bị thương nặng. Cuối năm 1968 ông được giải ngũ và trở về Mỹ. *"Đầu óc tôi ngập tràn nỗi xúc cảm không tả được. Trước mặt tôi là một người Mỹ già xa lạ. Một người mà nếu không có chiến tranh xảy ra ở đất nước tôi, có lẽ ông ta sẽ không hề biết tới Việt Nam là gì, nói chi tới những địa danh như Long Bình, Đà Nẵng, Khe Sanh... Vậy mà cho tới bây giờ, sau mấy chục năm, ông vẫn còn nhớ và phát âm khá chuẩn tên những địa danh này bằng tiếng Việt. Chiến tranh đã tình cờ mang ông đến với một quốc gia có cái tên gọi Việt Nam nghe thật xa lạ, nơi ông đã chiến đấu để bảo vệ lý tưởng Tự Do cho người dân nơi đó và ngay cả đã hy sinh xương máu cho một đất nước mà trước đó ông không hề biết tới. Trước mặt tôi, người Mỹ đó giờ đây lại là một người không nhà cửa, sống một cuộc sống lây lất không có ngày mai. Còn tôi, một kẻ tị nạn đang ăn nhờ ở đậu nơi xứ sở của chính ông, lại là người may mắn hơn ông nhiều. Ít ra tôi có được một ngôi nhà xinh xắn, một mái ấm gia đình, một công việc đàng hoàng và con cái tôi đang thọ hưởng nền giáo dục tốt đẹp nơi xứ sở của ông*".

Chuyện đã đẩy đưa một cựu chiến binh ra ngoài đường làm một kẻ ăn xin là một câu chuyện đầy bất hạnh. Khi về Mỹ, Bill đã học và tốt nghiệp *college* và vào làm việc tại một hãng chế biến đồ nhựa. Năm 1974 ông lập gia đình và có một cô con gái. Khi ông bị *lay off* thì vợ cũng *lay off* ông luôn. Năm 1995 ông kiếm được việc làm tài xế xe tải, lương rất khá. Hai năm sau ông gặp và sống chung với một người đàn bà khác. Christina đã có hai con và đang làm thư ký cho một kho hàng. Họ mua được nhà tại Dallas. Dự tính của ông là lái xe kiếm thêm tiền vài năm nữa rồi hai vợ chồng mở một cửa hàng nho nhỏ. "*Nhưng không ngờ những gì tôi tính toán chỉ là trong mơ mà thôi vì thực tế không bao giờ tôi có được những gì tôi đã mơ ước. Ông biết không. Tôi đâu có bao giờ ngờ vì cứ hay xa nhà trên những chuyến xe tải giao hàng xuyên bang... mỗi tuần chỉ về nhà một hay hai ngày rồi lại đi tiếp. Khoảng thời gian trống vắng ở nhà một mình, Christina đã có bạn trai khác bù đắp vào. Khi tôi về thì nàng tiếp tôi ra điều yêu thương tôi lắm, nhưng hễ khi tôi xa nhà thì nàng lại có người khác đến. Tôi vẫn cứ một mực làm ăn và không hề hay biết gì về chuyện này cho đến một hôm... vì chuyến xe tải đi giao hàng của tôi bị đình hoãn theo yêu cầu của khách hàng, nên tôi trở về nhà... và bắt gặp ngay tại trận Christina với nhân tình của nàng ở trong phòng ngủ đang làm chuyện mà họ muốn làm. Tôi thật choáng váng với những gì phát giác được và thế là tôi điên tiết lên quất cho đôi gian phu dâm phụ một trận nên thân. Christina lúc đó chống cự lại tôi và lên tiếng bênh vực cho bạn trai của nàng nên càng làm cho tôi nổi điên hơn lên. Sau một cú tát của tôi Christina đã ngã vào con dao do chính nàng cầm lên hăm dọa tôi. Gã bạn trai của nàng lúc đó cũng nằm ngất ngư dở sống dở chết. Nhìn hiện trường, cõi lòng tôi hoàn toàn tan nát, nhưng đầu óc thì lại tỉnh táo vô cùng. Tôi gọi điện thoại 911 báo cáo sự việc xảy ra".* Bill bị 9 năm tù. Mãn hạn tù, chẳng nơi nào nhận một tên cựu tù làm việc, ông đành phải ra đường kiếm sống.

Nếu bây giờ tôi hoặc bạn gặp "những" Bill ngoài đường, tốt lắm chúng ta sẽ cho vài đồng tiền lẻ. Xong! Chúng ta đạp ga cho xe chạy. Vài đồng bạc lẻ chúng ta cho những kẻ cơ lỡ làm chúng ta thảnh thơi. Có bao giờ chúng ta tự hỏi: "Trong số những kẻ đứng đường ngả nón xin tiền này có bao nhiêu Bill". Chắc chẳng bao giờ. Họ như những chiếc bóng mờ. Lướt qua và chúng ta cho qua luôn!

01/2024

CHÚT ĐỒNG TÍNH TRONG VĂN HỌC

Một ông bạn vừa gửi cho tôi một bài viết của Nguyễn Thị Quốc Minh có nhan đề: “Nhà Thơ Việt Nam Đầu Tiên Viết Về LGBT”. Nhà thơ được nói tới là Hồ Xuân Hương. LGBT là chữ viết tắt của *Lesbien Gay Bisexual Transgender*. Đồng tính nữ, đồng tính nam, lưỡng tính và chuyển giới. Giới này ngày nay đã ra công khai với lá cờ cầu vồng phấp phới khắp nơi. Nhưng thời Hồ Xuân Hương đã có chuyện này sao? Thôi thì hãy thử đọc qua bài thơ trước.

Mười hai bà mụ ghét chi nhau?
Đem cái xuân tình vứt bỏ đâu?
Rúc rích thây cha con chuột nhắt
Vo ve mặc mẹ cái ong bầu.
Đố ai biết được vông hay chóc,
Còn kẻ nào hay cuống với đầu.
Thôi thế thì thôi, thôi cũng được,
Trăm năm càng khỏi tiếng nương dâu.

Tên bài thơ là "Vô Âm Nữ". Tác giả Nguyễn Thị Quốc Minh luận về bài thơ này như sau: *"Chúng ta không thể đòi hỏi Hồ Xuân Hương có cái nhìn hiện đại như chúng ta ngày nay về LGBT, nhưng cái nhìn của Xuân Hương thể hiện trong bài thơ ấy khiến chúng ta không khỏi ngạc nhiên. Trong xã hội Nho giáo nặng nề với quan niệm trọng nam, trọng đạo đức, trọng sự sinh con đẻ cái "con đàn cháu đống" nối dõi tông đường ngày xưa, mà Hồ Xuân Hương có cái nhìn khá "thoáng", khá cảm thông, thân thiện với một người LGBT như trong bài thơ này là điều hết sức đặc biệt. Trước hết Hồ Xuân Hương cho thấy "vô âm" là sản phẩm của Tạo hóa, của "mười hai bà mụ", con người vô can, con người không phải chịu trách nhiệm gì về chuyện này. Ca dao có câu "Con gái mười bảy mười ba / Đêm nằm với mẹ chuột tha mất l...". Chính vì không có cái "xuân tình" nên con chuột nhắt có rúc rích cũng "thây cha" nó, con ong có vo ve cũng "mặc mẹ" nó. Hình ảnh con chuột, con ong ý chỉ chuyện chim chuột, ong bướm – mà chuyện chim chuột, ong bướm là chuyện trai gái không tử tế, không đoan chính. Vậy, không có cái "xuân tình" thì không sợ mang tiếng chuyện tình cảm trai gái "trong ruộng dâu" như sách Thánh hiền xưa thường nhắc nhở – ý nhà thơ Hồ Xuân Hương có lẽ là vậy. Thông thường trong xã hội phong kiến phương Đông người ta có cái nhìn rất khắt khe với LGBT, thậm chí có một số quốc gia, một số tôn giáo họ coi nó như trường hợp tội lỗi, ma quỷ ám, nhưng với Hồ Xuân Hương thì khác, nàng viết về nó với hàm ý cảm thông, không coi là cái gì thật nghiêm trọng, thậm chí nàng còn tìm một lí do để cho nó trở nên "có nghĩa" hơn bằng câu "Trăm năm càng khỏi tiếng nương dâu".*

Tác giả Nguyễn Thị Quốc Minh cho đây là bài thơ đầu tiên viết về đồng tính của Việt Nam mà cho tới nay chúng ta biết được. Nhưng đây là bài thơ Hồ Xuân Hương giễu mấy ông quan thị. Quan thị không thể liệt vào LGBT vì đây là chuyện nhân tạo chứ không phải thiên tạo. Nữ sĩ họ Hồ sống vào cuối thế kỷ 19, thời đó chắc chưa có chuyện đồng tính. Nếu có thì cũng giấu trong lòng như đức tính giấu của mèo. Tới giữa thế kỷ 20, chuyện đồng tính vẫn còn là chuyện cần che giấu.

Khoảng năm 1952, tại Hà Nội, nhà tôi có thuê một anh họ hàng xa từ quê lên giúp làm tại xưởng xay xát gạo. Anh này có tính mà ngày đó người ta gọi là đồng bóng. Khi đó anh khoảng 20 tuổi, giọng nói nhẹ nhõm, thích may vá, đan len, thêu thùa. Ngoài ra anh còn thích làm hoa giả, choàng khăn múa may theo các bài hát đạo. Tính tình anh hay dỗi hờn, thích người khác nhỏ nhẹ dỗ dành. Với cái nhìn ngày nay, chúng ta dễ dàng liệt anh vào loại đồng tính. Và tôi chắc anh cũng không ngại ngần chi khi ra công khai. Nhưng ngày đó, những người được coi như có tính đồng bóng chỉ khiến người ta coi như một người có tính tình khác người vậy thôi. Sau đó anh về quê, lấy vợ và vợ anh sanh được vài đứa con. Cuộc sống của anh coi như rất bình thường.

Trong kho tàng văn học Việt Nam, mãi tới đầu thế kỷ 20 mới lại có bài thơ mang tên "Con Bóng Lại Cái" của Lê Sum. Bài này được in trong Việt Âm Văn Tuyển do nhà in Imprimerie J. Viết xuất bản vào năm 1919 tại Sài Gòn. Bài thơ như sau:

Tạo hóa sao mà khéo trớ trinh
Sanh chi lại cái rất vô tình.
Trai trung gái hạnh không nhìn giống,
Vú mẹ mày cha đọ chẳng in.
Trăng gió dầu ai đam dạ quỷ,
Đá vàng giữ vẹn tấm lòng tinh
Cái duyên cầm sắt thài lai hỏi
Cam lỗi xin chờ kiếp tái sanh.

Đồng tính trong thế giới văn học Tây phương nổi đình nổi đám hơn vì họ sống trong một xã hội không bị gò bó như xã hội các nước Á châu. Leonardo Da Vinci không xa lạ chi với chúng ta. Ông sanh năm 1452 và mất năm 1519. Trước Hồ Xuân Hương xa chừng. Ông là người đồng tính. Người tình đồng giới của ông là Gian Giacomo Caprotti, biệt danh Salai. Theo nghiên cứu của ông Silvano Vincetti, trưởng nhóm nghiên cứu thuộc Ủy Ban Quốc Gia về Di Sản Văn Hóa của Ý, kiệt tác Mona Lisa là chân dung ái nam ái nữ được vẽ dựa trên hai người mẫu là bà Lisa Gherardini và Salai.

Kịch tác gia người Anh William Shakespeare mọi người hầu như đều nghe danh. Ông sanh năm 1564, mất năm 1616. Ông tuy có vợ là bà Anne Hatheway mà ông cưới khi ông mới 16 tuổi và bà hơn ông tới 10 tuổi. Họ có ba người con nhưng nhiều nhà nghiên cứu vẫn cho ông là người đồng tính. Vở kịch "Người Lái Buôn Thành Venice" của ông đề cập tới mối tình tay ba giữa một người lớn tuổi, một cậu trai trẻ và một người đàn bà. Diễn viên huyền thoại Sir Ian MaKellen xác nhận Shakespeare đã từng ngủ với đàn ông. Gregory

William Shakespeare

Doran, Giám Đốc Nghệ Thuật của Royal Shakespeare, đã cho biết: "Shakespeare đã viết một tập thơ *sonnet* gồm 154 bài được xuất bản năm 1609, trong đó có 126 bài được gửi cho một người đàn ông chứ không phải phụ nữ"

Nói tới các ông thì phải nói tới các bà cho công bằng. Nhà văn Selma Lagerlof, người Thụy Điển, phụ nữ đầu tiên dành được giải văn chương Nobel vào năm 1909, có bồ là nhà văn gốc Do Thái Sophie Elkan. Năm 1894 họ gặp nhau và ở với nhau cho tới khi Elkan qua đời vào năm 1921. Họ đã viết cho nhau hàng ngàn lá thư tình. Những lá thư này được in trong cuốn *"You Teach Me To Be Free"* được xuất bản năm 1992.

Kể tới bà Selma Lagerlof là cho có hương có hoa, chuyện đồng tính các ông nhà văn chiếm số đông. Gần với chúng ta hơn có nhiều nhà văn của thế kỷ 20 cũng được xếp vào hàng ngũ đồng tính. Truman Capote chắc nhiều người biết. Ông sanh năm 1924 và mất năm 1984, tác giả của cuốn *"In Cold Blood"* và *"Breakfast at Tiffany's"*. Cuốn sau đã được chuyển thành phim với vai chánh là Audrey Hepburn. Truman là người đồng tính công khai. Ông sống với người bạn đời là nhà văn Jack Dunphy. Sau khi Jack qua đời vào năm 1992, tro của hai người đã được chôn chung tại nghĩa trang Crooked Pond, thành phố New York.

Marcel Proust, sanh năm 1879, mất năm 1922, nổi tiếng với cuốn tiểu thuyết *"In Search of Lost Time"* (Đi Tìm Thời Gian Đã Mất). Nhiều sử gia khẳng định ông là đồng tính tuy khi còn sống Proust luôn chối bỏ điều này. Năm 1897, khi nhà văn Jean Lorrain công khai đặt câu hỏi về mối quan hệ thân thiết của ông với Lucien Daudet, ông đã thách đấu tay đôi với nhà văn này.Tuy chống đối gay gắt với dư luận như vậy nhưng dư luận đã đàm tiếu chuyện ông có quan hệ lãng mạn với nhà soạn nhạc Reynaldo Hahn và thư ký riêng kiêm tài xế Alfred Agostinelli. Ngày 11/1/1918 Marcel Proust đã bị cảnh sát bắt gặp trong lúc khám xét một nhà điếm nam do Albert Le Cuziat điều hành.

Nhưng nổi đình nổi đám nhất có lẽ là mối tình của hai

nhà thơ Pháp Arthur Rimbaud và Paul Verlaine. Rimbaud sanh năm 1844 hơn Verlaine 10 tuổi. Tuy Verlaine có biểu hiện của một người đồng tính nhưng ông vẫn kết hôn với cô Nathilde Mautel de Fleurville vào năm 1870. Cuộc hôn nhân đưa hai người vào một cuộc sống địa ngục. Năm 1871 Rimbaud gửi những bài thơ đầu tiên cho Verlaine và sau đó hai người có một cuôc tình bị dư luận lên án gay gắt.

Nhưng tại Việt Nam, mối tình này đã được nhà thơ Xuân Diệu ca tụng:

Tôi nhớ Rimbaud với Verlaine
Hai chàng thi sĩ choáng hơi men
Say thơ xa lạ, mê tình bạn
Khinh rẻ khuôn mòn, bỏ lối quen

Xuân Diệu cũng chính là một người đồng tính nhiều người biết nhưng không ai dám nói ra vì dưới chế độ cộng sản ông rất có uy thế. Mãi tới năm 1993, trong cuốn hồi ký "Cát Bụi Chân Ai", nhà văn Tô Hoài mới công khai tiết lộ. "*Xuân Diệu và Huy Cận lên Nghĩa Đô, ở chơi cả buổi và ăn cơm. Dịu dàng, âu yếm, Xuân Diệu cầm cổ tay tôi, nắm chặt rồi vuốt lên vuốt xuống. Bốn mắt nhìn nhau đắm đuối. Xuân Diệu gắp thức ăn cho tôi. Cử chỉ thân thiết quá, hơi lạ với tôi, nhưng mà tôi cảm động. Tôi sướng mắt nhìn tập thơ Thơ Thơ khổ rộng nhà in Trung Bắc phố Hàng Buồm. Hai chữ Xuân Diệu nét chì sắc gọn, không phải chữ gỗ dẹp đét. Thỉnh thoảng Xuân Diệu lại lên nhà tôi. Vẫn nắm tay cả buổi, nhìn tha thiết. Xuân Diệu yêu tôi*". Tô Hoài cho biết khi ở căn cứ Việt Bắc, đêm đêm Xuân Diệu hay sang giường của các ông khác để tỏ tình và âu yếm. Họ rất sợ

Xuân Diệu

nên họ thường qua các nhà khác để tị nạn. Chuyện tới lúc không thể giấu nhẹm được, Xuân Diệu bị đưa ra kiểm thảo. Tô Hoài thuật lại: "*Cuộc kiểm điểm Xuân Diệu kéo dài hai tối. Hồi ấy chưa biết phương pháp chỉnh huấn, nhưng hàng ngày chúng tôi làm việc giờ giấc nghiêm ngặt, mỗi tổ buổi chiều trước giờ tăng gia lại hội ý rút kinh nghiệm, hướng sửa chữa và công việc ngày mai của từng người. Cả cơ quan họp đến khuya. Chỉ có ông Phan Khôi lên buồng vẫn mắc màn sẵn đi ngủ từ chặp tối, bỏ ngoài tai mọi việc. Xuân Diệu chỉ ngồi khóc, chẳng biết Nam Cao, Nguyễn Huy Tưởng, Trọng Hứa, Nguyễn Văn Mãi, cả lão Hiến, thằng Nghiêm Bình, thằng Đại và mấy thằng nữa, có ai ngủ với Xuân Diệu không, nhưng cũng không ai nói ra. Tôi cũng câm như hến. Lúc rồ lên, trong đêm tối quyến rũ, mình cũng điên kia mà. Không nói cụ thể việc ấy, nhưng ai cũng to tiếng gay gắt "tư tưởng tư sản, phải chừa đi." Xuân Diệu nức nở "tình trai của tôi... tình trai" rồi nghẹn lời, nước mắt lại ứa ra. Ít lâu sau, trong một cuộc họp ban chấp hành, Xuân Diệu bị đưa ra khỏi ban thường vụ. Và cũng thành một cái nếp kéo dài, từ đấy không ai nhắc nhở đến những việc chủ chốt trước kia Xuân Diệu đã phụ trách. Bỗng dưng, Xuân Diệu thành một người hiếm thì giờ chỉ chuyên đi viết. Mà Xuân Diệu cũng tự xa lánh mọi công tác".*

Bên Xuân Diệu luôn có Huy Cận. Họ chơi thân với nhau từ thập niên 1930 khi cả hai còn là học sinh trung học. Từ đó họ luôn sống với nhau trong một nhà trừ thời gian Xuân Diệu đi làm việc ở Mỹ Tho. Tác giả Minh Nguyệt cho biết: *"Có thời gian, từ năm 1939 đến 1940, Xuân Diệu và Huy Cận sống tại số 40 phố Hàng Than, Hà Nội. Hai người sống trên gác, phía dưới là vợ chồng nhà thơ Lưu Trọng Lư. Rồi đến thời kháng chiến chống Pháp, họ cũng quanh quẩn với nhau ở chiến khu Việt Bắc. Sau năm 1954, họ sống với nhau trong căn nhà ở số 24 Cột Cờ, sau đó đổi thành đường Điện Biên Phủ ở Hà Nội. Huy Cận và vợ con ở trên gác, Xuân*

Huy Cận

Diệu sống phía dưới... Chúng ta nên biết là Huy Cận có hai đời vợ, mà người vợ trước không ai khác hơn là chính em gái ruột của Xuân Diệu. Tuy nhiên, cái chuyện Huy Cận có vợ, một hay hai đời vợ cũng vậy, không có ảnh hưởng gì đến cái kết luận có thể có: ông cũng là một người đồng tính luyến ái, hoặc ít nhất là lưỡng tính luyến ái (bisexual)".

Sau này Xuân Diệu sống hẳn với một chàng trai tên Hoàng Cát cho tới khi anh chàng này đi bộ đội.

Tô Hoài

Gần với chúng ta hơn, Hồ Trường An là người đồng tính công khai. Trong bài viết "Hồ Trường An, Giọng Nam, Hồn Việt" nhà phê bình Thụy Khuê, cho biết nhà văn họ Hồ là một người đồng tính bẩm sinh nhưng bị cha mẹ buộc phải cưới vợ, có 3 con, nhưng rồi gia đình tan vỡ. Ông một mình qua định cư tại Pháp vào năm 1977. Tại đây ông gặp và sống chung với anh chàng Bernard Detrez tại Troyes, một thành phố nằm về phía đông bắc của thủ đô Paris. Bernard đã tận tình ủng hộ và nâng đỡ tinh thần khi Hồ Trường An phải đối đầu với sự phỉ báng của cộng đồng người Việt tại địa phương. Cuốn tiểu thuyết "Hợp Lưu" của ông được đăng thành nhiều kỳ trên tạp chí Văn của Mai Thảo viết về đề tài đồng tính. Tác giả họ Hồ tâm sự về cuốn tiểu thuyết này: "*Năm 1983, tôi tung ra quyển Hợp Lưu trong đó có nhân vật gay tên Quế phản ảnh tôi đôi chút về tâm trạng. Trước tôi, vào năm 1967, bạn tôi tên Đỗ Quế Lâm có viết tập truyện Vết hằn rướm máu do chính chị Thụy Vũ tôi viết bài Tựa. Sau đó, khi tôi định cư trên đất Pháp, có tên bạn khác tên Lucien Trọng, một kỹ sư thủy lâm, có viết cuốn "L' Enfer rouge, mon amour" được nhà xuất bản Seuil chiếu cố. Sách bán chạy khá lắm. Nó tự dịch ra tiếng Việt là "Hỏa ngục đỏ, mối tình tôi". Tác giả kể trong vượt biển thất bại bị nhốt chung với một chàng gay tên Hải vốn là dân bụi đời. Cuộc tình ái của của họ rất cảm động. Đỗ Quế Lâm lẫn Lucien Trọng viết những cảnh làm tình có chút e dè. Riêng Hồ Trường An tôi miêu tả tới nơi tới chốn cảnh hai chàng trai xáp-lá-cà trong quyển Hợp lưu. Đó là cậu trai Việt lưu vong và chàng quý tộc Pháp khá táo bạo, khá đậm đà. Chính nữ ca sĩ Quỳnh Giao thuở thập niên 80 của Thế kỷ 20 bảo rằng đây là quyển sách Quỳnh Giao thích (chỉ thích thôi, chớ không phải là thích nhất đâu nhé). Nhưng cũng có nhiều độc giả chửi tôi khá nặng. Họ gọi điện thoại xài xể anh Mai Thảo vốn là người chủ trương tờ tập san văn chương Văn, tại sao ảnh đăng từng kỳ những chương "dơ dáy nhớp nhúa" của Hợp Lưu*".

Tôi có chút lấn cấn với Hồ Trường An. Anh sanh cùng năm với tôi và biết nhau qua những trang chữ trên các tập san văn chương. Khi anh ra tờ báo "Đối Diện", tiếng nói của người đồng tính, tôi giỡn chút đỉnh với anh. Trong một bài phiếm, tôi viết đại khái đồng tính là chung một hướng, sao đối diện được. Khi tôi có dịp qua Paris vào năm 1995, nhiếp ảnh gia Lê Quang Xuân gửi tôi mang qua tặng Hồ Trường An một khung hình nghệ thuật. Tôi nhận lời. Khi tới Paris, gặp nhà thơ Bích Xuân, tôi vô tư ngỏ ý muốn gặp anh An để trao quà của anh Xuân. Bích Xuân mới cho tôi biết là Hồ Trường An rất giận tôi và nhận sẽ trao khung hình cho anh An sau. Không biết Bích Xuân có cho nhà văn họ Hồ biết tôi là người mang khung hình qua Pháp hay không mà anh vẫn không liên lạc chi với tôi. Cho tới khi anh bệnh và mất vào ngày 27/1/2020, nhằm ngày mùng 3 tết, thọ 82 tuổi.

08/2023

ĐÈN ĐƯỜNG

Càng có tuổi, mắt càng kèm nhèm, luật trời như vậy, cấm cãi. Ngày xưa, khi ta còn trẻ, mắt sáng như sao, nhìn đâu ra đó, chuyện lái xe ban đêm là chuyện nhỏ, cứ phăng phăng la-tuy-líp. Ngày nay, khi tuổi đã cứng, tròng mắt cũng cứng, nhìn chập choạng, tay lái hay…bâng khuâng. May có những ngọn đèn đường cứu vớt nên đường đi đường về tuy có trầy trật nhưng vẫn hanh thông. Có lần quãng đường tôi chạy xe mất điện một khoảng vài trăm thước không có đèn. Đang chạy phom phom, gặp đoạn đường tối thui phải hạ gấp tốc độ, mở mắt tối đa, rề rề chạy. Nhìn quanh xe nào cũng vậy, một hai ba chúng ta cùng…bò. Thế mới biết đèn đường là người bạn thân thiết của những tay lái.

Ngày xưa, khi chưa có đèn đường, người ta lái xe ra sao? Hỏi rồi mới biết mình ngố. Ngày xưa đã có xe đâu mà lái. Vậy khi nào mới có xe hơi chạy phom phom và khi nào mới có đèn đường?

Lịch sử đèn đường được biết tới rất sớm. Từ thời các nền văn minh Hy Lạp và La Mã lận. Thời xa xưa đó, đèn đường chỉ có mục đích an ninh, bảo vệ dân lang thang khỏi vấp ngã và chống trộm cướp. Khi đó ông Edison, cha đẻ của điện khí, còn tận đâu đâu, người ta còn dùng đèn dầu. Thành phố Antioch có đèn đường từ thế kỷ thứ 4, thành phố Cordova vào thế kỷ thứ 9.

Đèn đường đã trải qua nhiều thay đổi tùy theo tiến bộ của kỹ thuật thắp sáng. Từ đèn dầu qua đèn nến, đèn lồng, đèn khí đốt, đèn hồ quang. Năm 1879 đèn điện mới được lắp đặt tại trung tâm Paris, quanh Khải Hoàn Môn.

Chúng ta hầu như đều nghe được giai thoại cụ Phan Thanh Giản đi sứ bên tây về tâu lên triều đình bên đó có cái đèn lộn ngược mà dầu không đổ, thắp lên sáng vô cùng. Chúng ta vẫn đinh ninh đó là ngọn đèn điện. Tôi cũng nghĩ như vậy cho tới khi đọc được bài báo của ông Dương Trung Quốc trên báo "Thể Thao & Văn Hóa" ra ngày 23/10/2023 vừa qua. Ông Dương Trung Quốc viết: *"Nay đọc lại ta biết chắc đó là chuyện không có thật. Vì việc sử dụng điện để thắp sáng đã có những phát minh từ đầu thế kỷ XIX nhưng để ứng dụng một cách phổ biến thì phải nhờ đến phát minh của Edison đưa cái sợi tóc được điện đốt cháy vào một cái bóng đèn thủy tinh cho an toàn thì đèn điện mới thực sự đến với công chúng. Đó là năm 1879, còn sứ đoàn Đại Nam đến Pháp lần đầu là năm 1863. Nhưng đến năm 1894 nguyên Kinh lược Bắc Kỳ, Tổng đốc Hà Nội Nguyễn Trọng Hợp, sau chuyến thăm Pháp, khi mô tả cây cầu bắc qua Sông Seine ở Paris bằng câu thơ đầy thán phục "Bỗng ngờ sao rụng trên trời xuống / Đèn sáng trời không biết có đêm" thì lúc đó ánh sáng thắp trên đường phố và các kiến trúc của thủ đô hoa lệ của nước Pháp đã là ánh điện rồi. Năm 1881, nước Pháp đã tổ chức Đấu Xảo Hoàn Vũ mà điểm nhấn là ánh sáng điện và sức mạnh của điện khí trong đời sống công nghiệp và đô thị".*

Chỉ 15 năm sau, Việt Nam ta cũng đã có điện. Thiệt nhanh như…điện. Phải công nhận đó cũng là nhờ mấy anh Tây thuộc địa. Đèn đường thắp sáng bằng dầu thực vật rồi tới đèn đất và dầu hỏa được thay thế bằng đèn điện. Ngày nay đèn thắp sáng bằng đất đèn (*acetylene)* đã mất dạng nhưng thời tôi còn nhỏ thứ đèn này vẫn còn được dùng. Đèn là một cái bình để chứa đất. Đất này có chứa *phosphore* và *asen* tạo nên mùi hôi đặc biệt. Ngày nhỏ, khi mới di cư vào Sài Gòn, gia đình tôi chỉ mua được một căn nhà mái tôn vách ván trong xóm lao động Vĩnh Hội, bên kia cầu Ông Lãnh. Khu này khi đó chưa có điện nên phải dùng đèn măng-sông hay đèn đất. Phía trên bình chứa đất có một bình chứa nước và một cái vòi để phát ra ngọn lửa thắp sáng. Khi dùng cho nước nhỏ xuống đất đèn. Đất đèn gặp nước sẽ sinh ra khí *acetylene*. Mồi ngọn lửa vào cái vòi, lửa sẽ bắt và giữ ngọn lửa cho tới khi tắt đèn đi ngủ. Muốn canh chừng độ sáng của ngọn lửa, người ta điều khiển mực nước nhỏ xuống. Càng nhỏ nhiều nước, ngọn lửa càng sáng. Thời nay chẳng còn ai dùng thứ đèn hôi rình này nhưng đất đèn vẫn được dùng để kích thích trái cây mau chín. Tuy nhiên khí *acetylene* gây nên những vấn đề sức khỏe như buồn ngủ, chóng mặt, nhức đầu, buồn nôn, rối loạn tâm thần, co giật, tức ngực, khó thở và mất trí nhớ nên tại một số quốc gia đã nghiêm cấm sử dụng chất này.

Đèn khí đá.

Nói đèn điện qua Việt Nam người ta nghĩ ngay tới những thành phố lớn như Hà Nội hay Sài Gòn. Nhưng bé cái lầm. Thành phố đầu tiên có điện lại là Hải Phòng, một thành phố tân lập. Đốc Lý thành phố Hải Phòng đã ký với nhà thầu Hermentier & Planté một hợp đồng thiết kế và cung cấp điện cho thành phố vào ngày 12/4/1892. Tới ngày 6/12/1892 cũng nhà thầu này mới ký với Đốc Lý Hà Nội một hợp đồng tương tự. Hải Phòng thực sự sáng ánh điện vào tháng 2 năm 1894. Hà Nội chậm hơn gần một năm, vào ngày 5/1/1895.

Nhưng trước đó Hà Nội đã có đèn đường thắp sáng bằng

đèn dầu hỏa. Nhà văn Nguyễn Ngọc Tiến trong bài "Đèn Đường Xưa Trên Phố Xá Hà Thành" đã viết: *"Cuối năm 1892, con đường xung quanh hồ đã hình thành, tòa đốc lý xây từ năm 1884 cũng đã gần xong nên Bonnal đã cho dựng trụ đèn trước tòa đốc lý và đây là trụ đèn đường đầu tiên ở Hà Nội. Sau đó lần lượt cho lắp các trụ đèn ở một số điểm quanh Hồ Gươm, trước mặt Bưu điện Bờ Hồ và đặc biệt là trên tuyến đường huyết mạch từ khu nhượng địa Đồn Thủy đến thành Hà Nội. Trụ đèn đúc bằng thép có hoa văn rất đẹp, trên có lồng kính để đèn dầu có tác dụng tránh gió và nước mưa. Sẩm tối nhân viên của Sở Lục Lộ đi thắp đèn, sáng sớm họ lại đi tắt. Năm 2006, vẫn còn thấy một cột đèn kiểu này ở phố Hàng Trống, đoạn gần báo Nhân Dân nhưng sang năm 2007 thì không thấy đâu nữa"*. Trong hợp đồng ký kết thiết lập và cung cấp điện cho Hà Nội nói trên cũng có ghi rõ các bóng đèn điện sẽ được "đặt trên hệ thống cột và lồng đèn cũ vốn thắp sáng bằng dầu hỏa".

Báo "Tương Lai Bắc Kỳ" số ra ngày 15/4/1893 viết về "biến cố" đèn điện thắp sáng đường phố: "Từ người già đến trẻ con ngơ ngác trước thứ ánh sáng kỳ diệu, trong khi người lớn bàn tán thì lũ trẻ con chơi các trò chơi của chúng dưới chân cột đèn". Tính đến ngày đầu năm 1897, Hà Nội đã có tất cả 523 bóng điện thắp sáng đường phố. Cũng trong thời điểm này, thành phố còn 584 đèn dầu hỏa. Trong báo cáo về tình hình Đông Dương năm 1897 – 1901, Toàn Quyền Paul Doumer đã viết: "Đèn điện đối với hệ thống chiếu sáng nhiều thành phố lớn của nước Pháp sẽ phải ghen tỵ với thành phố thủ phủ của Bắc Kỳ. Phần lớn các đường phố trung tâm và nhà cửa đều được hưởng điện thắp sáng".

Sài Gòn có điện sau Hải Phòng và Hà Nội. Tháng 3 năm 1887, Hội Đồng Thành Phố Sài Gòn lập một ủy ban để nghiên cứu việc dùng điện chiếu sáng đường phố. Đầu năm 1888 họ quyết định mở một cuộc thi tận bên Pháp để chọn dự án. Năm sau, vào tháng 3 năm 1889, Hội Đồng Thành Phố Sài Gòn mới biểu quyết cho làm thử đèn đường bằng điện. Trước đó, thành phố dùng dầu dừa rồi dầu hỏa đốt sáng đèn đường. Bóng đèn điện do hãng Messageries Maritimes, dân ta kêu là hãng Nhà Rồng, sản xuất. Nhưng bóng đèn điện chỉ có 16 nến *(bougie)* yếu xìu, yếu hơn nhiều so với đèn dầu lửa có sức tỏa sáng tới 25 nến. Cuộc thử thách coi như thất bại. Sau đó thành phố xem xét các dự án điện năng của Ferret năm 1889 và của Catoire năm 1893, thành phố lại đồng ý với một dự án khác của Hermenier & Planté vào năm 1896. Hermenier & Planté chẳng xa lạ chi. Đó chính là nhà thầu đã thực hiện đèn đường điện tại Hải Phòng và Hà nội vào năm 1892.

Nhà máy điện đầu tiên của Sài Gòn do Điện Lực Sài Gòn (*Société d'Électricité de Saigon)* của Hermenier và một số người khác xây dựng gần đường Nationale, nay là đường Hai Bà Trưng, phía sau nhà hát lớn, vào năm 1897. Lúc đầu nhà máy này cung cấp điện năng cho 40 đèn hồ quang (*lampe à arc),* 394 đèn bạch nhiệt (*lampe à incandescence*) chiếu sáng đường phố và 100 bóng đèn 6 nến để thắp sáng các công thự. Đến năm 1908, tổng cộng đèn đường lên tới 867 đèn bạch nhiệt 16 nến và 67 đèn hồ quang. Trong tổng số 93 cây số đường tại Sài Gòn đã có 35 cây số được thắp sáng bằng đèn

Đèn đường tại phố Commerce, Hải Phòng, thời Pháp thuộc.

điện. Số còn lại được thắp sáng bằng 297 đèn dầu hỏa. Qua thập niên 1910, các đèn dầu hỏa mới dần dần được thay thế hết bằng đèn điện.

Năm 1912, nhà máy điện Cầu Kho được công ty Nước và Điện Đông Dương (*Compagnie des Eaux et d'Électricité de l"Indochine),* gọi tắt là CEE, hoàn tất. Với công xuất 5000 kW đủ để cung cấp điện cho Sài Gòn, Chợ Lớn và một vài thị trấn lân cận như Lái Thiêu, Búng và Thủ Dầu Một. Tính đến năm 1930 hầu hết các tỉnh lỵ miền Đông và miền Tây Nam Bộ đều có điện, chỉ trừ Hà Tiên, Long Xuyên, Cà Mau, Gò Công và Tây Ninh.

Đèn đường ngày càng cải tiến để việc chiếu sáng đường phố làm dịu mắt và có nguồn ánh sáng đáp ứng được sự lưu thông đông đảo của xe cộ. Ngày nay phần lớn đèn đường tại các thành phố lớn đều dùng đèn LED *(Light Emitting Diode)*.

Theo các nghiên cứu khoa học, màu vàng là màu sắc nhạy nhất đối với mắt chúng ta. So với màu trắng đa sắc và tán xạ mạnh, màu vàng là màu đơn sắc có độ dịu nhẹ vừa phải, ít tán xạ. Dùng ánh sáng màu vàng cho đèn đường sẽ mang lại hình ảnh chân thực, không chói sáng gây khó chịu cho mắt. Khi trời mưa, nước mưa phản chiếu ánh sáng sẽ cản trở tầm nhìn của người lái xe. Với ánh sáng màu vàng, nước mưa sẽ phản chiếu ít hơn không gây ra những bất tiện cho tài xế. Khi trời mù sương, ánh sáng vàng của đèn LED truyền sáng tốt hơn các ánh sáng có màu sắc khác. Sắc vàng dịu nhẹ của đèn LED làm không gian trở nên ấm áp và thẩm mỹ hơn.

Với những ưu điểm kể trên của đèn LED ánh sáng vàng, chúng ta thường nghĩ dùng đèn LED trên đường phố sẽ tốn nhiều tiền hơn. Thực tế trái lại, dùng đèn LED rẻ hơn các loại đèn khác. Trước hết vì đèn LED bền hơn, tuổi thọ khoảng 50 ngàn giờ phát sáng. Vì độ bền nên các chi phí phụ thuộc theo như tiền công thay bóng đèn cũng ít hơn.

Đèn đường là đèn chiếu sáng trên đường phố. Xa lộ không được kể là đường phố nên xa lộ không có đèn. Tôi nghĩ lý do người ta không bắt đèn chiếu sáng xa lộ vì tốn kém quá. Xa lộ dài miên man, điện đâu cho đủ. Ngoài ra xa lộ có lằn đường rõ ràng, xe cứ theo vạch lằn mà chạy, ít cần đèn chiếu sáng. Nói tới xa lộ phải là "xa lộ không đèn".

Năm 1972, đạo diễn Hoàng Anh Tuấn đã thực hiện phim "Xa Lộ Không Đèn" với bản nhạc "Xa Lộ Không Đèn" của Y Vân do Phương Dung trình bày làm nhạc chính. Ca khúc này đã nổi tiếng riêng rẽ, không phụ thuộc vào phim. Dàn tài tử trong phim thiệt hết xảy với Thanh Nga đóng vai chính, vai cô Liễu. Ngoài ra còn có Hoài Trung, Năm Châu, Túy Hoa, Kim Cúc, Trần văn Trạch, Trang Thanh Lan, Tâm

Thanh Nga trong "Xa Lộ Không Đèn".

Phan, Dũng Thanh Lâm, Phi Thoàn. Vai Liễu trong phim là một cô gái bất hạnh, sa chân vào hố trụy lạc và trở thành một cô gái nhảy *sexy*. Xa lộ không đèn nên cuộc đời của nhân vật chính tối om.

Trong phim có màn múa vũ *sexy* của Thanh Nga. Đây là cảnh ăn khách nhất của phim. Bỏ ra vài chục đồng mua vé mà được coi cô đào *hot* nhất thời đó không áo quần thiệt đáng đồng tiền bát gạo. Khán giả đinh ninh đã biết rõ ràng bên trong thầm kín của Thanh Nga nhưng mọi người bé cái lầm. Đời nào Thanh Nga phô diễn tấm thân ngàn vàng trên màn hình. Thân hình khán giả tưởng là của Thanh Nga chính là của người đóng thế Thanh Nga. Đó là Lệ Tuyền, hành nghề vũ nữ ở Đệ Nhất Khách Sạn. Lệ Tuyền có khuôn mặt trái soan bầu bầu, nước da mịn màng, trắng toát, thân hình rất chuẩn, vòng nào ra vòng nấy, lại thêm ăn nói nhỏ nhẹ rất dễ thương. Cô nhận lời đóng thế cho Thanh Nga trong đoạn phim nhạy cảm này nhưng tới khi ra sàn quay cô nhất định… em chã! Thiệt đau đầu cho đạo diễn. Ông cố gắng thuyết phục. Không ai còn nhớ nguyên si lời ông đạo diễn tài hoa này đã uốn ba tấc lưỡi như thế nào, nhưng có người nhớ đại khái như sau: "Em phải hiểu là mình đang làm nghệ thuật mà nghệ thuật là trong sạch tuyệt đối. Đối với anh lúc này, em chỉ là một tài tử của anh, không phải là một người đàn bà, anh nhìn em cũng như ống kính nhìn những nét đẹp của em thôi". Ông đuổi mọi người ra khỏi phim trường, chỉ còn đạo diễn, *cameraman* và Lệ Tuyền. Khi đó Lệ Tuyền khoảng 20 tuổi. Khi coi phim, khán giả chỉ thấy thân hình tuyệt đẹp của vũ công chuồng cời Lệ Tuyền và nháng nháng gương mặt của Thanh Nga nhưng không thấy mặt của Lệ Tuyền.

Tôi không coi cải lương nên cũng không biết rõ mặt của Thanh Nga. Có một lần, tôi đáp máy bay từ Mỹ về Việt Nam, chờ đổi máy bay Air Vietnam tại Hồng Kông. Dân Việt đợi máy bay ở phi trường Kai Tak khá đông. Tôi từ Mỹ bay về nên bận đồ lớn ngồi nghiêm trang trên một chiếc ghế dài, chôn mắt vào tờ báo, không chú ý những người ngồi chung quanh. Bỗng một cô mặt hoa da phấn ngồi bên cạnh bắt chuyện với tôi. Cô hỏi và tôi trả lời từ bên Mỹ về. Cô nhìn chăm chăm vào mặt tôi và hỏi: "Anh có biết em không?". Tôi ngẩn người nhìn kỹ khuôn mặt khá dễ thương, lắc đầu không biết. Cô tự giới thiệu: "Em là Thanh Nga đây!". Tôi ừ hử. Thiệt quê một cục. Thanh Nga cho tôi địa chỉ, hẹn về Sài Gòn nhớ tới chơi. Tôi bỏ vào túi áo *veston* tờ giấy ghi địa chỉ. Công việc bề bộn hàng ngày làm tôi quên khuấy tờ giấy trong túi áo. Khoảng vài tháng sau, trên đường Lê Lợi, cạnh rạp Mini Rex, tôi nhìn thấy Thanh Nga đang đi với một người mặc quân phục. Nàng vội tiến tới trách hỏi: "Sao anh không tới chơi?". Tôi cười trừ, hẹn sẽ tới. Nhưng tôi vẫn không tới. Cho tới khi tên tuổi Thanh Nga nổi như cồn. Tôi lại càng không nên tới.

11/2023

ĐỎ MẶT

Tôi rất kết bài "Lại Say" của thi sĩ Tản Đà:

Say sưa nghĩ cũng hư đời
Hư thì hư vậy say thì cứ say
Đất say đất cũng lăn quay
Giời say mặt cũng đỏ gay ai cười.

Say rượu là một trạng thái lơ tơ mơ rất lâng lâng. Tôi uống vào loại không tệ nhưng chẳng bao giờ say nếu rượu thuộc loại tử tế. Sau 75, vào thời kỳ cái chi cũng kỳ, không còn được như trước, thứ rượu tử tế vừa hiếm vừa đắt, chúng tôi phải dùng tới thứ rượu đểu bán đầy đường. Trong một lần đi uống với Khánh Giang thứ rượu này, tôi đã say. Khánh Giang đưa tôi về tới tận nhà. Vào nhà rồi chịu không thể leo cầu thang lên lầu. Ngồi trên ghế mà trời đất quay cuồng, cố bám lấy cái bàn cho khỏi nhào. Sau khi cho chó ăn chè vài lần, uống ly nước chanh giã rượu, tôi mới leo lên được phòng mình, ngủ li bì.

Chẳng biết họ chế rượu dỏm bằng thứ gì mà kinh đến như vậy. Phải chi có được thứ đại khái như rượu nếp than thì đời vui biết mấy. Vậy mà thời đó có người chê rượu nếp than. Tác giả Lê Chiều Giang, vợ họa sĩ Nghiêu Đề, kể lại trong bài "Văn Cao, Giữa Sài Gòn": *"Trong một buổi họp mặt tại nhà Trương Đình Quế bên làng Báo chí. Anh đã mời không thiếu một ai trong ngày dự định thực hiện bức tượng Văn Cao. Sự hiện diện của nhạc sĩ Văn Cao mà tôi và Nghiêu Đề hằng ngưỡng mộ trong suốt bao năm dài, khiến chúng tôi không thể không có mặt. Lao xao, rộn rã và cả với ngậm ngùi... Chúng tôi ngồi quanh những hộp đất sét. Đất vô giác, đất vô tri rồi sẽ qua bàn tay khéo léo đầy sáng tạo của Trương Đình Quế, để thành chân dung Văn Cao, như nhạc sĩ từng mong đợi. Đẹp xấu thế nào chưa ai biết nhưng trước tiên phải là Rượu. Rượu rót tràn ly, rượu mời chào rộn rã. Chưa ai kịp nâng ly, bỗng Trịnh Công Sơn lên tiếng phàn nàn: "Mi đãi Trịnh Công Sơn và Văn Cao mà bằng rượu nếp than này sao?". Trương Đình Quế cố gắng chống chế, nhưng cũng đỏ mặt buông lời bất bình: "Anh em có gì uống nấy, vui chơi thôi, tên tuổi gì ở đây, mấy cha!?...". Trịnh Công Sơn bỏ về, chỉ chào duy nhất Văn Cao. Một thoáng lặng im, mọi người nhìn nhau; nhưng chỉ vài phút sau, mạnh ai nấy huyên thuyên, cười nói. Ai đi, ai bỏ về, thiên hạ... quên hết. Riêng nhạc sĩ Văn Cao, người duy nhất có vẻ còn lấn cấn chuyện Trịnh Công Sơn, ông cầm ly hướng về phía tôi: 'Mời người trẻ nhất!'"*.

Chủ nhà Trương Đình Quế "đỏ mặt" tuy chưa nhấp chút rượu nào. Ông đỏ mặt vì xấu hổ với các khách mời. Đó là cái đỏ mặt tự nhiên của con người khi cảm xúc căng thẳng. Giáo sư Ray Crozier của Đại học Cardiff, Anh quốc, tác giả nhiều sách viết về hiện tượng đỏ mặt, đã ghi: "Đỏ mặt giống như một kiểu xin lỗi không lời theo các quy ước xã hội. Khi bạn làm một điều gì đó đáng xấu hổ hoặc phá vỡ chuẩn mực, khuôn mặt đỏ ửng cho thấy bạn đã nhận ra sai lầm của mình". Sai lầm của điêu khắc gia Trương Đăng Quế là đã mời lầm khách làm cuộc rượu mất vui. Đó là cái đỏ mặt rất con người. Những người dễ đỏ mặt thường là những người hào phóng, đáng tin cậy và đức hạnh hơn. Phụ nữ có xu hướng đỏ mặt nhiều hơn, điều này khiến các nhà khoa học e rằng đó là cách để họ chứng minh với nam giới rằng họ là người đức hạnh.

Câu chuyện nhỏ mà tác giả Lê Chiều Giang kể lại tại một buổi họp mặt có uống rượu nhưng chưa có ai nhắp miệng vào rượu. Thi sĩ Tản Đà cũng nói chuyện đỏ mặt nhưng là cái đỏ mặt do chất men tạo ra. *Giời say mặt cũng đỏ gay ai cười.* Chuyện đỏ mặt vì rượu tùy người. Trong bia rượu có chất *ethanol* được cơ thể hấp thụ nhanh chóng qua đường tiêu hóa vào máu với khoảng 20% ở dạ dày và 80% ở ruột non. Từ đó chất *ethanol* được đưa tới các cơ quan khác trong cơ thể. Trong vòng vài phút rượu sẽ ảnh hưởng tới não khiến dân nhậu cảm thấy kích thích, lâng lâng và dần dần mất kiểm soát. Cơ thể sẽ đào thải một phần nhỏ qua tuyến mồ hôi, nước tiểu, hơi thở và 90% còn lại sẽ được chuyển hóa ở gan.

Bác sĩ Vũ Hoàng Huy viết trong bài "Bạn Có Bị Đỏ Mặt Khi Uống Rượu Không?": *"Khi chúng ta uống rượu, cơ thể chúng ta sử dụng gan để phân hủy và chuyển hóa chất cồn.*

Trong khi làm điều đó, nó tạo ra một chất độc gọi là acetaldehyde, chất này tiếp tục bị phân hủy thành acid acetic không độc. Acid acetic cuối cùng bị phân hủy thành carbon diocide và nước. Những người đỏ mặt khi uống rượu có thể do lỗi của gen aldehyde dehydrogenase (ALDH) gây thiếu hụt enzyme này. ALDH là một loại enzyme trong cơ thể giúp phân hủy một chất có trong rượu gọi là acetaldehyde. Sự tích lũy quá nhiều acetaldehyde có thể gây đỏ mặt và các triệu chứng khác. Mặt đỏ bừng xảy ra khi các mạch máu trên mặt giãn ra để phản ứng với các chất độc này. Ở một số người, điều này có thể xảy ra sau khi uống rất ít rượu. Các nhà khoa học ước tính rằng có ít nhất khoảng 8% dân số trên toàn thế giới bị thiếu ALDH. Những người gốc Nhật Bản, Trung Hoa và Hàn Quốc có nhiều khả năng bị phản ứng này hơn. Ít nhất từ 36% đến 70% người Đông Á bị đỏ mặt do phản ứng của việc uống rượu. Vì vậy hiện tượng này được gọi là "Đỏ Mặt Châu Á" hay "Chứng Đỏ Bừng Mặt Châu Á". Một số nghiên cứu cũng cho thấy những người gốc Do Thái cũng có nhiều khả năng bị đột biến ALDH. Người ta không biết tại sao một số quần thể nhất định có nhiều khả năng gặp vấn đề này hơn, nhưng nó có tính chất di truyền bởi một hoặc cả hai bố mẹ".

Điều này có lẽ cần phải xét lại vì kinh nghiệm bản thân. Mẹ tôi không bao giờ uống rượu. Ba tôi đụng tới chút rượu là mặt đỏ ngay. Tới tôi thì uống rượu thoải mái chẳng bao giờ đỏ mặt. Trong mấy anh em chỉ có tôi khác biệt như vậy. Chắc tại vì ti toe làm báo cần thù tạc với đồng nghiệp nên trời thương cho miễn việc đỏ mặt. Một chú em tôi chỉ uống chút Bireley, một thứ nước cam lên men, mà mặt trời cũng mọc le lói.

Mặt trời mọc vào lúc hoàng hôn, đó là thành quả của dân nhậu. Thời chúng tôi, mặt trời có mọc nhưng thưa thớt hơn chừ nhiều. Giờ thì khắp nước, mặt trời nhiều như sao trời. Đã lâu, chừng 20 năm, tôi chưa về Việt Nam. Nhưng vẫn ngóng về quê cha đất tổ qua những *video* trên YouTube. Sao bây giờ bàn nhậu ở Việt Nam nhiều quá. Nhậu sáng, nhậu chiều nhưng nhiều nhất là nhậu đêm. Coi *video* tôi nghĩ thanh niên ngày nay chỉ làm có mỗi một việc là nhậu. Họ đã tạo ra nhiều kỷ lục. Việt Nam xếp thứ nhì khu vực Đông Nam Á, thứ ba châu Á về tiêu thụ rượu bia. Bộ Thông Tin và Truyền Thông đã loan báo như vậy vào tháng 7/2022. Trung bình mỗi đầu người trên 15 tuổi uống 170 lít bia mỗi năm. Cứ hai trự đàn ông thì có một trự bia rượu. Tỷ lệ người nghiện rượu nặng là 1,4% dân số trên 15 tuổi.

Tuổi hợp pháp được uống rượu là 18 nhưng có tới 34% thanh thiếu niên từ 14 đến 17 tuổi nhấp chất cay. Từ 18 đến 21 tuổi là 57%. Theo báo cáo toàn cầu của Tổ Chức Y Tế Thế Giới năm 2010 cho biết tỷ lệ sử dụng rượu bia của thanh niên Việt Nam từ 15 tới 19 tuổi đứng số một trong các nước Đông Nam Á, trên các nước Lào, Thái Lan và Kampuchia.

Đó là những con số chứng minh bàn nhậu của dân Việt tràn lan từ trong nhà ra tới vỉa hè. Dân ta không uống rượu mà nhậu. Nhậu là tàn sát bia rượu. Một người Anh nhìn dân ta nhậu đã nhận xét: "Châu Âu nói chung hay người Anh chúng tôi nói riêng cũng thường uống rượu bia trong những dịp gặp mặt, hội hè... nhưng cách chúng tôi uống rất khác người Việt. Chúng tôi uống với tốc độ rất chậm, chủ yếu để cảm nhận hương vị và đặc tính của từng loại, hoặc cùng nhau uống vài ly nhỏ để trò chuyện xã giao những khi rảnh rỗi. Còn ở Việt Nam, tôi thấy nhiều người uống bia rượu để thể hiện đẳng cấp, phong độ. Cụ thể, tôi từng gặp nhiều trường hợp người Việt mới "vào cuộc" đã liên tiếp uống cạn nhiều ly. Tôi có một người bạn có thể uống đến 50 ly bia cùng lúc và anh ta rất tự hào về việc này! Điều đáng nói là hành động vô nghĩa này lại dễ khiến bạn bè trong bàn bắt chước và "tăng tốc" đuổi theo, vì đơn giản nghĩ rằng "cho vui" hoặc do cả nể. Và chỉ trong chốc lát, mọi người đều chóng say xỉn mà quên mất họ phải tự chạy xe về nhà. Chưa nói đến vấn đề sức khỏe của bản thân, người say xỉn khi lưu thông trên đường phố rất dễ gây ra tai nạn giao thông".

Dân Nhật cũng uống rượu với bạn bè hoặc đồng nghiệp sau khi tan sở làm. Tôi đã thấy các quán rượu *izakaya* nằm tại nhiều con phố đầy kín người mỗi buổi tối. Họ không uống bừa bãi mà uống từ tốn, uống một cách tự giác để giải tỏa áp lực sau giờ làm việc. Mồi uống của họ là những đồ ăn nhẹ không có nhiều chất béo. Số lượng bia hay *sake* họ uống cũng được nhà hàng theo dõi. Muốn gọi thêm rượu, nhà hàng sẽ hỏi đi hỏi lại xác nhận hoặc ngăn cản. Uống chậm là một cách kiểm soát chất cồn vào trong người. Khi uống nhanh, hoạt động của hệ tuần hoàn bị quá tải, cơ thể không kịp giải chất cồn trong người nên mặt trời mới mọc. Theo nghiên cứu của các nhà khoa học, cơ thể chúng ta cần một tiếng đồng hồ để đào thải 30 ml chất cồn trong người.

Trên bàn nhậu ở Sài Gòn, người ta không uống rượu mà

Cảnh người xưa uống rượu.

thách thức nhau nạp chất cồn vào trong người một cách vô tội vạ. Mỗi cú dzô là thi nhau nốc. Dân Nhật không uống như vậy. Tiền nhân chúng ta cũng không uống như vậy. Trong bài viết "Học Tiền Nhân Để Uống Rượu Có Văn Hóa", tác giả Quang Hảo viết: "*Ở nước ta, cụ Tam Nguyên Yên Đổ từng ca: Rượu ngon không có bạn hiền/ Không mua không phải không tiền không mua, vì cụ chỉ uống mỗi khi có bạn hiền. Nhà văn Võ Văn Trực viết về ông nội mình - một thầy lang túc nho, có bạn đồng môn là ông đồ Tú Vệ. Mỗi lần đôi bạn già gặp nhau tại nhà, thế nào cũng bày mâm ra nhâm nhi với một nậm (bình nhỏ, cổ cao) chứa rượu ngon ngâm thuốc và một con cá rô nướng dầm mắm gừng. Ấy thế mà hai cụ chén tạc chén thù bình thơ kim cổ, thế sự nọ kia - tâm đắc cả ngày chưa chán. Còn thi sĩ Nguyễn Vĩ nhớ bạn Trương Tửu thì: Nay ta thèm rượu nhớ mong ai/ Một mình rót uống chẳng buồn say/ Trước kia hai thằng hết một nậm/ Trò chuyện dông dài mặt đỏ sẫm/ Nay một mình ta một be con/ Cạn rượu rồi thơ mới véo von*".

Lối thi nhau đổ rượu vào miệng, chẳng cần biết ngon hay không, chỉ cần tọng vào nhiều hơn người bên cạnh gọi là ngưu ẩm. Một lối gọi hàm ý khinh rẻ. Người Nhật có câu: chén thứ nhất: người uống rượu; chén thứ hai: rượu uống rượu; chén thứ ba: rượu uống người. Vậy là sanh ra tầm bậy. Nhiều bàn rượu đã kết thúc bằng cảnh rượu đổ bàn nghiêng hoặc, tệ hơn, thượng cẳng tay hạ cẳng chân không ra cái thể thống chi. Đó là khi ma men lên ngôi. Túi khôn nhân loại có nhiều câu để diễn tả chuyện ma men bắt xác dân nhậu đến say sưa không kiểm soát được hành vi của họ. Dân Nga có câu: "Với người say thì biển chỉ sâu tới đầu gối". Người Ấn Độ cũng có câu: "Hãy đứng cách xa con voi bảy bước, cách xa con bò rừng mười bước và cách xa người say rượu ba chục bước". Hai ngàn năm trước, nhà hiền triết Ba Tư Oma Khayam đã có bài thơ được dịch nghĩa như sau: *Rượu chỉ cấm với những người ngu ngốc / chứ không cấm với người thông minh có học / Uống rượu là cần nếu bạn biết / Uống với ai, khi nào và mấy ly".*

Viết tới đây, tôi chợt nhớ tới bài dạy về say rượu trong "Quốc Văn Giáo Khoa Thư" ngày xưa. *"Các anh hãy trông người kia đi ngoài đường. Mặt đỏ gay, mắt lờ đờ, quần áo xốc xếch, chân đi xiêu bên nọ, vẹo bên kia, múa chân múa tay, mồm nói lảm nhảm, chốc lại ngã chúi một cái. Lũ trẻ đi theo sau, reo cười chế nhạo. Thỉnh thoảng anh lại đứng lại, nói những chuyện gì ở đâu đâu. Người qua lại, trông thấy cũng phải tránh xa. Người ấy vừa ở hàng rượu ra. Chỉ tham mấy chén rượu mà thành ra say sưa, mất cả tư cách con người, có khi như là con vật vậy, thật là đáng khinh bỉ. Hỡi các anh, các anh đã trông thấy người say rượu như thế, thì nên lấy đó làm gương mà giữ mình".*

Chuyện xưa hãy để nằm yên trong đống bụi bặm, các bợm nhậu của chúng ta ngày nay coi chuyện xưa như chuyện cổ tích. Để chúng nằm yên trên kệ sách! Họ chôn tiền nhân trong quá khứ. Tôi đã nghe một bạn trẻ ngôn: "Uống rượu mà không đỏ mặt thì uống làm chi? Phí rượu!".

07/2023

ĐỔ RÁC

Nói chuyện chi cho sang, chuyện đổ rác có chi mà nói. Đó là cái nghề cùn mằng nhất trong xã hội, chẳng ai thèm làm. Nhưng cũng có người muốn làm: thằng con trai tôi. Nhiều năm trước, khi mới sang Canada, đứa bé 7 tuổi ngồi trong nhà nhìn anh công nhân chạy vứt từng bao rác lên xe, tấm bửng trên xe chạy lên chạy xuống gạt rác, ấn vào trong xe, trông rất *funny*, cu cậu hứng chí tuyên bố khi lớn sẽ làm nghề đổ rác. Dĩ nhiên khi lớn cu cậu bỏ mộng cũ. Nhưng một cậu bạn của con tôi thích mần lái xe buýt từ nhỏ, khi lớn nhất định không bỏ ước vọng thời ngây thơ. Cha mẹ ép học, cậu cũng học xong được mảnh bằng bác sĩ nha khoa. Cậu mang tấm bằng về đưa cho cha mẹ và đi lái xe buýt. Tới nay cậu vẫn vững tay lái!

Báo The Montreal Gazette, số ra ngày 27/1/2024, có bài viết: *"Don't Take the Garbage Collector for Granted. It's a Tough Job"*, nói về anh công nhân đổ rác Stephen Moore.

Anh năm nay 62 tuổi và đã có thâm niên 30 năm đổ rác. Anh vốn là một nghệ sĩ đường phố trình diễn tại khu vui chơi nơi phố cổ của thành phố Montreal tính tới nay đã 40 năm. Anh đa tài, có thể làm xiếc với trái banh, cây gậy hay đạp xe một bánh, phun lửa. Anh thích chọc cười thiên hạ bằng tiếng Anh hay tiếng Pháp. Anh nhuần nhuyễn hai thứ tiếng này vì mẹ anh nói tiếng Pháp trong khi cha anh nói tiếng Anh. Anh thích đường phố nên xin làm chân đổ rác và vui với nghề này. Mùa đông cũng như mùa hè, anh thức dậy từ 5 giờ sáng và tới sở làm. Mùa đông nơi xứ tuyết này rất lạnh. Nhiệt độ toàn ôm dấu trừ phía trước. Anh Stephen tâm sự: "Trời lạnh âm 25 độ C, tôi chạy với những bao rác trên tay. Tức cười là người không rét cóng mà đổ mồ hôi. Có những lúc lạnh cóng bàn tay tôi không có cảm giác chi. Nhưng chuyện chi cũng phải ráng thích nghi thôi. Tôi như một trái banh lửa. Tôi lấy đâu ra sức lực như vậy, tôi không biết". Sức lực khiến anh chạy mỗi ngày như một lực sĩ *marathon* có thêm những bao rác trên hai tay. Vất vả như vậy nhưng trong suốt thời gian làm công nhân đổ rác, anh chỉ nghỉ có ba tuần kể cả những kỳ nghỉ hè ngắn ngủi. Đổi lại, anh đã được mọi người quý mến. Anh nhận được nhiều thiệp cám ơn của dân phố. Một tấm thiệp viết: "Anh luôn có mặt vì chúng tôi và anh luôn có nụ cười dù thời tiết thế nào đi chăng nữa". Một tấm thiệp khác: "Anh rất đáng tin tưởng. Nếu không có anh thì chuyện chi sẽ xảy ra?".

Anh phụ trách khu Westmount, khu nhà giầu của thành phố. Ngoài những bao rác, người ta còn vứt những thứ không dùng tới nữa. Đó là bổng lộc của anh. Nhiều nhất là các dụng cụ chơi *hockey*. Thành phố này là thành phố *hockey* tuy thời huy hoàng của đội Montreal Canadiens đã tắt lịm từ lâu. Trong căn nhà nhỏ của anh tại Laval đầy nhóc những gậy, găng, mũ và nhiều đồ trang bị khác cho đấu thủ *hockey*. Những thứ này mau chóng được anh phân phối cho đám trẻ trong xóm. Anh nói giỡn là anh có thể trang bị cho nguyên một đội *hockey*.

Có lần anh lượm được nguyên một bộ chén đĩa ăn còn mới toanh, bọc trong hộp đàng hoàng mang về tặng vợ. Rồi đồ đi trượt tuyết, giầy bốt, xe đạp thể dục, bàn ghế, đèn cổ, đủ thứ hầm bà làng. Anh tự hỏi: "Tôi không tin vào mắt mình khi thấy nhiều thứ người ta vứt đi. Họ có thể rao bán trên eBay hay cho các hội thiện. Nhiều thứ còn như mới, bán được khối tiền. Nhưng ít ra tôi cũng thấy được vẻ mặt vui của những người lượm được chúng".

Anh Stephen Moore đang hành nghề.

Nhớ những ngày mới chân ướt chân ráo tới thành phố này, gia đình tôi đã lượm được những món đồ cần dùng cho bước đầu nơi xứ người. Từ bàn ghế, giường tủ tới những món đồ dùng cần thiết. Tới ngày đổ rác là mắt trước mắt sau coi có chi lượm được là bê về. Nhà cửa cũng đầy đủ mọi thứ mà chẳng tốn xu nào. Chẳng riêng gì gia đình tôi. Lang thang trên *internet*, tôi bắt gặp một đoạn dậy khôn cho người mới đi định cư mà tủm tỉm cười một mình: "Ở bên này mỗi tuần có một ngày vứt rác, tức là để các thùng rác đã phân loại ra làm ba, bốn thùng trước cổng nhà và sẽ có xe đổ rác đi gom. Vào những ngày này, nhà ai có gì đó vẫn dùng được là người ta khuân ra để ngoài cổng, từ những bộ *sofa* còn rất tốt, tới những giường tủ, bàn ghế, bát đĩa, nồi cơm điện. Tôi biết có những nhà thì hầu như 80% đồ đạc trong nhà là họ lựa được từ những ngày "vứt rác" đó. Gọi là vứt rác nhưng nhiều khi bạn sẽ nhận được vô số những đồ còn tốt, mới nguyên lành. Trong nhà tôi, cái nồi cơm điện đang dùng mà tôi hay nấu xôi cho trẻ cũng là do bà nội của bọn trẻ tìm thấy vào ngày vứt rác người ta để gọn ghẽ trước cổng nhà, nó còn mới tinh. Mà nói thì khối người chê tôi nghèo, nhưng mà hình như ngay cả cái giường ngủ của tôi bây giờ là cũng do bà nội bọn trẻ nhà tôi thấy người ta mua xong, bảo là hơi nhỏ so với phòng và cần tặng lại, thế là bà nội đến xin về cho tôi".

Ngày đó, những người mới sang định cư choáng ngợp trước cuộc sống mới. Lòng như mở hội nên rất ngây ngô. Đang từ một nơi ngày ngày nhìn quanh nhà coi có chi mang ra chợ bán được không, hành động mà dân "ngụy" Sài Gòn ai cũng đã từng và giỡn với nhau là "chà đồ nhôm", tới một nơi giường tủ bàn ghế vứt đầy đường muốn lấy bao nhiêu thì lấy, vậy là sướng như bước vào cõi thiên thai rồi. Chẳng ai nghĩ tới chuyện kiếm thêm lợi nhuận với những thứ nằm lê la ngoài đường. Nhưng có những người sống bằng cách đi lượm đồ bá tánh, lựa những thứ còn tốt, sửa qua loa, về bán lại. Sáng sáng, ngày đổ rác, tôi thường thấy một ông đạp xe đạp dạo quanh, nhắm đồ có thể lượm được trước, sau đó về nhà lái chiếc xe *pickup* đi thu nhặt. Một anh bạn tôi thấy cảnh này thắc mắc sao ông này mất công vậy? Lái xe đi lượm luôn vừa đỡ mất công vừa không sợ người khác rinh trước. Tôi nhắc anh bạn đây là một "thương gia". Họ biết tính toán. Lái xe đi lòng vòng ai trả tiền xăng cho?

Anh Brian Scudamore.

Ông "thương gia" này là thứ cò con. Có nhiều "đại thương gia" khác đầu óc lớn hơn nhiều. Như chàng trai Brian Scudamore, người Canada chúng tôi. Anh sanh năm 1970 và bỏ học khi học xong trung học vì không có tiền học đại học. Như mọi thanh niên khác, anh cắm đầu làm nhiều việc lặt vặt để kiếm tiền. Một lần tình cờ thấy một chiếc xe tải dọn rác, anh nảy sanh ý tưởng kinh doanh rác. Anh trương bảng hiệu The Rubbish Boys và hành nghề. Sau một năm, anh kiếm được 1700 đô đủ chi trả cho việc theo học đại học. Sau ba năm học đại học, anh bỏ học lần nữa để tập trung vào kinh doanh. Tới năm 1994, công ty lượm rác của anh đã có được 5 xe tải và 11 nhân viên. Coi như thành công nhưng anh nuôi chí lớn hơn. Anh cho toàn bộ nhân viên nghỉ việc, đổi tên công ty The Rubbish Boys thành công ty 1-800-Got-Junk, tổ chức lại để làm ăn lớn. Năm 1997, công ty mới đạt doanh thu 1 triệu đô một năm. Từ năm 2003 đến năm 2006, anh mở rộng hoạt động, lấy rác tại 30 trạm *métro*, kiếm được 100 triệu một năm. Tới nay công ty của anh trị giá tới 300 triệu đô Mỹ, hoạt động tại 160 địa điểm ở Canada, Mỹ và Úc.

Nhờ rác để trở thành triệu phú hoặc tỷ phú còn rất nhiều người. Như ông Anthony Pratt, người Úc, có tài sản lên tới 5,2 tỷ đô; ông Anil Agarwal, công dân Ấn Độ, tài sản ước lượng 3 tỷ rưỡi; ông Igor Altushkin, người Nga, tài sản 3,2 tỷ; ông Zhang Yin, người Trung Quốc, có trong tay 1,89 tỷ; ông Patrick Dovigi, dân Canada, tài sản trị giá 1,08 tỷ. Còn nhiều lắm. Vậy mới biết sống với rác là một chuyện…quốc tế!

Tôi phớt lờ mấy ông tỷ phú rác kể trên vì muốn nói tới một ông "rác" người Việt. Đó là ông Dương Tử Trung, thường được biết tới dưới tên David Dương. Ông là con trai của ông Dương Tài Thu, chủ hãng giầy Cogido nổi tiếng tại Việt Nam. David Dương sanh ra và trưởng thành tại Việt Nam. Đầu thập niên 1980, gia đình ông qua định cư tại San Francisco. Ông chủ hãng giầy Cogido oanh liệt một thời đã trải qua những ngày tháng đầu đầy gian nan thử thách nơi xứ sở mới. Không rành tiếng Anh, không hiểu văn hóa tập tục, không hợp khí hậu, không quen biết ai trong thương trường. Chỉ có một thứ ông vẫn giữ được, đó là máu kinh doanh trong người.

Nhìn thấy rác vứt ngoài đường trong đó có nhiều thứ còn xài được, ông cùng gia đình đi thu lượm rác thải. Ông David Dương nhớ lại: "Nơi đây hoàn toàn xa lạ, lạc lõng, không biết ngoại ngữ, cha mẹ dạy chúng tôi không dành dụm lúc đầu thì không thể sung túc về sau, nên mấy anh em chúng tôi đi lượm ve chai để bán kiếm sống. Chúng tôi rong ruổi đi khắp thành phố San Francisco, đến những con ngõ hẻm, tiếp cận và làm quen với dân ve chai nhặt từng mẩu giấy, vỏ hộp". Tới khi cả gia đình tích góp được 700 đô, họ mua trả góp một chiếc xe tải cũ để đi lượm quy mô hơn. Ông lái xe đi khắp các đường phố, hẻm hóc trong thành phố thu lượm rác phế thải. Sau thời gian có chút vốn liếng, ông mua thêm xe, làm ăn lớn hơn. Ông thuê một nhà kho để chứa phế liệu. Công cuộc làm ăn coi mòi đang phất lên, ông...quốc tế hóa rác. Ông bay qua Đài Loan tìm những bạn hàng quen biết xưa, kết nối chuyện làm ăn mới. Ông gom góp vốn, mua máy đóng linh kiện, xuất cảng phế liệu qua xứ Đài.

Năm 1983, ông Dương Tài Thu quyết định thành lập công ty *Cogido Paper Corporation* và giao cho con trai trưởng là

David Dương làm Giám Đốc. Thế hệ thứ hai trên đất Mỹ bắt đầu xây dựng cơ nghiệp trên thương trường. Năm 1989 *Cogido Paper Corporation* phát triển tới mức nhiều công ty lớn trong thành phố đã e ngại. Họ đề nghị mua lại với số tiền lên đến nhiều triệu. Khởi nghiệp với số vốn chỉ vỏn vẹn có 700 đô, nay được trả giá tới bạc triệu, David Dương bán liền một khi. Theo hợp đồng, bên mua sẽ trả một phần tiền, phần nợ lại là hai triệu đô với điều kiện ông David Dương sẽ vẫn giữ chức Giám Đốc, người em và chú tiếp tục làm việc trong 5 năm. Nhưng chưa đầy một năm, họ lật lọng tìm cách hành hạ, bắt gia đình họ Dương đi thu gom rác tại khu vực của người vô gia cư vô cùng bẩn thỉu. Chú và em của David Dương chịu không nổi, xin nghỉ việc, riêng ông vẫn trụ lại để kiếm tiền thuê luật sư phục hồi lại cơ nghiệp của gia đình. Một thời gian sau, ông David Dương được cho làm quản lý nhà máy, rồi làm *marketing* bán hàng phế liệu. Ông phát hiện ra tình trạng gian dối và kỳ thị của công ty nên quyết định nghỉ việc với điều kiện công ty phải trả hết số nợ còn lại. Họ chỉ trả 25% và một số thiết bị đã cũ. Họa vô đơn chí, ba nhà kho chứa số thiết bị cũ mới nhận này đã bị cháy rụi vì tàn thuốc lá của những người *homeless*. Màn đen hầu như buông xuống, gia đình hết đường sống.

Nhưng ông David Dương không chịu thua số phận đen như mõm chó. Khi thành phố Oakland cho đấu thầu thu gom rác phế thải vào năm 1991, ông thành lập công ty *California Waste Solution*, viết tắt là CWS, để dự thầu. Ông trúng gói đầu tiên thu gom rác một nửa thành phố, trị giá vài chục triệu. Bảy năm sau, năm 2006, ông trúng gói thầu thứ hai trị giá tới vài trăm triệu sau khi đánh bại đối thủ *Norcal Waste Systems*. Công ty này là thứ sừng sỏ trong ngành môi trường, đứng hạng thứ tư của Mỹ.

David Dương (bên trái) được Tổng Thống Obama tiếp.

Từ thành công này CWS bước những bước…Phù Đổng. Chẳng bao lâu sau, CWS đã có mặt trên 8 thành phố của Mỹ với các hoạt động được mở rộng: kinh doanh phế liệu, thu gom và tái chế rác thải, thành lập và vận hành các nhà máy tái chế và kinh doanh vật liệu tái chế trên khắp thị trường Mỹ và quốc tế. CWS có vai vế trong ngành với số nhân viên lên tới 300 người, phần lớn là người gốc Việt, và là một đối thủ đáng gờm của các công ty Mỹ trong ngành. Hiện công ty CWS đã đạt tới hạng 23 trong ngành thu gom và tái chế rác thải. Đây là công ty gốc Á châu duy nhất đạt tới thứ hạng này. Nếu chúng ta biết tại Mỹ hiện có tới 3 ngàn công ty kinh doanh phế liệu mới thấy đây là một thành công to lớn. Vậy nhưng ông David Dương vẫn chưa chịu đứng yên. Ông muốn nhích lên tới hạng 8 lận. Để đạt tới mục tiêu này, ông dự tính sẽ thu mua lại các công ty nhỏ hoặc kêu gọi họ sát nhập với CWS. Đồng thời ông đã có kế hoạch xây dựng một nhà máy tái chế rác thải tiên tiến tại Oakland với phí tổn xây cất lên tới 128 triệu đô. Ông rất tự tin sẽ đạt được mục tiêu vì ông đã có tới ba ngân hàng sẵn sàng tài trợ cho CWS. Bộc bạch về bước tiến dài này của CWS, ông David Dương nói: "Tôi luôn trăn trở bản thân ngày càng lớn tuổi trong khi muốn công ty phát triển nhanh nên từ lâu tôi ấp ủ dự định này. Tiếp nối truyền thống gia đình ngày xưa ở Việt Nam là sản xuất giấy nên tôi nảy sinh ý định khởi nghiệp mới. Tới thời điểm hiện tại, chúng tôi chuẩn bị đầy đủ các điều kiện, gặp gỡ những nhà tài trợ, bàn bạc cùng các chuyên gia. Nhà máy này sẽ ứng dụng công nghệ hiện đại, tiên tiến, sử dụng *robot* hỗ trợ để đưa rác, phế liệu tự động vào và xuất ra thành phẩm là bột giấy và hạt nhựa chứ không qua quá trình lọc lựa. Nhà máy sản xuất bột giấy và hạt nhựa dự kiến công suất khoảng 600 tấn/ngày. Đây là ý tưởng, đầu tư tương đối lớn nên hiện tại chưa có nhà đầu tư nào xây dựng. Đi qua chặng mới, tạo ra sản phẩm có giá trị hơn nên tôi nghĩ khi mình làm, chắc chắn sẽ thắng thị trường, đặc biệt là bảo đảm vấn đề bảo vệ môi trường".

Chuyện môi trường đang là chuyện đầu môi chót lưỡi của các nhà lãnh đạo trên thế giới. Tận dụng rác thải là một trong những mắt xích quan trọng để giải quyết vấn đề nhức nhối nhất của nhân loại hiện nay. Chúng ta tự hào khi có một người Việt đã góp tay vào chuyện nóng bỏng này. Tôi có một điều tiếc nuối. Nếu anh con trai của tôi giữ được đam mê làm nghề đổ rác từ thời 7 tuổi, biết đâu chừng nay "chàng" đã chẳng ngất nghểu trên đài vinh quang…rác!

02/2024

GÀN BÁT SÁCH

Tổ tôm là một thú chơi phổ biến trong dịp Tết. Nhưng tới thế hệ tôi, tổ tôm đã đi vào suy tàn. Bạn bè tôi có ai biết tổ tôm là cái chi chi đâu. Vậy nên chúng tôi không còn dịp "làm trai" như ca dao đã đánh giá. *Làm trai biết đánh tổ tôm / Uống trà Mạn Hảo, xem Nôm Thúy Kiều.*

Nếu ra đời sớm hơn, chúng tôi đã có thể đánh bạn với cụ Tú Xương, ngồi chiếu tổ tôm với nhau. "*Bực chẳng nhẽ anh hùng khi vị ngộ / Như lúc đen chơi cuộc tổ tôm*".

Bài chi cũng vậy, có ăn có thua. Lúc thiếu thời Nguyễn Công Trứ ham mê tổ tôm thuộc loại có cỡ. Có một lần ông thua đậm phải mang nợ. Chủ nợ là một cụ già tới đòi năm lần bảy lượt mà họ Nguyễn vẫn không có tiền trả. Cậu học trò đam mê cờ bạc lục tìm khắp mọi thứ trong nhà coi có chi đáng giá đem bán để trả nợ. Nhưng nhà anh học trò nghèo có chi đáng giá, túng thế Nguyễn Công Trứ làm một bài thơ khất nợ.

Thân "bát văn" tôi đã xác vờ.
Trong nhà còn biết "bán chi" giờ?
Của trời cũng muốn "không thang" bắc,
Lộc thánh còn mong "lục sách" chờ.
Thiên tử "nhất văn" rồi chẳng thiếu.
Nhân sinh "tam vạn" hãy còn thừa
Đã không "nhất sách" kêu chi nữa?
"Ông lão" tha cho cũng được nhờ!

Mỗi câu trong bài thơ đều có tên một quân bài trong bộ bài tổ tôm. Nội dung lại nói lên được cái nghèo kiết xác của một anh học trò không có tiền trả nợ. Ông lão chủ nợ cảm phục và bằng lòng cho khất nợ.

Bộ bài tổ tôm có 120 lá bài tất cả, cụ Nguyễn Công Trứ chỉ mới nêu ra được tên tám lá. Còn thiếu nhiều. Bài tổ tôm gồm ba hàng: Vạn, Văn và Sách. Mỗi hàng có 9 lá đánh số từ nhất tới cửu. Vạn, văn, sách được viết bằng chữ Nho. Để ai cũng có thể nhận ra nên ba chữ Nho này được ghi nhớ một cách chân phương: *Vạn vuông, Văn chéo, Sách loằng ngoằng.* Nhìn chữ Nho có hình vuông, chéo hay loằng ngoằng là biết quân bài thuộc hàng nào. Ngoài ba hàng trên, bài tổ tôm còn có hàng "Yêu" gồm ba loại: ông cụ, thang thang và chi chi.

Bài tổ tôm là thứ chỉ có người Việt chơi, vậy ghi lằng nhằng chữ Hán vào chi cho rắc rối. Dân Trung Hoa không biết tới tổ tôm. Dân Nhật cũng không biết tổ tôm là gì nhưng hình vẽ trên mỗi quân bài đều mang phong cách tranh mộc bản *mokuhan* của Nhật. Nói mà mắc cỡ, dân ta hình như có máu vay mượn. Vì sao nên nỗi đáng mắc cỡ như vậy? Vì… lười. Bộ bài tổ tôm được công ty A.Camoin & Cie của Pháp

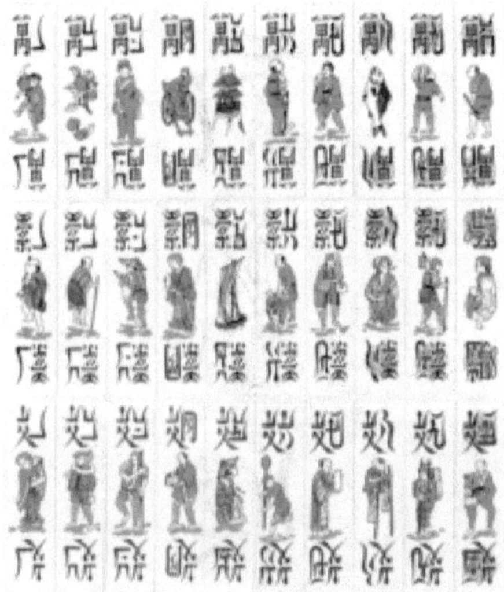

Một phần bộ bài tổ tôm.

in ra dưới thời Pháp thuộc. Có lẽ vì lười nên họ bê nguyên bộ tranh mộc bản của Nhật vào để khỏi phải thuê họa sĩ vẽ. Tất cả tranh trên bài tổ tôm đều có trang phục của người Nhật thời Edo, khoảng trước cuộc cải cách của Nhật Hoàng Minh Trị vào năm 1868. Trong 120 lá bài có tới 18 lá vẽ hình người đàn ông trong đó có 8 người chân quấn xà-cạp *kyahan*. Bốn hình phụ nữ và 4 hình trẻ em. Các hình khác đều là những hình thông dụng trong hội họa Nhật như: cá chép, trái đào, vọng lâu, tàu thuyền.

Cụ Tú Xương, cụ Nguyễn Công Trứ đã có thơ tổ tôm thì cụ Nguyễn Khuyến cũng phải có cho xứng đáng "làm trai".

Mở miệng nói ra gàn bát sách
Mềm môi chén mãi tít cung thang
Nghĩ mình lại gớm cho mình nhỉ
Thế cũng bia xanh cũng bảng vàng

Bát sách

"Bát sách" là tên lá bài thuộc hàng "sách" mang số 8. Nhưng tại sao lại gài thêm chữ "gàn" vào? Lá "bát sách" có hình vẽ một phụ nữ ngồi hút thuốc, mặt vênh lên coi đời như pha. Người xưa quan niệm phụ nữ hút thuốc lá là khó coi. Hút với dáng điệu nghênh ngang lại càng khó coi hơn nên người phụ nữ trong lá bài được coi như một người gàn dở. Hình ảnh gàn dở này đã được đồng hóa với "sự gàn dở" nên "gàn bát sách" trở thành một thành ngữ ở cửa miệng mọi người.

Gàn là cái tính khác người, đúng hơn là tự coi như trên chân người khác, luôn khăng khăng cho mình là đúng, không chịu nghe lời người khác. Họ thích lý sự, cãi chày cãi cối, nhất nhất chỉ làm theo ý mình, bất chấp lẽ thông thường. Ca dao mô tả: *"Anh chàng ấy thật lạ đời / Tính gàn bát sách chẳng người nào ưa".* Tôi đã có bài viết về Tuân Nguyễn, một trí thức sống với cộng sản ngoài Bắc, đi tù vì cái tính mà người ta cho là gàn. Sau năm 1975 vài năm, anh được đổi vào Nam dạy học tại trường cấp ba Thanh Đa. Khi đó tôi cũng đang dạy học tại đây và được biết anh. Trong bài viết về anh, tôi có ghi lại một tình huống gàn của anh: "Đừng mong Tuân Nguyễn có được những xử thế đời thường. Anh là người từ trên trời bước xuống trần gian, chưa nhả hết tính nhà trời. Sau 1975, vợ chồng anh dọn nhà vào Sài Gòn theo lời khuyên của bạn bè và học trò, anh bán căn phòng nhỏ bé ở Hà Nội. Căn phòng này anh mua trước đó khoảng chục năm với giá 600 đồng. Thời giá khi anh bán để vào Nam là khoảng từ 800 đồng đến 1.000 đồng. Vậy mà anh nhất định chỉ bán 600 đồng, bằng giá khi mua. Anh lý luận như thế này: "Mình mua của người ta 600, mình có quyền gì được bán lại một ngàn?". Người "gàn bát sách" là người cô đơn giữa mọi người. Ít ai muốn thân cận. Nhưng cái gàn của Tuân Nguyễn là cái gàn đáng yêu của người thật thà và ngơ ngáo giữa thói đời vốn vụ vào cái mà người ta cho là khôn ngoan.

Tổ tôm chỉ thịnh hành ngoài Bắc, dân Nam và Trung không biết tới lối chơi bài này. Tổ tôm phổ biến ở ngoài Bắc sinh ra một tục lệ. Họ bỏ cỗ bài tổ tôm vào quan tài người chết để bọn quân bài theo hầu hạ người trong quan tài. Nhưng trước khi bỏ cỗ bài vào quan tài, người ta phải loại lá bát sách ra vì sợ quân bát sách gàn dở, nói năng những điều càn rỡ làm người chết khó chịu. Trong bài viết "Nhũn Như Con Chi Chi", nhà văn Hoàng Hải Thủy viết: *"Hình như người Bắc chỉ cho những lá bài Tổ Tôm vào quan tài những người chết đàn ông. Khi ông thân tôi qua đời, bà mẹ tôi cho cỗ bài vào quan tài của ông, tôi hỏi để làm gì thế, bà mẹ tôi nói "Để bọn này chúng nó hầu ông cụ." Tôi không nói gì, tôi nghĩ thời gia đình tôi có nhiều người hầu nhất là những năm 1940 ở thị xã Hà Đông, những năm ấy ông thân tôi là thông phán Dinh Tổng Đốc, ông có nhà lầu, có xe tay nhà, thường thì trong nhà có hai người làm: một anh đàn ông vừa kéo xe đưa đón ông thân tôi đi làm, vừa gánh nước ở máy nước công cộng, vừa làm bếp nấu ăn, một vú già hay một chị sen đi chợ, giặt quần áo, phụ gánh nước. Nay ông thân tôi mất, cho những 119 quân bài theo hầu ông, ông lấy gì nuôi ăn đám hơn một trăm người hầu ấy?".*

"Gàn bát sách" là lá bài đi từ bàn tổ tôm ra thành một thành ngữ. Đó là thành ngữ phổ biến nhất. Người ta không nói gọn gàng "gàn" mà phải vần điệu "gàn bát sách". Tổ tôm không chỉ cung cấp cho thành ngữ tiếng Việt chữ "gàn bát sách" mà còn vài ba thành ngữ khác. "Lì không thang" là một thành ngữ khác ít phổ biến hơn. Lá "thang thang" trong bộ bài tổ tôm có hình một phụ nữ đang trâng tráo vạch vú cho con bú. Hành động này bị coi như lì lợm. Người mẹ cho con bú thường tìm chỗ khuất nẻo hoặc tìm cách che ngực chứ không vạch tí ra cho bàn dân thiên hạ chiêm ngưỡng. Chuyện này xưa cấm kỵ, nay cũng còn gây ra tranh cãi. Ngay tại Montreal hiện nay chuyện các bà mẹ cho con bú tại các *shopping center* còn có khi bị bảo vệ ngăn cản khiến gây ồn ào trên báo chí một thời gian. Thực ra khi cho con bú nơi công cộng, các bà mẹ đã che chắn cẩn thận để không lộ bình sữa trước con mắt của bá tánh. Tôi mới đọc được một bài báo về việc người mẹ cho con bú trên *metro*. *"Trước hành động của người mẹ, hầu hết hành khách đều bày tỏ sự thông cảm, nhưng có một số hành khách không thể chịu đựng được điều đó nên đã lên tiếng: "Tôi thấy phụ nữ không nên để ngực trần nơi công cộng. Điều này rất phản cảm!". Trước câu nói đó, bà mẹ trẻ đỏ mặt, chỉ biết xin lỗi về hành động của mình. Nhưng vị hành khách này càng nói gay gắt hơn: "Việc chị cho con bú nơi công cộng rất không văn minh và thiếu đứng đắn". Lúc này bà mẹ trẻ mới lên tiếng: "Nếu là mẹ của bạn trong hoàn cảnh như tôi, bà ấy cũng sẽ làm như vậy! Các bà mẹ có thể từ bỏ mọi thứ, kể cả sĩ diện của mình cho con!"*. Ngày nay, chuyện vạch vú cho con bú nơi công cộng còn *hot* như vậy, huống chi thời của các cụ Nguyễn Công Trứ, Nguyễn Khuyến.

Trong tác phẩm "Ngọc Kiều Lê" của Lý văn Phức, ra đời vào thế kỷ 19, tác giả đã dùng hai thành ngữ "gàn bát sách" và "lì không thang" để mô tả nhân vật Dĩnh Lang: *"Dĩnh Lang tên ấy ngu si / Tính gàn bát sách, mặt lì không thang"*.

Chúng ta thường nói "đểu cáng" để chỉ những người

Cửu vạn.

sống không đạo đức, lừa lọc người khác. Truy từ nguyên của hai chữ này có thể làm chúng ta ngạc nhiên. "Đểu" có nghĩa là người gánh thuê. "Cáng" là loại võng có mui che, mắc vào hai đòn do hai người khiêng. Ngày xưa "đểu cáng" có nghĩa là người phu khiêng cáng. Tại sao từ một chữ hiền lành, "đểu cáng" biến thành nghĩa dữ dội như vậy? Có thuyết cho rằng những người phu khiêng cáng ít học, thường giành khách, ăn chia không đều, dẫn đến tình trạng đánh nhau, chửi nhau, lừa nhau khiến "đểu cáng", theo "Giúp Đọc Nôm và Hán Việt" của Trần văn Kiệm, có nghĩa là "bọn vô lại". Ngày nay "đểu cáng" được hiểu là "gian dối, phản phúc, lừa lọc". "Đểu cáng" mất hoàn toàn ý nghĩa ban đầu và ngày nay cũng chẳng còn cái nghề khiêng cáng. Chỉ còn những người khiêng vác mướn mà ngoài Bắc gọi là "cửu vạn". Tại sao gọi là "cửu vạn", cứ nhìn vào quân bài "cửu vạn" trong cỗ bài tổ tôm khắc biết. Quân bài "cửu vạn" có hình một anh chàng có dáng khỏe mạnh vác trên vai một thùng đồ. Hai chân như lên gân cốt chứng tỏ thùng đồ khá nặng. Khiêng vác mướn là nghề được coi là mạt hạng trong xã hội. Không có tài cán chi, không cần tay nghề, chỉ mang sức ra khuân vác thuê kiếm chút tiền công thường là rẻ mạt. Hạng người mà ca dao rẻ rúng: *Vai u, thịt bắp, mồ hôi dầu / Lông nách một nạm, chè Tàu một hơi.*

Chi chi.

Từ lá bài tổ tôm đi vào thành ngữ còn có câu "nhũn như con chi chi". Bộ bài tổ tôm ngoài ba hàng văn, vạn và sách còn có hàng "yêu" gồm các lá bài ông cụ, thang thang và chi chi. Con chi chi giá trị vào hạng bét trong bộ bài, quân nào cũng có thể đè được nên…nhũn như con chi chi. Nhũn đây là nhũn nhặn chứ không phải mềm nhũn.

Nhưng nhiều người không chịu nghĩa "nhũn nhặn". Họ cho nhũn như con chi chi là mềm nhũn. Có hai giả thuyết để biện minh cho sự mềm nhũn này. Thứ nhất, đó là tên một loài cá có tên là chi chi. Chi chi là một loài cá nhỏ, thân mềm yếu. Khi bị vớt lên khỏi mặt nước, chỉ một lát sau, thân cá sẽ nhũn nát. Trên thực tế, người ta chưa bao giờ thấy loài cá này. Giả thuyết này coi như viển vông.

Cái hiển hiện trong thực tế để người ta vin vào đó mà giải thích thành ngữ "nhũn như con chi chi" là bộ phận sinh dục của người đàn ông khi ỉu xìu. Bộ phận sinh dục là một thứ bị coi là tục tĩu, không muốn nhắc tới nên các cụ nói tránh ra là "con chi chi". Hiểu như vậy thì thành ngữ "nhũn như con chi chi" dùng để chỉ một người khiếp sợ, mềm yếu đến nhún nhường giống như là "cái chi chi" trong trạng thái chẳng vẻ vang chi!

Đang nói chuyện ảnh hưởng của tổ tôm vào thành ngữ của người Việt, dĩ nhiên tôi không khoái hai lối giải thích bá láp mang loài cá và loài...phải gió vào đây. Như đã thú nhận ở trên, tôi không biết đánh tổ tôm và cũng chẳng muốn "làm trai" như các cụ Tú Xương, Nguyễn Khuyến, Nguyễn Công Trứ. Theo chân các cụ chơi tổ tôm mệt lắm. Mỗi khi đánh một quân bài, các cụ thường lẩy Kiều. Tỷ như khi đánh ra quân ngũ sách có hình một chiếc thuyền buồm thì ngâm: "*Thuyền tình vừa ghé tới nơi / Thì đà trâm gãy bình rơi mất rồi*". Hoặc đánh ra quân nhị vạn có hình cành đào lại ngâm: *"Dấn thân đến bước lạc loài / Nhị đào thà bẻ cho người tình chung"*.Khó khăn như vậy giới bình dân ít thơ thẩn đâu khạm nổi. Thôi thì để các cụ văn hay chữ tốt chơi tổ tôm, chúng tôi dân bầu dục chấm mắm cáy chơi theo kiểu ăn theo tổ tôm. Đó là chơi bài chắn cạ.

Đánh chắn cũng dùng bộ bài tổ tôm. Cách đánh giản dị hơn tổ tôm. Dân miền Bắc rất quen thuộc với trò đánh chắn. Ngày giỗ, ngày tết, khi họ hàng tụ tập nhau lại thế nào cũng có bàn chắn. Mỗi bàn chắn gồm 5 tay chơi. Nhiều khi phải gầy tới ba bốn bàn mới đủ chỗ cho mọi người.

Gia đình tôi không bài bạc chi trong những ngày tết hay giỗ chạp. Cho tới khi được...giải phóng. Khi tôi đi tù về thấy ông bà cụ cùng mấy ông chú bà cô gầy bàn chắn tại nhà, tôi rất ngạc nhiên. Sao các cụ bỗng đổi tính như vậy? Cuộc đổi đời làm con người chán nản, tìm mọi cách để tiêu hao thời gian, khỏi phải nghĩ ngợi cho đau cái đầu.

Hai thành viên cuối cùng còn sống của bàn chắn quên đời tại nhà tôi là ông chú và bà cô út của tôi, nay định cư tại San Jose. Khi hai ông bà mấp mé tuổi trăm, họ vẫn đánh chắn tay đôi. Ông chú tôi đã ra đi hai năm trước. Bà cô tôi mới theo chân ông. Vậy là tất cả thành viên của bàn chắn quên đời tại nhà tôi trước đây đã bỏ cõi đời này. Bàn chắn xưa không có hậu duệ. Như tổ tôm, chắn cũng lặng lẽ đi vào quên lãng, ít nhất là đối với bàn chắn bất đắc dĩ vì thời thế tại nhà tôi một thời năm xưa. Thời chẳng ai muốn nhớ!

11/2023

GPS

Năm 1985 tôi qua định cư tại Montreal. Chỉ một năm sau, tôi đã bắt một chiếc Reliant K mới toang làm chân chạy. Tưởng mình đã nhanh chân nhưng ông Luân Hoán, qua Montreal trước tôi có mấy tháng, tuy chỉ còn một chân chính và một chân phụ, còn nhanh chân hơn. Một bữa đẹp trời ông lái chiếc Corolla mới tinh tới nhà tôi hỏi: "Anh mua xe chưa?". Câu hỏi không chờ đợi cái gật đầu của tôi nhưng tôi mạnh mẽ gật đầu. Không biết bữa đó tôi có làm ông hụt niềm vui cán đích trước không.

Kể từ ngày đó, chúng tôi lái xe đường dài đi lung tung. Xa lộ êm ru bà rù dắt chúng tôi đi xa dần. Hết thành phố này tới thành phố khác. Hết Canada tới Mỹ. Cuộc đời tưởng chẳng còn chi vui thú hơn. Ngày đó, mỗi lần đi xa, chúng tôi phải cụ bị đủ thứ bản đồ, chăm chú theo dõi, chỉ sợ bị lạc. Tôi còn nhớ mỗi chuyến đi xa phải liên lạc với CAA *(Canadian Automobile Association)* hỗ trợ bản đồ. Phôn cho họ biết lộ trình, họ sẽ cung cấp một cuốn bản đồ làm riêng cho lộ trình để cứ theo đó mà đi. Ôm cuốn bản đồ này, bảo đảm xe đi tới nơi về tới chốn. Tới thành phố muốn đến phải vào cây xăng mua bản đồ của thành phố. Lích kích lắm. Trên xe lúc nào cũng đầy loại bản đồ gài vào ngăn bên cửa xe phía tài xế. Lạc là phải chong mắt dò lại.

Phải chục năm sau khi chúng tôi có xe, năm 1995, GPS mới được dùng cho xe hơi. Muốn dùng GPS phải mua một chiếc máy bắt sóng. Hai hiệu máy thông dụng là Garmin và Tomtom. Vì là trò chơi mới nên thoạt đầu máy bán đắt như tôm tươi, giá cả nặng chình chịch. Có nhiều ông thích thì quá thích nhưng ngại chi tiền nên sau khi được mấy anh bán hàng tận tình giới thiệu đã giả lả: "Chắc tôi chưa cần gấp vì tôi có chiếc máy này sẵn bên rồi". Ý ông nói tới bà vợ ngồi bên ghế hành khách, người hay vẽ đường cho xe chạy tuy đường vẽ ra chưa chắc đã là đường của xe.

Không biết ông khách kỹ tính này có nhẫn nại được tới ngày chiếc điện thoại thông minh ra đời không. Đây là "tên sát nhân" thời *internet*. Nó giết chết tươi máy chụp hình và các anh Garmin lẫn Tomtom. GPS nằm ngay trong điện thoại cầm tay. Tiện lợi vô cùng. Lên xe có sẵn cô đầm ngồi bên thỏ thẻ: "Anh quẹo trái nhé!", "Cứ chạy thẳng đi anh", "Tới *exit* chàng ra nghe!". Thực ra đầm chỉ nói tiếng…đầm. Tôi dịch ra cho có vẻ õng ẹo chứ mấy nàng này nghiêm trang lắm, đừng mơ tưởng hão huyền. Mấy cô nàng rành đường trên khắp hành tinh như một con ma xó, chỉ đâu ra đó, tính tình lại rất dễ thương. Nếu bạn sơ ý không nghe theo lời chỉ bảo vàng ngọc của nàng, nàng cũng không trách cứ chi, chỉ vùng vẳng đổi bản đồ trên điện thoại đến chóng mặt để kịp thời vẽ đường khác. Nhìn bản đồ xáo trộn lung tung như xáo bài trên chiếu bạc, lòng cũng mọc ra chút hối hận. Mấy cô đầm ngoan hiền này phải biết ơn cha đẻ của GPS. Nhờ ông này mà các cô có *job*.

Cha đẻ của GPS là Max Maria Von Weber, một kỹ sư người Đức, sanh năm 1822 và mất năm 1881. Ông phải vắt óc chỉnh sửa nhiều lần mới cho ra đời được thiết bị GPS thô sơ vào năm 1835. GPS đầu tiên này kém chính xác và chỉ áp dụng cho xe lửa. Từ năm 1902 tới 1920, các nhà thiết kế mới dần dần chỉnh sửa. Từ năm 1973 Bộ Quốc Phòng Mỹ đã phát triển và dùng vào mục đích quân sự.

Hệ thống GPS là một mạng lưới bao gồm 27 vệ tinh quay quanh trái đất. Trong 27 vệ tinh này có 24 vệ tinh hoạt động và 3 vệ tinh dự phòng có thể thay thế ngay khi một trong 24 vệ tinh kia bị trục trặc. Các vệ tinh được bố trí để từ bất cứ một vị trí nào trên trái đất cũng có thể nhìn được ít nhất là bốn vệ tinh trên bầu trời ở bất cứ thời điểm nào. Hệ thống GPS giúp người dùng có thể tìm kiếm được các vị trí cần tìm trên trái đất một cách dễ dàng.

Ngày 5/1/1983, một máy bay của hãng Hàng Không Nam Hàn Korean Air Lines đi lạc vào không phận Liên Xô, bị máy bay chiến đấu Su-15 của Liên Xô bắn hạ gần đảo Moneron, phía tây đảo Sakhalin thuộc biển Nhật Bản, làm chết toàn bộ 269 hành khách trong đó có Thượng Nghị Sĩ Hoa Kỳ Lawrence McDonald. Phi công của chiếc máy bay chiến đấu của Liên Sô là Thiếu Tá Gennadi Osipovich. Tổng Thống Reagan lập tức cho phép dùng GPS trong mục đích dân sự để tránh những trường hợp máy bay bay lạc tương tự. Nhưng lo ngại vấn đề an ninh nên khi cho bên dân sự dùng GPS, chính phủ Mỹ đã cố ý làm giảm độ chính xác khiến sự an toàn của hàng không dân sự không được bảo đảm. Tình trạng này chỉ chấm dứt khi Tổng Thống Bill Clinton ký chỉ thị vào ngày 1/5/2000 giúp cho hệ thống GPS dân sự có độ chính xác tương tự như dùng cho quân sự. GPS chỉ được dùng cho xe hơi vào năm 1995. Loại xe đầu tiên dùng GPS là xe Oldsmobile của Mỹ.

Vệ tinh trên trời chỉ cung cấp tín hiệu, muốn nhận được tín hiệu phải có máy tiếp thu GPS. Máy này là công trình của bốn kỹ sư trong đó có một người Việt Nam. Đó là Tiến Sĩ Lữ Phúc Bá. Ông là sĩ quan đầu tiên của Việt Nam Cộng Hòa đi tu nghiệp đậu bằng Tiến sĩ Truyền Thông của Hoa Kỳ. Trở về nước, ông được bổ làm Giám Đốc Cơ Quan Quản Trị Truyền Thông có nhiệm vụ tiếp thu và tái phối trí các đài trong hệ thống viễn liên của Mỹ (ICS) trong kế hoạch Việt Nam hóa chiến tranh. Cơ quan này sau đó đổi tên thành Trung Tâm Điều Hành Viễn Liên trực thuộc Phòng 6 bộ Tổng Tham Mưu có trách nhiệm bảo đảm và duy trì liên lạc viễn liên trên toàn cõi Việt Nam cho cả quân đội lẫn dân sự. Sau khi tan hàng, ông Bá bị nhốt vào trại tù cải tạo một thời gian. Khi được thả, ông vượt biên. Chỉ hai tuần sau khi đặt chân tới Mỹ ông được nhận vào làm việc tại cơ quan NASA ở Houston. Facebooker Vỹ Hoàng kể lại: "Tôi là người phục vụ trực tiếp dưới quyền ông và đã gặp lại ông ở tại Houston năm 2010. Ông đưa cho tôi coi một số các Tưởng Lục *(Awards)* về những công trình nghiên cứu khoa học của ông. Có thể nói Tiến Sĩ Lữ Bá Phúc là một trong những nhân tài Việt không được quyền nổi danh vì những công việc ông làm liên quan tới những bí mật quốc phòng. GPS là một trong những chương trình nghiên cứu phát triển cho quốc phòng mà ông tham gia, và phải 10 năm sau, máy này mới được phép đưa ra cho dân sự dùng".

Nói chuyện phát ra và tiếp nhận nghe ra giản dị nhưng từ trên trời xuống dưới đất, GPS phải có những công đoạn phức tạp. Các vệ tinh GPS bay mỗi ngày hai vòng quanh trái đất theo một quỹ đạo đã được tính toán chính xác nhất và liên tục gửi tín hiệu xuống. Các máy GPS chúng ta dùng sẽ giải mã bằng những phép tính lượng giác để tìm được vị trí muốn tìm. Các cô đầm thân thiết trong xe của chúng ta có thể dẫn chúng ta đi theo các đoạn đường ngắn nhất để tới mục tiêu. Các nàng cũng tùy theo tình trạng kẹt xe trên đường để dẫn chúng ta dùng các đường thay thế ít kẹt xe hơn. Nếu chúng ta không muốn trả tiền *toll*, các nàng cũng sẽ đưa chúng ta dùng đường khác không phải móc túi chi địa. GPS rất chính xác, nếu có sai lệch cũng chỉ khoảng 5 thước. Với các đoạn đường bị che chắn bởi các chướng ngại như nhà cao tầng hay các vật cản thì sai số này có thể cao hơn. Nếu chúng ta yên tâm nghe lời các nàng, chúng ta sẽ đi tới nơi về tới chốn một cách nhanh nhất và an toàn nhất. Nhưng tại sao chúng ta vẫn nghe nhiều lời dèm pha là GPS dẫn chúng ta sai chỗ hoặc đưa vào đường cụt?

Tôi thường dùng Google Map mỗi khi leo lên xe. Chắc phần đông chúng ta cũng vậy. Cho tới nay tôi vẫn chưa gặp trục trặc nào với các cô nàng dẫn đường. Nhưng có nhiều người không được suông sẻ như tôi. Thông thường chỉ gặp những trục trặc nho nhỏ nhưng cũng có người xui tận mạng tới mất mạng.

Chú rể đi lộn địa chỉ tại Indonesia vác đồ sính lễ ra về.

Chuyện trục trặc nho nhỏ nhưng vui vui là chuyện một đám cưới tại Indonesia vào tháng 4 năm 2021 vừa qua. Nhà trai tới làng Losari ở miền trung Java để rước dâu. Thay vì đưa đến đúng chỗ của nhà gái, Google dắt họ tới làng Jengkol, cách làng Losari không xa. Tại làng Jenkol bữa đó cũng có một đám cưới nhưng bên đàng trai tới muộn vì phải dừng đoàn xe để tìm nhà vệ sinh cho mọi người nhẹ bụng trước khi tới nhà gái. Đoàn nhà trai đi lạc tới trước và được đón tiếp niềm nở. Cô dâu Maria Ulfa đang ngồi trang điểm trong phòng. Có lẽ chỉ có cô dâu biết mặt chú rể nên không ai nhận ra sự nhầm lẫn tai hại này. Họ tiếp tục tiến hành mọi thủ tục xin dâu và trao lễ vật. Tới khi cô dâu được đưa ra trình diện mới tá hỏa. Cô thấy chú rể không phải là người mà cô đang chờ. Biết có sự nhầm lẫn, gia đình nhà gái giúp đỡ tìm ra địa chỉ họ nhà trai hụt muốn tới. Vậy là vui vẻ cả làng. Lỗi không phải tại anh GPS!

Nhiều người vội vã lụp chụp khi sử dụng GPS. GPS chỉ đường cho bốn loại di chuyển: người đi bộ, người dùng phương tiện công cộng, người dùng xe máy hoặc người lái xe hơi. Họ dùng hình vẽ chứ không dùng chữ nên nhiều người sơ ý bỏ qua không bấm vào hình thích hợp trước. Vậy mới nên nỗi. Tháng 2/2019 anh chàng người Indonesia tên Agus Tri Pamungkas muốn đi từ Banyuwangi tới làng Singakerta. Anh lái xe hơi nhưng vô ý chọn chỉ dẫn dành cho người đi xe máy. Tới một chiếc cầu nhỏ anh thấy nguy hiểm muốn ô-rờ-lui nhưng con đường dẫn tới cầu quá hẹp không quay đầu xe lại được. Anh nhắm mắt đi tiếp tới một con đường dốc gập ghềnh và mất kiểm soát được xe khi leo dốc nên rơi xuống con sông phía dưới. May nhờ dân làng ra giúp nên anh được cứu thoát. Lỗi do sơ ý của người sử dụng chứ không phải GPS.

Tháng 5/2022, một gia đình đã dùng GPS để tới du lịch tại thành phố Alappuzha, tỉnh bang Kerala, Ấn Độ. Khi tới khu vực của làng Kuruppanthara Kadavu, chiếc xe Toyota Fortuner tiếp tục chạy theo một con đường mòn dẫn tới một con sông chắn ngang. Dân làng la lên để ngăn chiếc xe nhưng những người trên xe không nghe thấy. Khi tới con sông chắn ngang, chiếc xe lao xuống nước. May mắn là mọi người trong xe đã thoát ra kịp trước khi chiếc xe bị chìm. Sau đó dân làng đã hợp sức cố kéo chiếc xe lên nhưng không được. Cuối cùng gia đình phải thuê một chiếc xe cẩu kéo chiếc Fortuner lên. Bản tin không rõ ràng nên không biết lỗi có phải của GPS không.

Có thể tại các quốc gia không được cập nhật tình hình đường xá thường xuyên như Ấn Độ, GPS chịu chết dẫn tới

Chiếc Toyota Fortuner lao xuống sông vì đi theo hướng dẫn của Google Maps (Hình: Cartoq).

những tai nạn, có khi chết người. Anh Satis Ghule, 34 tuổi, tới thành phố Akole, Ấn Độ. Anh đang dùng GPS để lái xe trong đêm khuya. Tới một khúc đường, xe của anh lọt xuống sông khiến anh tử vong. Theo biên bản điều tra của cảnh sát, GPS đã hướng dẫn anh lái xe qua một cây cầu nhưng trên thực tế cây cầu này đã bị chìm xuống sông từ bốn tháng trước do chính quyền địa phương xả đập nước. GPS không được cập nhật tình trạng này nên không biết cây cầu đã không còn sử dụng được nữa.

Chuyện tưởng chỉ có thể xảy ra ở Ấn Độ nhưng cũng đã xảy ra ngay tại Mỹ. Ngày 30/9/2022, anh Philip Paxson, 47 tuổi, dùng GPS lái xe vận tải từ Hickory, tiểu bang North Carolina, trở về nhà. Xe leo lên một cây cầu đã bị sập một phần từ 10 năm trước khiến xe rớt xuống sông. Anh bị kẹt chết đuối trong xe. Không hề có rào chắn hay biển cảnh báo nào trên con đường dẫn tới cầu. Mẹ vợ anh viết trên Facebook: "Đó là một đêm mưa tối trời, con rể tôi đang đi theo chỉ dẫn GPS của Google Map dẫn đến một cây cầu bắc qua con lạch đã bị sập. Đó là một tai nạn hoàn toàn có thể phòng ngừa được. Chúng tôi cảm thấy rất đau buồn trước sự ra đi của con rể tôi". Gia đình đã kiện Google Map và một số công ty sở hữu khu đất xảy ra tai nạn. Phát ngôn nhân của Google lên tiếng: "Chúng tôi bày tỏ cảm thông sâu sắc tới gia đình Paxson. Mục tiêu của chúng tôi là mang lại sự chính xác trong Google Maps, chúng tôi sẽ xem xét lại vụ này". Dân chúng cư ngụ gần cây cầu này đã báo cho Google Maps để cập nhật hóa tình trạng cầu từ năm 2020 nhưng Google phớt lờ không trả lời trả vốn chi. Anh Philip Paxson có hai cô con

Hiện trường vụ tai nạn Philip Paxson tử vong sau khi ô tô lao xuống cây cầu bị sập.

gái, vợ anh cho biết: "Các con gái của chúng tôi vẫn hỏi tại sao bố lại qua đời. Tôi không biết giải thích thế nào để chúng hiểu. Tôi vẫn không thể hiểu được tại sao những người chịu trách nhiệm về cây cầu và Google Maps lại có thể thờ ơ không quan tâm đến mạng sống con người như vậy".

Google bị chê ỏng chê eo khi dẫn người ta vào chỗ chết.

Nhưng cứ tưởng tượng ngày nay lái xe mà không có GPS. Coi bộ không được. Chúng ta đã quen ôm theo em đầm vào xe mỗi khi lái xe. Mấy ông bạn tôi đều đồng ý với tôi như vậy. Không có em lấy ai đưa anh vững tâm đi ta bà thế giới. Đường xá thế giới ngày nay như mắc cửi mấy ai rành rẽ. Có chăng chỉ có người nhà trời. Mấy cô đầm này là người nhà trời thiệt. Mấy cô từ trên vệ tinh tuốt trên trời cao nhìn xuống nhân thế, bảo ban cho mọi người luồn lách một cách khôn ngoan trong cái thiên la địa võng của trái đất. Như những thiên thần bản mệnh. Thì đích thị là các thiên thần bản mệnh chứ còn chi nữa!

01/2024

GRAFFITI

Graffiti là thứ đập vào mắt mọi người mỗi khi ra đường. Đó là những bức vẽ trên tường, trên thành cầu, trong đường hầm *metro*, trên các biển giao thông công cộng và nhiều thứ khác trên đường phố. Nó có đó, có nhiều là đằng khác, khiến người ta không có cảm tình với chúng. Tôi cũng như mọi người, không thích chúng một tí xíu nào, coi đó như những thứ đáng ghét, làm vướng mắt. Nhưng bá nhân bá tính, graffiti cũng có người thích, coi như một nghệ thuật đường phố. Ừ thì cũng có vài bức graffiti khá vui mắt, nhìn vào thấy cũng có mỹ thuật. Nhưng dù vậy hầu như mọi người vẫn coi đây như một thứ phá hoại trật tự công cộng. Nhưng bên cạnh đó cũng có người cho graffiti làm đường phố bớt nhàm chán hơn. Có một lằn ranh giữa yêu ghét graffiti. Tại thành phố Montreal chúng tôi có một người đứng giữa lằn ranh này. Đó là ông Sterling Downey.

Ông Sterling Downey vừa là nghị viên khu Verdun từ 10

năm qua, vừa là một nghệ sĩ, nhà báo, nhạc sĩ, vừa là một tay trượt ván và vẽ graffiti. Ông đứng chàng hảng, một chân bên này, một chân bên kia. Ông nghĩ sao về graffiti? Có người cho rằng graffiti là một hình thức nghệ thuật cho không biếu không nhưng cũng có người thấy đây là thứ làm đau mắt. Chẳng những các nghệ sĩ đường phố này vẽ trên tường, trên cửa của các tiệm buôn, trong các trạm chờ xe buýt mà còn vẽ cả trên các bảng chỉ đường, các cột nước cứu hỏa. Ông vừa nghệ sĩ vừa làm quan này nói: "Chúng ta dùng chữ "nghệ thuật đường phố" nhưng chữ "nghệ thuật" chỉ đúng trong phạm vi của định nghĩa này thôi. Nhưng khi chúng ta nói graffiti thì đó là một hành vi phun sơn trên tường và không có phạm vi khác. Nếu chúng ta trộn lẫn graffiti với phá hoại, chúng ta có một phạm vi khác: vẽ trái phép hoặc phá hoại một cái gì. "Nghệ thuật đường phố" là cụm từ chỉ mới xuất hiện vào đầu thế kỷ 21. Trước đó người ta dùng chữ graffiti, một chữ dính liền với ý niệm phá hoại. Ngay các nghệ sĩ cũng không được phép muốn vẽ ở đâu thì vẽ. Họ vẫn phải được cho phép dù đó là tài sản của tư nhân hay của chính phủ. Trong cương vị của tôi không có chi là khó nghĩ. Ngay cả khi tôi không phải là một viên chức dân cử, ngay cả khi tôi chỉ là một công dân, tôi vẫn biết có luật lệ không cho vẽ hay viết bậy bạ tại nơi không được phép. Một sở hữu chủ tư nhân có thể kiện bạn vì tội phá hoại. Đối với tài sản của chính phủ cũng vậy. Bạn có thể bị bắt giữ nhưng nếu bạn có quyền, bạn có bỏ tù một người chỉ vì họ vẽ nguệch ngoạc trên tường?".

Chữ graffiti có nguồn gốc từ chữ "graphein" trong tiếng

Nghị viên nghệ sĩ Sterling Downey.

Hy Lạp, có nghĩa là "viết". Sau này nó trở thành chữ "graffito" trong tiếng La Tinh có nghĩa là "hình vẽ trên tường". Việt Nam gọi loại tranh vẽ trên tường này là "tranh phun sơn", nghe ra không được đúng lắm. Đúng là họ thường vẽ bằng cách phun sơn trong bình xịt nhưng cũng có những tranh được vẽ trước tại nhà và cắt thành khoảng trống để xịt sơn vào hoặc phóng hình vẽ có sẵn lên tường để đồ theo. Người ta cho rằng loại văn hóa graffiti ra đời vào những năm 1970 tại New York. Hồi đó có một bác đưa thư đi bỏ thư từ con phố này qua con phố khác và tẩn mẩn đánh dấu bằng cách viết tên mình lên các bức tường. Giới trẻ ham nghịch ngợm đã bắt chước và đa dạng hóa dần dần, từ chữ viết lên thành tranh vẽ. Lúc đầu có thể là tranh vẽ tùy hứng nhưng dần dần có những chủ đề.

Họ có nhiều loại chủ đề. Trước hết là tôn giáo và tâm linh. Các nghệ sĩ sử dụng hình ảnh của các vị thần, các biểu tượng tôn giáo và tâm linh để thể hiện quan điểm của họ về tôn giáo và đạo đức. Sau đó là quan điểm chính trị và xã hội. Loại tranh này được tận dụng để bày tỏ quan điểm chính trị nhất là khi quốc gia có những biến cố, nhất là các cuộc đảo chánh. Họ cũng dùng tranh để tranh đấu cho quyền lợi xã hội, nhất là cho tầng lớp thấp cổ bé miệng. Môi trường đang là một vấn đề cấp thiết cho nhân loại nên tranh graffiti không thể bỏ qua được. Họ thường vẽ những cảnh quan thanh bình, không ô nhiễm hay những hình ảnh các loài động vật sinh sống trong một môi trường sạch sẽ. Đó là những chủ đề nặng kí. Thông thường hơn họ chú ý tới những gì gần gũi với cuộc sống tự do của họ như âm nhạc với những cây đàn khi thì vẽ chân phương khi thì vẽ cách điệu. Hình ảnh vui tươi của những nhạc sĩ đường phố tạo ra sức sống cho xã hội. Cuối cùng, họ không bao giờ quên một chủ đề thân thiết với họ là tình yêu, một thứ tình yêu thăng hoa, xóa bỏ hận thù hoặc tình yêu cá nhân trong một xã hội chỉ có tiếng đàn câu ca. Dĩ nhiên có rất nhiều hình ảnh cũng như chữ viết cách điệu đánh dấu tình yêu đôi lứa đẹp như những hình ảnh chim chóc ca hát hay những chùm hoa muôn màu muôn sắc.

Dù vẽ theo chủ đề nào, mỗi lần nhìn thấy một tấm graffiti mắt tôi vẫn cứ rối mù. Tôi vẫn chưa thưởng thức được nét nghệ thuật ẩn tàng trong tranh. Có lẽ khiếu thưởng thức của tôi còn kém. Năm 2016, Đại học Warwick ở Anh đã thực hiện một cuộc nghiên cứu tham khảo các hình ảnh trên Flickr về nghệ thuật đường phố và giá trị tài sản ở thủ đô London. Kết quả cho thấy "giá bất động sản cao hơn khi trên tường có nhiều hình ảnh graffiti"! Vậy là tôi bị bỏ rơi cái độp.

Một tranh graffiti của Pose và Revok trên tường của một tòa nhà tại Houston.

Lại nữa! Hình graffiti ăn khách đến nỗi đã bị các công ty thương mại chôm về làm quảng cáo mà lơ là chuyện bản quyền. Cái thứ vắt vẻo đầu đường xó chợ là thứ bất hợp pháp, bản quyền cái nỗi chi. Luật sư Jeff Gluck ở Los Angeles không nghĩ như vậy. Kể từ khi thành lập một tổ hợp luật sư vào năm 2016, ông đã đại diện nhiều nghệ sĩ graffiti đạt được thỏa thuận hoặc đâm đơn kiện các công ty lớn như Mercedes-Benz hay H&M. Ông nói: "Khi tôi khởi đầu làm việc với các nghệ sĩ, tôi mới nhận thấy họ đã thường xuyên bị áp bức. Những đại công ty đã tự tiện dùng tranh của họ. Những nghệ sĩ này không có một luật sư nào giúp đỡ họ". Ông cho biết thêm những tác phẩm của họ không hoàn toàn được phép, không rõ ràng về mặt bản quyền nên các ông lớn trong thương trường đã lợi dụng khoảng mù mờ này để bóc lột họ. Tranh được trưng bày trong các phòng triển lãm chứng minh được tác giả, tranh trên các bức tường hầu như của chùa, chẳng ai chứng minh được bản quyền rõ ràng. Nhưng các nghệ sĩ đường phố được các dân trên mạng ủng hộ làm áp lực với các công ty thương mại. Điển hình là vào năm 2018, tổ hợp luật của Jeff Gluck đã gửi một thư cho công ty H&M cho biết họ đại diện nghệ sĩ Jason Williams, nghệ danh Revok, trình bày việc H&M đã dùng một bức tranh graffiti trên một bức tường tại Williamsburg, quận Brooklyn, New York, trong một quảng cáo thương mại. Bên H&M phản ứng lại là họ đã liên lạc với Phòng Công Viên và Giải Trí New York để tìm tác giả bức tranh và xin phép sử dụng nhưng được trả lời đó là tranh được vẽ bất hợp pháp trên tường. H&M kiện lên tòa án Liên Bang xin phán quyết nghệ sĩ Revok không có quyền được bảo vệ tác quyền vì bức tranh vẽ trên tường không được phép của thành phố. Lập tức các nghệ sĩ phản ứng trên các trang mạng yêu cầu công chúng tẩy chay H&M. Cuối cùng H&M chịu thua. Nhưng họ không trực tiếp trả tiền tác quyền cho nghệ sĩ Revok mà tặng số tiền đó cho các cơ quan từ thiện do Revok chọn lựa. Nghệ sĩ Revok nói với hãng Artnet News: "Jeff đã giúp chúng tôi rất nhiều. Chúng tôi đã có thể chuyển một tình huống bất lợi thành một kết quả tích cực".

Người ta vẫn quan niệm graffiti là thứ đầu đường xó chợ, không cha không mẹ. Phần lớn là như vậy. Nhưng cũng có những nghệ sĩ vẽ graffiti được người đời biết tiếng, tạo nên những tác phẩm có tác giả đàng hoàng. Người dân Montreal

Tranh chân dung Leonard Cohen tại downtown Montreal.

chúng tôi hãnh diện khi các du khách tới thành phố đều hít hà trước bức tranh khổng lồ vẽ chân dung nhà văn hóa nổi tiếng của thành phố Leonard Cohen. Bức vẽ to tổ chảng trên tường của một tòa buiding cao 21 tầng rộng tới 10 ngàn feet vuông là tác phẩm của một nghệ sĩ đường phố dân Montreal chúng tôi, họa sĩ Gene Pendon, với sự cộng tác của họa sĩ đường phố lừng danh thế giới người Mỹ El Mac. Hai người được sự trợ giúp của 2 nghệ sĩ đường phố khác và 13 nghệ sĩ phụ vẽ. Họ đã dùng tới 240 thùng sơn và hàng ngàn giờ công để hoàn thành bức tranh vĩ đại này. Leonard Cohen là ai mà được thành phố Montreal chính thức cho vẽ một bức tranh tường có kích thước kinh khủng như vậy? Ông là một nhạc sĩ, ca sĩ, thi sĩ, văn sĩ dân Montreal gốc Do Thái, sanh năm 1934, mất năm 2016. Tên tuổi ông đã được quốc tế biết tới và ngưỡng mộ.

Người ta không biết chính xác con số các nghệ sĩ đường phố. Biết sao được khi phần lớn không ký tên trên tranh graffiti. Nhưng bằng vào con số tranh graffiti nhan nhản khắp phố phường, chắc chắn họ là một tập thể rất đông. Trong số đó, những người có tên tuổi như Gene Pendon và El Mac cũng không ít. Tôi rất thú vị khi tìm ra được một tên tuổi người Việt trong số các nghệ sĩ danh tiếng vang lừng thế giới. Đúng hơn chỉ là một nửa người Việt. Đó là Cyril Kongo, tên thật là Cyril Phan, có cha Việt mẹ Pháp. Sanh năm 1969 tại Toulouse, Pháp, anh bỏ nhà lang thang vẽ vời trên đường phố từ năm 18 tuổi. Dĩ nhiên bố mẹ anh không hài lòng khi có đứa con sớm lêu lổng như vậy. Anh nhớ lại: "Mẹ tôi giận lắm, không nói chuyện với tôi mấy tháng trời. Lúc đó, tôi chỉ nghĩ đôi khi phải gạt bỏ ước mơ của người khác áp đặt lên mình. Có những kỳ vọng mọi người nghĩ là tốt, nhưng chỉ bản thân mới hiểu được mình có hạnh phúc hay không. Ngày trước, để quyết định như vậy cũng không dễ dàng gì. Tôi phải chứng tỏ rất nhiều với bố mẹ rằng con có thể đi theo ước mơ của mình mà vẫn sống hạnh phúc. Định nghĩa hạnh phúc của mỗi người là rất khác nhau. Với tôi, hạnh phúc không phải là tiền bạc. Tiền có thể mua được xe, nhà, nhưng không mua được hạnh phúc. Giờ nghĩ lại, tôi rất thấu hiểu nỗi lòng của bố mẹ. Vì giờ tôi cũng là cha, cũng không muốn con cái đi sai đường. Tôi đang cố gắng cân bằng, để con được đi theo lựa chọn mà con thấy hạnh phúc".

Anh Cyril Kongo đã chọn đúng con đường anh đi. Chỉ trong vòng một thập niên ngắn ngủi, tên tuổi anh đã được

Florian Picasso và Cyril Kongo

làng graffiti thế giới biết tới. Báo Prestige đã đánh giá anh là một "huyền thoại sống" trong làng. Anh khiêm tốn nói: "Tôi không tin và cũng không xem mình là một huyền thoại, chỉ cảm giác là một người đang hoàn thành hành trình của mình. Với tôi, quá khứ không quan trọng, tương lai thì chưa tới, nên tôi chỉ tập trung đến hiện tại và bản thân". Tranh của Cyril Phan toát lên vẻ lạc quan yêu đời khiến người coi dễ cảm thấy hứng khởi trong cuộc sống. Nhiều tranh của anh đã được lưu lại trong các phòng trưng bày danh tiếng tại Pháp, Tokyo, Hong Kong, Singapore, Amsterdam và New York.

Trước khi đạt tới được vinh quang đó, Cyril Phan đã phải vất vả với những ngày lang thang đi vẽ trên các nẻo đường của thành phố Paris. Anh kiếm tiền bằng cách vẽ thuê trên những áo thung và thiết kế những vật dụng mỹ thuật nho nhỏ để có tiền trang trải cho cuộc sống. Anh không có nhiều nhu cầu. Chỗ ở với tiện nghi tối thiểu, ăn sao cũng được cho qua ngày, quần áo mua ở chợ bán đồ cũ. Anh cũng đôi khi giúp việc cuốn chả giò tại tiệm ăn của bố kiếm thêm ít tiền tiêu vặt. Hy sinh tối đa cho nghệ thuật đường phố như vậy, anh gặp không ít rắc rối. Anh kể lại: "Thời gian những năm 1980-1990, tôi từng bị người ta đuổi đánh khi lang thang vẽ trên đường. Ngay cả khi tôi được trả tiền để trang trí một tác phẩm, người ta đi ngang qua, chỉ cần thấy tôi mở túi và lấy bình sơn ra là lập tức báo cảnh sát. Tôi nhớ có lần cảnh sát đến và chĩa súng vào tôi rồi nói: "Ê, đứng lại, anh không được chạy đi đâu hết". Tôi trả lời: "Tôi đang làm việc, người ta trả tiền cho tôi làm cái này mà, không phải vẽ bậy đâu". Lúc đó người ta nghĩ graffiti chỉ là hành động phá hủy công trình công cộng, chứ không nhìn ra chúng tôi đang sáng tạo, làm cho đường phố có nhiều sắc màu và đẹp đẽ hơn. Bị gọi là kẻ phá hoại, thậm chí là loài kền kền, tôi quyết định tổ chức Lễ hội Graffiti Quốc Tế năm 2002. Lúc ấy, tôi mới có cơ hội chia sẻ: "Là những đứa con của Paris, chúng tôi không thể nào lại phá hoại thành phố này". Sau đó, tôi hợp tác với hãng Daum vẽ trên bình sơn xịt bằng pha lê để tôn vinh những nghệ sĩ graffiti. Sự kiện đặc biệt có ý nghĩa lớn với tôi, vì ngày xưa dụng cụ vẽ graffiti này bị xem là hình ảnh của sự phá hoại, người ta cứ thấy ai đó móc bình xịt ra là có phản ứng ngay". Với Cyril Phan, graffiti không hề là sự phá hoại mà mang ý nghĩa của tự do và hy vọng. Năm 2007, công ty thời trang nổi tiếng Hermes mời anh hợp tác đánh dấu sự phát triển của graffiti trong địa hạt thời trang loại xịn. Cyril Phan đã đưa graffiti vượt ra ngoài khuôn khổ của bức tường, nhập vào dòng nghệ thuật của các bộ sưu tập thời trang, đồng hồ, va ly, túi xách, bình pha lê, xe hơi và cả máy bay!

Nhưng đỉnh điểm của nghệ thuật graffiti có lẽ là khi Cyril Phan được mời tới vẽ ngay trong biệt thự của danh họa Pablo Picasso tại Cannes, một thành phố nghỉ mát của Pháp chắc chúng ta ai cũng đã từng nghe tiếng. Ngôi biệt thự mang tên La Californie được xây cất từ năm 1902, nơi Pablo Picasso cư ngụ và làm việc từ năm 1955 đến 1961. Khi nhà danh họa qua đời, ngôi biệt thự đã được truyền lại cho cháu gái nội là bà Marina Picasso. Bà đã tu sửa và biến nơi này thành một bảo tàng viện mở cửa cho công chúng vào coi. Bà Marisa Picasso có một cậu con nuôi tên Florian Picasso. Tên tây như vậy nhưng cậu này lại là người Việt thuần túy. Florian sanh năm 1992 tại Sài Gòn và được bà Marian nuôi từ lúc cậu mới được ba tháng tuổi. Cậu lớn lên tại Paris và Cannes. Năm 13 tuổi Florian đã bắt đầu sáng tác nhạc và trở thành nhạc sĩ chuyên nghiệp vào năm 19 tuổi.

Dòng nhạc của Florence là nhạc *house* được ra đời từ thập niên 1980 tại Chicago.

Hai chàng trẻ tuổi mang tên tây, một nửa tây nửa Việt và một chẳng có tí tây nào mà rặc Việt đã phối hợp trình diễn trong một *livestream* ngay tại biệt thự La Californie của Pablo Picasso. Cyril Kongo đã vẽ tám bức trên nền nhạc của Florence Picasso bằng những nét vẽ graffiti phóng khoáng và tươi mát. Tám tác phẩm này sẽ được tặng cho Global Gift Foundation (Quỹ Quà Tặng Toàn Cầu) để bán đấu giá. Toàn bộ số tiền thu được sẽ tặng cho cô nhi viện Quang Châu tại Đà Nẵng.

Tôi đã từng không mặn mà chi với các bức tranh graffiti phá làng phá xóm bắt gặp trên đường phố. Nhưng từ nay có lẽ phải nghĩ lại. Đây là những sản phẩm của những người không cần danh tiếng, không lý tới lợi nhuận. Họ hy sinh dầm mưa dãi nắng, sơn dính đầy quần áo, bỏ qua tai những thị phi của người đời, với chỉ một mong ước là mang tới cho mọi người lối sống vui tươi, chan hòa và đầy nhân ái.

Tấm lòng của họ như vậy, chúng ta làm ngơ sao đặng!

09/2023

HÀI XE LĂN

Ít ngày nay cộng đồng mạng rộ lên chuyện xe lăn. Xe lăn là *limousine* của người già. Đó là lời của một bà bạn, lâu ngày mới gặp, từ lúc bà còn xí xọn cho tới khi ngồi xe cho con cháu đẩy đi đây đi đó. Chiếc xe lăn của thời kỳ đổ dốc theo tuổi tác như vậy chẳng có chi để nói. Cộng đồng mạng xôn xao vì những chiếc xe lăn tại các phi trường. Trong một *video clip*, người ta thấy lũ lượt cả chục chiếc xe lăn đẩy hành khách của một chuyến bay của hãng EVA về Việt Nam. Nhìn mặt mũi thì thấy họ có vẻ còn ngon lành, nhìn chân cẳng vẫn thấy chẳng có chi sứt mẻ, tại sao họ lại phải bám vào chiếc xe và người đẩy xe, không hiểu. Tôi lóng rày ít di chuyển, nhất là di chuyển bằng máy bay, nên thực sự không hiểu. Cái chi không biết thì vào coi trên mạng.

Tình cờ vào mạng Gió O, một trang mạng nặng về văn học, vậy mà cũng có chuyện xe lăn. Tác giả Nhất Nương viết : *"Tôi là người đi du lịch khá nhiều trong mấy chục năm qua. Tôi cũng nhìn thấy hiện tượng đang có quá nhiều người Việt dùng xe lăn, so với các giống dân khác. Xe lăn cho người tàn tật, người già yếu. Đúng và rất cần. Nhưng có những người Việt tuyên bố mình trên 60 tuổi là "được" dùng xe lăn để đi cho nhanh. Vì thế có những người dùng tiêu chuẩn trên 60 tuổi để lạm dụng việc xin dùng xe lăn cho sự thuận tiện di chuyển nhanh chóng của mình và những người đi cùng. Năm ngoái tôi từ Việt Nam đáp máy bay xuống phi trường Osaka, nhìn danh sách các nhân viên phi trường giơ các bảng họ lên đón chào các "Nguyễn", "Lê", "Trần", "Phạm", "Phan", "Vũ", "Võ" đang cần xe lăn chờ chào. Tôi đếm là phải hơn 40 bảng họ. Quá lộ liễu! Mà không thấy có tên ngoại quốc nào nhiều hơn 3 bảng họ. Đấy là lần làm tôi phải chú ý và lấy làm xấu hổ".*

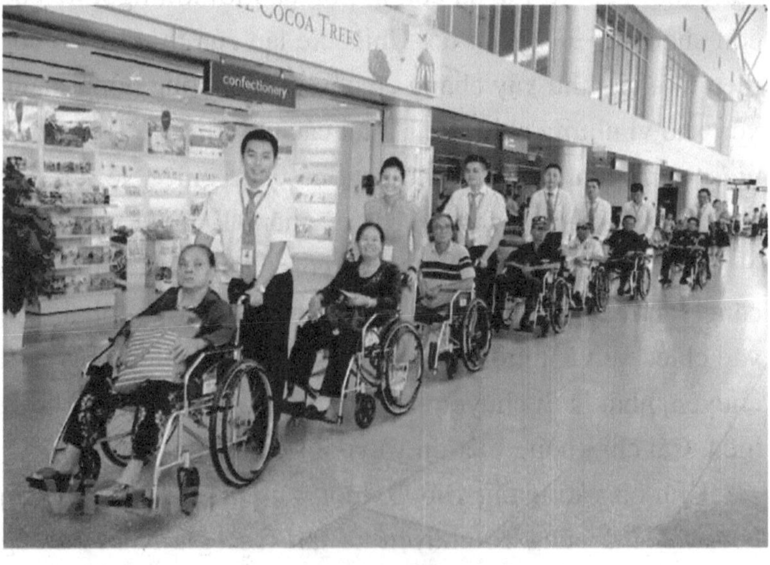

Đoàn xe lăn của người Việt.

Quy định trên 60 tuổi được dùng xe lăn là có thiệt. Nhưng xe lăn tại các phi trường không nhiều nên nếu tự mình đi được, người tự trọng không lạm dụng dịch vụ này. Trên Facebook, bạn Nguyễn Hoài Nam kể lại chuyện mắt thấy tai nghe vào ngày 7/11 vừa qua. *"Chuyến bay BR 395 nối Los Angeles về Sài Gòn qua Taipei 7/11 có 80 hành khách đi xe lăn. (Theo thông báo lúc boarding). Khi hãng hàng không thông báo là ai có thể đứng lên được sẽ boarding trước để tránh kẹt xe lăn thì hơn 90% đứng lên xếp hàng và ưu tiên trước. Tôi gặp rất nhiều người trong số họ đi bộ lòng vòng trong khu shopping lúc chờ nối chuyến bay, có rất nhiều người chỉ hơn 50+. Bằng sự trân trọng và chia sẻ với người cao tuổi, tàn tật nhưng vẫn có sự chạnh lòng trong cách suy nghĩ của một bộ phận nhỏ người Việt chúng ta. Đó là cách suy nghĩ thiển cận và khôn vặt. Các hãng hàng không, các sân bay trung chuyển chắc chắn sẽ nhìn chúng ta rất tiêu cực. Tại sao tự chúng ta cho chúng ta trở thành một sự tàn tật"*.

Chiêu trò này đã được mạng xã hội Tik Tok, một mạng của Trung Quốc rất ăn khách, chỉ dẫn như một "mẹo du lịch". Người mang bất cứ quốc tịch nào đều có thể vô học hỏi mánh mung này. Nhiều người ngoại quốc cũng khó chịu và phê phán. Ngày 25/6 vừa qua một hành khách Mỹ tên Paul đã đăng một tấm hình chụp nhiều hành khách đi chuyến bay của hãng hàng không Southwest Airlines yêu cầu được dùng xe lăn để được ưu tiên lên máy bay. Để trả lời, hãng hàng không cho biết họ ghi nhận tình trạng này: "Chúng tôi đã nỗ lực giúp hành khách trong việc lên máy bay đồng thời cung cấp tiện nghi thích hợp cho tất cả hành khách. Vì nhiều dạng khuyết tật không thể nhìn thấy bên ngoài nên chúng tôi không thể kiểm tra mọi yêu cầu hỗ trợ xe lăn của khách". Anh Paul cho biết thêm là anh thấy 14 người sử dụng xe lăn lên máy bay nhưng chỉ có 6 người cần chúng khi đi xuống. Điều này chứng tỏ sự khôn lỏi của 8 người dùng xe lăn bữa đó. Theo quy trình, khi lên máy bay, người dùng xe lăn và những người đi theo được ưu tiên lên trước nhưng khi xuống máy bay, họ sẽ được đẩy xuống cuối cùng, sau khi các hành khách đã xuống hết.

Bài viết của anh Paul đã được nhiều người chia sẻ. Một người góp chuyện: "Tôi đã ngưng dùng máy bay Southwest Airlines sau khi thấy một người đàn ông lái xe hơi đến sân bay trước mặt tôi, sau đó dùng xe lăn để có được một chỗ ngồi tuyệt vời trên chuyến bay chật cứng người". Một người khác viết: "Một nhân viên hỗ trợ xe lăn ở sân bay cho biết chưa đến một nửa hành khách yêu cầu thực sự cần đến chúng. Nhiều người thậm chí không thèm giả bộ là người khuyết tật để sử dụng xe lăn". Một bà tức tối: "Cảnh tượng này không khác sân bay ở Las Vegas. Chồng tôi luôn gọi đó là cuộc diễu hành xe lăn!".

Đừng có a dua theo chồng bà này mà lãnh thẹo. Anh Trần Huỳnh H.T., nhân viên đẩy xe lăn của công ty VIAGS chuyên cung cấp các dịch vụ mặt đất tại nhiều sân bay ở Việt Nam, đã *pos*t trên trang Facebook cá nhân: "Ủa nay có đại hội xe lăn hay sao mà sáng giờ chuyến nào cũng 4–5 khách xe lăn, phục vụ mún tụt quần, ko kịp đi *toilet* lun á". Công ty VIAGS lập tức đình chỉ công tác anh Trần Huỳnh H.T. và xem xét áp dụng hình thức kỷ luật theo quy định của công

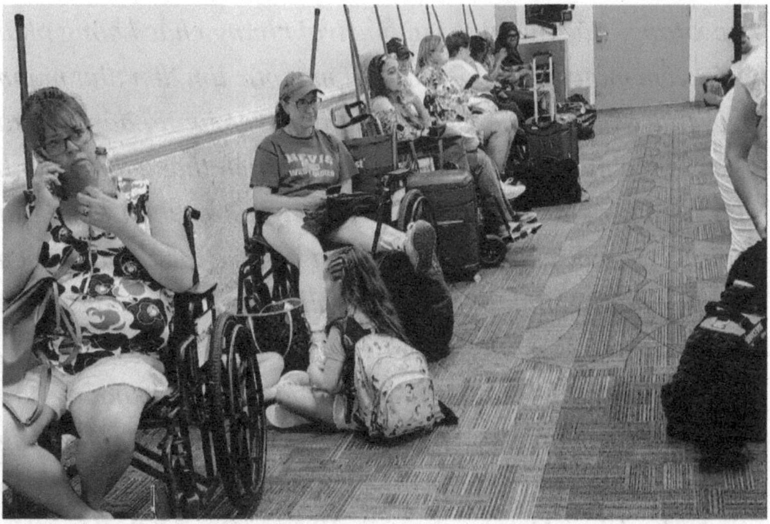

Đầm cũng có đại hội xe lăn.

ty. Đồng thời họ xin lỗi khách hàng rối rít. "Chúng tôi xin lỗi cộng đồng vì nhân viên của chúng tôi đã có thái độ, nhận thức chưa đúng đắn về phục vụ hành khách, dẫn tới các phát ngôn phản cảm và không đúng chuẩn mực xã hội".

Tội nghiệp anh Trần Huỳnh H.T., chỉ vì nói lên một sự thật mà lâm nạn thất nghiệp. Chuyện "đại hội xe lăn" là chuyện nhiều người đã chứng kiến và đưa lên mạng. Ngay cả ông Trần Trung Đạo, một người chuyên viết chính luận, bàn về những đề tài lớn, cũng phải cất công viết về chuyện tưởng là nhỏ này. Ông kể lại chuyện mục kích tại phi trường Hồng Kông: *"Ngồi trước mặt vợ chồng tôi trong phòng chờ ở phi trường Hong Kong là một ông bà già người Việt. Hai bác chắc ngoài 80 tuổi là ít. Họ có thể từ Việt Nam trở lại Mỹ sau một chuyến viếng thăm. Bác trai trông còn khỏe nhưng bác gái rất yếu. Khuôn mặt bác gái xanh xao, hốc hác và thân thể bọc xương. Bác dựa vào vai bác trai nhưng chắc không phải vì âu yếm mà chỉ vì quá yếu. Đôi mắt bác lim dim như muốn ngủ. Bác trai đặt trước một chiếc xe lăn có người đẩy để đưa bác gái lên máy bay. Xe lăn là phương tiện thông dụng dành cho những người già yếu hay thương tật ở chân không đi đứng được một mình. Những người ngồi xe lăn được ưu tiên lên máy bay. Không chỉ riêng cá nhân họ mà cả gia đình đi chung chuyến cũng được ưu tiên theo. Giờ lên máy bay đến. Tôi rất ngạc nhiên không chỉ riêng bác gái mà có khoảng hơn chục chiếc xe lăn được đưa đến. Tuyến đường có rất đông hành khách Mỹ và các nước khác nhưng tất cả xe lăn đều dành cho hành khách gốc Việt. Những người khách xe lăn rời chỗ ngồi, thoăn thoắt bước lên xe thật tự nhiên và nhanh chóng như đã dùng dịch vụ này trước đó nhiều lần. Máy bay hạ cánh. Khi chúng tôi bước ra khỏi cửa máy bay. Một hàng xe lăn dài xếp gần kín lối ra đang chờ. Những người khách gốc Việt cùng đi với chúng tôi lại nhanh chóng ngồi lên. Những người khách ngồi xe lăn và gia đình họ được đưa đến một lối riêng dành cho những người tật nguyền hay quá già yếu để được ưu tiên xét giấy thông hành. Tôi bay đường bay quốc nội và quốc tế rất nhiều. Chuyến bay nào cũng có một hai chiếc xe lăn nhưng ít khi thấy cả đoàn người Việt lên xe lăn như đi diễn hành ở trạm Hong Kong".*

Hiện tượng người Việt chẳng què quặt chi, khỏe như voi, ngồi trên chiếc xe lăn cho người khác è cổ ra đẩy là một hiện tượng phản cảm. Tại sao họ nỡ vứt bỏ lòng tự trọng để dành chút quyền lợi thấy ra chẳng to tát chi. Trong *video* tôi được coi cảnh nói chuyện với một bà đi đi về về Việt Nam mỗi năm vài ba lần trong suốt ba chục năm qua, lần nào cũng dùng xe lăn. Bà tránh không cho ống kính quay mặt mũi nhưng tôi thấy đôi giầy bà mang là thứ cao gót, rất mốt, đi đứng vững vàng, nhanh nhẹn. Được hỏi về nguyên cớ bà thích cưỡi xe lăn tại các phi trường, bà nói huỵch toẹt: "Tôi chẳng ham chi ngồi xe lăn, giơ cái bản mặt ra cũng ngượng lắm chứ, nhưng vì không biết tiếng nên dùng xe lăn khỏi bị lạc không lên được máy bay".

Đó là cái tổ con chuồn chuồn! Ngẫm ra họ cũng có nỗi khổ của họ. Đi máy bay phải nhanh tay nhanh chân đối phó với nhiều tình huống. Có khi trên *boarding pass* ghi cửa lên máy bay đàng hoàng, cứ cửa đó thẳng tiến nhưng vào giờ chót họ đổi cửa lên máy bay. Không biết chữ, không biết đọc bảng chỉ dẫn, chỉ có nước hụt chuyến bay. Có nhiều phi trường lớn, khi chuyển máy bay phải dùng tầu điện tự động từ vùng này qua vùng khác, không có nhân viên phục vụ, chẳng biết đằng nào lên xuống. Nhưng dùng một dịch vụ dành cho người tàn tật để khỏa lấp chuyện không biết tiếng bản xứ là chuyện nghe ra rất khập khiễng. Tác giả Nhất Nương trên trang Gió O giận dữ: *"Trong khoản cung cấp dịch vụ xe lăn cho người tàn tật, bệnh yếu, già nua, không tự di chuyển được ở các phi trường quốc tế, thưa rằng, không có khoản «không xử dụng được ngôn ngữ bản địa thì cũng có thể hỏi dùng xe lăn" . Thành ra lý do các vị đưa ra rằng vì các vị không biết tiếng Anh nên cần xe lăn, là sai bét bè be trong việc lạm dụng dịch vụ xe lăn của các hãng hàng không quốc tế nhé . Thế thì có phải là các người Việt này không tôn trọng luật pháp, không tìm hiểu luật pháp, không có tính tự trọng, nên mới hùa nhau làm bừa mà lại còn già họng bào chữa một hành động mang tính tập thể yếu kém ấy".*

Facebooker Thanh Mai thông cảm hơn với những người không biết chữ Anh khi đi máy bay. *"Nhiều người đã bất bình mắng những người lợi dụng xe lăn như thế này: thể xác thì khỏe mạnh nhưng tinh thần tàn tật; là thói khôn vặt của người Việt lợi dụng xe lăn để được phục vụ và ưu tiên vào máy bay trước; không tự trọng vì khiến người ngoại quốc xem thường dân tộc Việt Nam v.v...Nhưng chúng ta hãy nghĩ về khía cạnh khác mà thông cảm cho họ. Đa số người du lịch ra nước ngoài và cả người du lịch đang sống ở nước ngoài đâu có rành tiếng Mỹ hay tiếng "nước lạ" để đọc hiểu những bảng hướng dẫn ở các sân bay mà họ quá cảnh tạm thời. Một số phi trường lớn còn phải dùng xe bus hoặc xe lửa chuyển tiếp để tới sân bay kế tiếp nữa chứ, mà những loại xe này chạy nhanh vùn vụt và chỉ ngừng ở mỗi trạm chỉ vài phút, nếu không biết đọc bảng báo hiệu các trạm đến là đi ... tàu suốt luôn. (Tôi cũng hiểu tiếng Anh mà rất sợ cái vụ đáp xe chuyển trạm này)! Nếu không hiểu được tiếng Mỹ thì làm sao đọc hiểu hoặc nghe hiểu để hỏi đường đi chắc chắn là họ sẽ lẩn quẩn và đi lạc ở sân bay, không thể nào đến được đích là cái chắc. Cho nên họ rất cần sự trợ giúp từ nhân viên sân bay để giúp cho họ được đến những trạm kế tiếp".*

Cần trợ giúp khi đi máy bay, ngoài dịch vụ xe lăn cho người già cả hay khuyết tật, chẳng có mục nào ghi "mù ngoại ngữ". Đành phải muối mặt dùng dịch vụ xe lăn. Nhiều người ngượng ngập nhưng qua những hình chụp, tôi thấy nhiều người tỉnh bơ, cười cười vẫy tay, làm như nguyên thủ chào dân chúng bên đường. Cô *facebooker* giầu lòng thương người này đề nghị những người không biết tiếng Anh nhờ người viết cho tấm bảng ghi đại khái "Không biết tiếng Anh, cần giúp đỡ", cầm theo và đưa cho nhân viên hãng máy bay tại phi trường nhờ giúp đỡ. Đó là ý kiến hay nhưng số nhân viên làm việc tại quầy khách lơ thơ vài mống, nếu số người cần hướng dẫn nhiều e họ không phục vụ xuể. Cô Thanh Mai có ý kiến khá thực tế. Khi bán vé máy bay, nên thêm mục *"No English"* trên vé. Hãng máy bay có thể biết trước có bao nhiêu người không rành tiếng cần giúp đỡ để có thể tổ chức trước việc dẫn từng nhóm người tại các trạm chuyển tiếp. Như vậy sẽ gọn gàng hơn là mỗi người nghênh ngang một chiếc xe lăn làm "cản trở lưu thông"!

Chuyện "đại hội xe lăn" sẽ không xảy ra nếu mọi người đều có một chút cố gắng và lòng tự trọng như cặp vợ chồng già người Nhật mà tác giả Nhất Nương gặp tại phi trường San Francisco mới đây. *"Chuyến đi du lịch tháng 11 năm nay 2023, tôi đi sau một cặp vợ chồng già người Nhật đáp xuống phi trường San Francisco. Tôi đi chầm chậm sau lưng hai ông bà. Tôi thấy lưng bà cong còng xuống. Đoạn đường bước ra khỏi phi cơ đến phòng Immigration khá dài. Bà níu tay ông đi từ từ. Tôi thấy họ bước qua các xe lăn, mà thiếu điều muốn đưa cái xe lăn kêu bà ngồi xuống cho đỡ. Tôi đi sau lưng hai ông bà cho đến khi sắp hàng vào hải quan. Họ làm xong giấy tờ, tôi cũng làm xong cùng lúc. Có dịp nhìn kỹ hơn khuôn mặt của hai ông bà. Tôi nghĩ họ phải ở vào lứa giữa hay cuối tuổi 80. Tôi lại cũng đi sau lưng hai ông bà ra khỏi cửa cổng xét hỏi giấy tờ. Xuống lầu lấy hành lý. Đến lúc*

Hai cụ già người Nhật tại phi trường San Francisco.

ấy, ông mới đưa bà lại dãy ghế ngồi. Bà ngồi nghỉ chút. Ông đi lấy hai valise to, khệ nệ bỏ vào xe đẩy. Ông mang xe đẩy lại cho bà vịn vào. Họ cùng nhau ra khỏi gate của hải quan phi trường SFO. Tôi thấy một ông con trai mừng rỡ chờ sẵn, xổ ra một chùm tiếng Nhựt, đến đỡ xe hành lý cho ba mẹ.

Lòng kiêu hãnh hay lòng tự trọng của hai ông bà Nhựt Bổn già khú mà không dùng xe lăn ở phi trường SFO bữa đó, làm cho tôi rưng rưng , theo dõi, chụp ảnh lén, và ghi lại vài giòng chữ này".

Đọc xong mấy dòng chữ này, tôi cũng rưng rưng, ngồi bâng khuâng nghĩ ngợi. Phải chăng đây là hoạt cảnh rõ nét để giải thích tại sao dân Nhật luôn được thế giới nể nang cảm phục.

12/2023

KÉO XE

Chừ còn nói chuyện kéo xe xem ra lạc hậu, quá lạc hậu. Từ cuối thập niên 1940, khi xích lô ra đời, xe kéo đã bị dẹp qua một bên. Hầu như chẳng ai thương tiếc chiếc xe này, chiếc xe làm mất phẩm giá con người. Tôi đã từng nhắc tới phóng sự "Tôi Kéo Xe" của Tam Lang, đọc mới biết cái nhục nhã của một đời làm kiếp "ngựa người".

Chiếc xe kéo đã bị chôn vùi, vậy mà tại Nhật, xứ sở của ông tổ sáng chế ra xe kéo, người ta đã vực dậy chiếc xe tưởng đã vĩnh viễn đi vào quên lãng này. Tại khu Asakusa, phố cổ có ngôi đền nổi tiếng Asakusa của Tokyo, và tại cố đô Kyoto, du khách vẫn có thể chễm chệ trên chiếc xe kéo để vãn cảnh. Người kéo xe không phải là phu xe thô kệch mà là những nữ nhân trẻ trung xinh đẹp. Họ là những người thuộc phái yếu nhưng không yếu. Nguyên chiếc xe không nặng khoảng 90 kí, thêm hai người khách, chiếc xe có thể nặng tới 2 tạ, vậy mà các cô nàng kéo chạy bon bon không một chút vấp váp.

Yuka Akimoto, 21 tuổi, là một phu xe kéo như vậy. Cô vui với cái nghề mà nhiều người le lưỡi: "Tôi là Yuka Akimoto. Tôi làm nghề kéo xe được hai năm rưỡi. Mọi người thường nghĩ là công việc này dành cho nam giới, nhưng tôi nghĩ đó là một công việc tuyệt vời mà phụ nữ cũng có thể làm được. Mỗi ngày tôi đều làm công việc này với một nụ cười. Đó thực sự là một công việc thú vị. Tôi vẫn biết rất rõ đây là công việc của đàn ông. Những người từ nơi khác đến thường nhìn như thể họ đang nói: "Hả? Một cô gái kéo xe à?". Gần đây câu chuyện về những cô gái kéo xe có thể đã trở nên nổi tiếng ở khu vực Asakusa nhưng tôi muốn làm tốt công việc này hơn nữa để mọi người biết rằng các cô gái cũng có thể làm nghề kéo xe".

Hai du khách người Pháp kể lại chuyến đi xe kéo với Yuka Akimoto. Dưới cái nắng mùa hè như thiêu như đốt, cô nàng chạy một cuốc xe lâu tới 45 phút. Khi họ xuống xe, Yuka mồ hôi mồ kê chảy thành giọt trên mặt, cúi gập người chào khách và đưa bàn tay phồng rộp cuốn trong một miếng vải sạch sẽ giúp họ xuống xe. Một du khách người Thổ Nhĩ Kỳ, 20 tuổi, sau khi ngự trên xe, đã cho biết: "Ban đầu tôi không thể tin rằng cô ấy sẽ kéo được chúng tôi. Nhưng cuối cùng cô ấy hoàn tất cuốc xe một cách suông sẻ. Tôi rất vui khi thấy những người phụ nữ thành công trong công việc này".

Vui chi mà ác! Tôi không nghĩ là tôi có thể ngồi trên xe cho một cô gái mồ hôi mồ kê nhễ nhại kéo. Ngồi như vậy chẳng khác chi ngồi trên lửa, mặt mũi đỏ ké vì mắc cở. Người bày ra cái trò mắc cở này là ông Ryuta Nishio. Ông là

Cô Akimoto.

chủ của công ty Tokyo Rickshaw. Trò của ông bị các trang mạng xã hội phê phán. Ông chống chế là ông mướn các cô kéo xe là để cho khách phụ nữ ít e ngại khi muốn đi xe kéo. Ông cho biết: "Cô gái đầu tiên gia nhập Tokyo Rickshaw thật tuyệt. Kể từ khi chúng tôi *post video* về cô ấy lên mạng xã hội, nhiều cô gái đã muốn theo gót và họ đã tham gia cùng chúng tôi. Hiện chúng tôi đã tuyển mộ được 25 cô và chúng tôi cần phải tăng con số này lên nhiều hơn nữa. Hiện chúng tôi có 90 người kéo xe cả nam lẫn nữ. Như vậy phụ nữ chỉ chiếm chưa tới một nửa. Trong tương lai, tôi muốn tạo ra một nơi mà phụ nữ cảm thấy thoải mái khi làm việc và họ sẽ đóng vai trò tích cực".

Nghề kéo xe là một nghề khá nặng nhọc với phụ nữ. Cô Akimoto phải thú nhận: "Tôi không phủ nhận rằng thời gian đầu việc này cực kỳ khó khăn. Tôi không chơi thể thao và chiếc xe khá cồng kềnh". Cô Akimoto đã phải hết sức cố gắng mới trụ lại được với cái nghề mới mẻ này. Nếu tinh ý, khách hàng sẽ nhận ra cô đeo trước ngực tấm bảng nhỏ: "Tôi không muốn bỏ cuộc". Cô bước vào nghề vì hoàn cảnh chẳng đặng đừng. Cô đã được nhận vào làm việc tại Tokyo Disneyland nhưng đại dịch Covid xảy ra khiến việc tuyển dụng bị hủy bỏ. Cái *job* thơm bị mất cái rụp khiến cô phải làm công việc kéo xe nặng nhọc. Trung bình mỗi ngày cô phải nuốt 20 cây số.

Cô tự an ủi là không phải ai cũng có thể làm nghề này. Họ phải dự khóa huấn luyện 4 tháng để có thể nắm được kỹ thuật làm sao có thể vừa nói vừa chạy. Cuối khóa họ phải dự hai kỳ thi, kỳ thi kỹ thuật và kỳ thi kiến thức. Điều đầu tiên họ phải nắm vững được là kỹ thuật dừng xe trong trường hợp khẩn cấp. Xe kéo không có thắng nên chuyện này không phải dễ dàng. Họ phải học cách không bị phân tâm khi vừa kéo xe vừa nói chuyện với khách hàng một cách vui vẻ. Có những người phải bỏ cuộc sau 4 tháng huấn luyện. Số người đậu chỉ cỡ 10%. Chục cô muốn kéo xe chỉ có một cô được tuyển. Được kéo xe là một…vinh dự!

Đây là một nghề đòi hỏi nhiều khả năng. Sức khỏe không, chưa đủ. Họ phải biết tiếng Anh đủ để giao tiếp với khách hàng và làm hướng dẫn viên du lịch. Họ phải có kiến thức về Tokyo, nhất là các nơi thường dẫn khách đi qua. Thêm vào đó, họ phải biết chụp hình với đủ các loại máy hình và điện thoại thông minh của du khách.

Nghe nói tới kéo xe, đầu óc chúng ta dễ nghĩ tới những anh phu xe còi cọt trong phóng sự "Tôi Kéo Xe" của Tam

Lang. Thiệt bé cái nhầm. Thế kỷ 21 không để con người sống kiếp ngựa như thế kỷ trước. Các cô kéo xe ngày nay được mặc đồng phục với các phương tiện bảo hộ tân tiến như áo bó sát lưng và nhất là giầy. Gọi là giầy cũng không đúng vì thứ họ mang dưới chân có tên tiếng Nhật là *Tabi*. Đây là một loại tất truyền thống tách ngón chân khiến họ có thể kéo chạy thoải mái hơn là giầy.

Nghề vất vả nhưng được bù lại bằng số tiền kiếm được. Trung bình mỗi tháng họ thu vào hơn 1 triệu *yen*, tương đương với 6730 đô Mỹ, gấp ba mức thu nhập trung bình toàn quốc. Số tiền thu vào dễ chịu này khiến nhiều sinh viên muốn...kéo. Một sinh viên, cô Sakurai, thổ lộ: "Tất nhiên, tôi đã nhận được rất nhiều ý kiến không đồng tình từ bạn bè, gia đình và người thân. Người bạn kéo xe trước đây nói với tôi rằng họ cũng *post video* quay cảnh chị em chăm chỉ tập luyện lên mạng xã hội. Điều đó giúp tôi tự tin rằng mình có thể làm được nếu cố gắng và đó là lý do tôi nộp đơn xin làm công việc này".

Xe kéo tiếng Nhật là *Jinrikisha* là một phát minh của người Nhật vào thời đầu Minh Trị, thế kỷ 18. Chính xác hơn là vào năm 1868 khi ba nhà phát minh Izumi Isaizu, Takayama Kousuke và Suzuki Tokujiro hoàn thành chiếc xe sau khi lấy cảm hứng từ chiếc xe ngựa trên đường phố Tokyo. Chiếc xe ban đầu khá đơn giản: ghế ngồi vừa cho hai người và phía trước có hai càng làm tay cầm cho phu xe đặt tay kéo. Xe kéo được thêm thắt sau đó thành chiếc xe được thiết kế khá tỉ mỉ, màu sắc rất đẹp mắt như ngày nay. Xe kéo được coi là một nét văn hóa của người Nhật và họ rất hãnh diện khi quảng bá ra thế giới.Tháng 4 năm 2017, ba chàng phu xe trẻ Juji Suzuki, Keisuke và Ken Hirano đã tới Sài Gòn và được dân Việt đón tiếp nồng hậu.

Chuyện phát minh ra một chiếc xe giản dị, chẳng máy móc phức tạp chi tưởng là chuyện không đáng kể nhưng trong thời của nó có lẽ là một phát minh thực sự. Vậy nên mới có chuyện cãi cọ. Bên phía Mỹ nhất định cho là phát minh ra xe kéo là người Mỹ. Đó là ông thợ rèn Albert Tolman ở Worcester, tiểu bang Massachusetts, vào năm 1848. Vậy là trước ba ông Nhật 20 năm. Chiếc xe này được làm theo yêu cầu của một nhà truyền giáo.

Tranh công của một bên là Nhật, một bên là Mỹ, bị hóa giải khi có thuyết khác cho rằng người phát minh ra xe kéo là một nhà truyền giáo người Mỹ sống tại Nhật tên Jonathan Scobie vào khoảng năm 1869. Ông này dùng chiếc xe để chở vợ con trên đường phố Yokohama.

Để giải quyết chuyện tranh chấp này, năm 1870, chính phủ Nhật cấp quyền sáng chế, sản xuất và buôn bán cho ba nhà phát minh Nhật. Tất cả giấy phép chạy xe kéo ở Nhật đều phải có con dấu của một trong ba nhà phát minh này.

Tính tới năm 1872 có cả thảy 40 ngàn xe kéo hoạt động tại Tokyo. Đây là phương tiện giao thông chính yếu trong thời đó.

Năm 1883, chiếc xe kéo đầu tiên xuất hiện tại Hà Nội do Thống Sứ Jean Thomas Raoul Bonnal mua từ bên Nhật đem qua. Chỉ một năm sau, 50 chiếc xe kéo đã được một hãng thầu Pháp sản xuất tại Hà Nội cung cấp cho toàn miền Bắc. Thuê xe kéo tại Hà Nội ngày đó không phải dễ. Khách thuê xe phải đặt trước một ngày. Xe có bánh bằng sắt chạy lọc cọc không êm nhưng người ngồi trên xe vẫn vênh mặt nhìn những bộ hành nặng nhọc lê bước trên đường phố. Sự cách biệt giữa giai cấp ngồi xe và giai cấp cuốc bộ khá xa nhưng không xa bằng sự cách biệt giữa người ngồi trên xe và phu kéo xe.

Phu xe kéo ở Hà Nội thời xưa.

Nhiều tác phẩm văn chương đã cực tả nỗi nhọc nhằn của những phu xe, điển hình là phóng sự "Tôi Kéo Xe" của Tam Lang. Trong truyện ngắn "Người Ngựa, Ngựa Người", nhà văn Nguyễn Công Hoan đã viết về một hoạt cảnh trong đêm giao thừa. Anh phu xe ế khách trong đêm cuối năm cố kéo xe rảo quanh hy vọng kiếm được vài hào cho vợ con ăn tết. Cuối cùng anh cũng may mắn được một bà khách ăn vận sang trọng nhưng keo kiệt có hạng muốn thuê xe chạy giờ.

Anh đòi giá 6 hào một giờ nhưng bà nhất định chỉ trả 2 hào. Anh cắn răng gật đầu. Có chút đỉnh còn hơn không. Bà đi giờ này qua giờ khác. *"Anh xe kéo giờ, nên cũng chỉ chạy "dưỡng lão" thôi, đít nhổm mạnh, mà bước ngắn. Vì thì giờ là tiền bạc, chậm phút nào là tiền phút ấy. Trước anh xe tưởng bà khách đi có việc gì, cho nên còn chạy. Sau thấy bà cứ trỏ vơ vẩn hết phố nọ sang phố kia, mà chả đỗ ở phố nào cả, thì mới đoán có lẽ là cánh "ăn sương" chi đây. Anh bèn đi bước một. Nhiều lúc muốn hỏi thực, nếu có phải giăng há thì mình giới thiệu cho một món sộp đáo để. Nhưng lỡ không phải thì họ mắng cho và không trả tiền thì khổ".*

Bà khách đúng là gái ăn sương thuê xe chạy rảo quanh kiếm khách làng chơi. Nhưng làm gì có khách muộn trong đêm trừ tịch. Bà khách bên ngoài sang trọng nhưng ví rỗng đành thú thực và đề nghị gán cho anh xe khăn choàng, áo, đồng hồ nhưng anh phu xe không lấy. *"Tôi lấy để làm ma mẹ tôi à?"*. Bà "người ngựa" gạ anh "ngựa người" chui vào chỗ bóng tối rồi muốn làm gì thì làm, anh phu xe càng không chịu. Đi ngang qua một nhà săm, bà bảo anh dừng lại cho bà vào may ra kiếm được khách để có tiền trả anh. Anh gác xe chờ bên ngoài khá lâu mà không thấy tăm hơi bà khách, anh sốt ruột đập cửa nhà săm. *"Người bồi săm ra. "Ông ơi, tôi hỏi thăm ông, người con gái quấn khăn quàng trắng vào đây ban nãy, nằm ở buồng nào?" / "Chả có buồng nào có khách cả". / "Thế người con gái ấy đâu?". / "Ra ngay từ bao giờ rồi, còn đâu mà hỏi". / "Thôi chết tôi rồi, ra cửa nào? Người bồi lấy ngón tay cái, hất ngang về phía cổng sau. Anh xe choáng người như nghe tiếng sét đánh. Anh bàng hoàng như chợt tỉnh giấc chiêm bao. Người bồi săm nói xẵng: "Đi cho người ta đóng cửa. Ai bảo anh xông nhà cho tôi? Năm mới đừng bí beng!" / "Ông ơi!"... Người bồi giúi vai anh xe, đẩy ra, rồi đóng ập cửa lại. Anh xe nghiến răng, cau mặt, lủi thủi ra hè, cầm cái đệm quật mạnh vào hòm đánh thình một cái! Anh móc túi lấy bao diêm đốt vía, rồi khoèo bàn chân, co cái càng lên, đưa tay ra đỡ, thủng thẳng dắt xe đi. Tiếng pháo chào xuân nối đuôi nhau đùng đùng tạch tạch..".*

Tại Asakusa chỉ có 1/3 người kéo xe là nữ. Số 3/4 nam kéo xe không phải ai muốn làm cũng được. Họ phải... đẹp trai. Đây là một trong những yếu tố quan trọng kéo du khách lên xe. Một trong những anh chàng đẹp trai này, anh Tsunenobu Taira, đã cho các phóng viên biết họ phải chở du khách tới những địa điểm du lịch, ngừng xe giải thích cặn kẽ từng danh lam thắng cảnh cho du khách và nhất là biết chọn góc cạnh chụp hình để du khách có những kỷ niệm thú vị tại mỗi nơi họ tới.

Anh Tsunenobu kể lại một kỷ niệm nhớ đời khi anh mới kéo xe được khoảng ba tháng. Khi đó anh 25 tuổi. Khách hàng là một phụ nữ lớn tuổi đi cùng một người con gái và một con trai của bà. Khi anh đang chờ đón khách tại một con dốc gần chùa Kiyomizu, ba người này hỏi thuê xe của anh. Họ chỉ cần đi lên, mất khoảng 10 phút. Anh khuyên họ nên đi bộ thì tốt hơn. Hai người trẻ bằng lòng đi bộ, chỉ cần anh chở bà cụ lên. Anh đồng ý. Vài ngày sau, anh nhận được thư của người con gái. Cô viết: "Cám ơn cậu rất nhiều về ngày hôm đó. Mẹ tôi rất vui. Lúc đó mẹ tôi đang nằm trong bệnh

Trai đẹp kéo xe.

viện. Bà bị bệnh nặng, đau đớn lắm. Bác sĩ khuyên bà nên mổ nhưng tỷ lệ may mắn qua khỏi chỉ năm mươi năm mươi. Chuyến đi Kyoto đó cốt để bà cảm thấy thoải mái khi quyết định. Nhờ cậu rất vui vẻ và hoạt bát, bà ấy quyết định phẫu thuật. Cám ơn cậu rất nhiều".

Anh Tsunenobu đọc bức thư mà lòng cảm thấy khoan khoái. Anh nói: "Ôi Chúa ôi! Tôi phải quý trọng công việc này. Tôi đã thay đổi cuộc đời bà ấy!".

Tôi nghĩ là những chiếc xe phục vụ khách du lịch ngày nay tại Nhật là thứ xịn nhất. Ngày xưa, xe kéo tại Hà Nội phải một thời gian sau mới đổi mới dùng bánh xe bằng cao su đặc thay cho bánh xe bằng sắt. Khách ngồi xe thấy êm hơn. Sau đó các xe của hãng OMIC có chỗ ngồi bằng nhôm trắng bóng, nệm lò xo được bọc vải trắng sang trọng và tiện nghi hơn.

OMIC *(Omnium Indo-Chinois)* là một công ty nổi tiếng đến nỗi tới bây giờ tôi vẫn còn nhớ. Ngày đó người lớn nhắc hoài tới cái tên OMIC khiến tôi nhập tâm. Nhưng xe OMIC hồi tôi biết là xe xích lô chứ không phải xe kéo.

Người sáng chế ra xích lô là ông Pierre Morice Coupeaud. Những chiếc xích lô đầu tiên xuất hiện ở Phnom Penh bên Campuchia vào đầu năm 1936. Xích lô đã đá văng xe kéo nhưng OMIC đã ăn nên làm ra cho cả hai thời kỳ: xe kéo và xích lô.

Có một điều khá lý thú là xe kéo xuất hiện đầu tiên ở Nhật rồi qua Hà Nội vào năm 1883. Phải 15 năm sau Sài Gòn mới có xe kéo. Xích lô xuất hiện ở Pnom Penh và Sài Gòn vào năm 1936 nhưng phải 2 năm sau Hà Nội mới có xích lô. Hà Nội có xe kéo trước và Sài Gòn có xích lô trước. Vậy là mỗi bên đi trước một lần. Nam Bắc huề nhau, vui vẻ cả làng!

11/2023

KHAI BÚT

Khai bút xưa rồi. Nay là khai bàn phím. Ngày đầu xuân Giáp Thìn, mở cái anh mặt vuông ra sáng nay, gặp một *mail* của anh bạn học ngày xưa, nay ở Ottawa. Anh viết như thế này : "Theo tin tức thống kê thì chúng ta đã vượt qua tuổi 65, nghĩa là trong 100 người thì chỉ còn 8 người 65 trở lên còn sống. Chúng ta cũng đã vượt qua tuổi 75 thì trong 100 người chỉ có 5 người 75 trở lên còn sống. Chúng ta đã vượt tuổi 85 thì trong 100 người chỉ còn 3 người 85 trở lên còn sống thôi. *Congratulation*! Các bạn đang ở giai đoạn này, hãy vui lên vì còn được nói chuyện với nhau. Nếu ai vượt lên 95 tuổi thì trong 100 người chỉ còn 1 người sống thôi!".

Chẳng biết anh bạn thân thiết từ hồi Chu Văn An lấy thống kê từ đâu nhưng cứ vui cái đã. Vui vì trong cả trăm người, mình là một trong số 3 người được chọn. Vui thì nói chuyện vui cho ra vẻ tết. Đời có nhiều chuyện vui, chỉ có cái là chúng ta không nhận ra thôi. Năm nay là năm con rồng.

Rồng là con vật mà vua chúa khi xưa ôm riết vào người, không cho bàn dân thiên hạ ké phần vào. Đụng vào mặt rồng thì cái chi cũng…long hết. Long nhan, long thể, long bào, long sàng, long xa. Đó là những…long mà bàn dân thiên hạ đều nhìn thấy. Nhưng khi vua làm chuyện bài tiết thì "long" mần ra sao, chuyện gay cấn nghe! Trong bài báo "Thư Giãn Với Chữ Long", tác giả Liên Hân viết: "*Trong lịch sử Trung Quốc còn lại câu chuyện, có một cô cung nữ lo phụ trách cái công việc bị xem là thấp hèn này, tức giữ áo khi vua "khai long bào" và "thoát long khố", văn học gọi là "canh y" (thay đổi y phục), rồi nhờ trí thông minh và thủ đoạn mà trở thành một hoàng hậu gây chấn động cả lịch sử Trung Quốc, đó là Võ Tắc Thiên. Sau khi vua "thoát long khố", đến cái sự vụ gay cấn là đi tiểu thì thái giám hô "Đào long cụ!" (掏龍具). Đào (掏) trong tiếng Hán có nghĩa "lấy ra, móc ra", kiểu như lấy đồ vật trong túi ra; cụ (具) là "dụng cụ; đồ nghề". "Long cụ" hiểu nôm na là "đồ nghề của rồng". Hóa ra ta và Tàu đúng là "tư tưởng lớn gặp nhau". Đều là "cụ", là "đồ nghề" cả, chỉ khác nhau ở chữ "long". Khi vua "trút bầu tâm sự" xong thì thái giám hô "Trí long cụ!" (置 龍 具). Trí có nghĩa là "sắp đặt; sắp xếp" mà ta thường dùng trong "trang trí; bài trí". Rồi tiếp theo là hô "Phục long khố!" (復龍褲 - mặc lại áo trong), và "Xuyên long bào!" (龍袍 - mặc long bào). Và cuối cùng là câu thường lệ "Cung tiễn hoàng thượng!"*".

Ký giả Liên Hân nói chuyện "long" của Trung Hoa, ta nói chuyện "long" của nước ta, chuyện đôi lứa của…long. Cũng vui đáo để. Như chuyện vua đi tán gái.

Vua thì cứ ngồi trên ngai có khối người mang gái tới tha hồ chọn, muốn chọn bao nhiêu thì chọn, không hạn chế chỉ một như thường dân chúng ta. Vậy thì chuyện chi mà phải đi tán gái. Thế mà có đó. Ông vua chịu chơi này là vua Thành Thái (1879-1954). Vào một ngày tết, nhà vua cải trang thành dân thường lên Kim Long kiếm vợ. Kim Long nổi tiếng là miền có nhiều gái đẹp. Nhà vua hứng chí còn mần thơ ghi lại: "Kim Long có gái mỹ miều / Trẫm thương trẫm nhớ trẫm liều trẫm đi". Tới nơi, nhà vua xục xạo đi tìm nhưng chẳng chọn được nàng nào vừa ý. Thất vọng, nhà vua thuê một chiếc đò ra về. Cô lái đò ghé vào đón vua. Thấy cô gái khép nép trong chiếc áo vá vai, đôi má ửng hồng rất có duyên, vua bị *coup de foudre*. Ông nói với cô gái khi đó đang chèo ở đầu mạn thuyền: "Nì, o tê! O có muốn lấy vua không?". Cô lái nhìn ông khách lạ, đáp: "Đừng có nói bậy họ lấy đầu chừ!". Vua Thành Thái giở giọng tán: "Tui nói thiệt đó. O có muốn lấy vua thì tôi làm mối cho!". Cô lái đò cúi mặt nhìn lơ chỗ khác. Một quan hầu cận lớn tuổi, khăn áo chững chạc, tủm tỉm cười, nói với cô lái đò: "Nì, o tê! O cứ nói "ưng" để coi thử nờ!". Cô lái đò thẹn thùng nói nhỏ: "Ưng!". Nhà vua khoái chí đi về phía lái, cầm tay cô lái đò kéo ra đầu mũi thuyền. Mặc bộ điệu thẹn thùng của cô gái dùng dằng không muốn đi, nhà vua vỗ về: "Rứa thì quý phi ngồi nghỉ để trẫm chèo thế cho". Nói là làm. Nhà vua chèo đò trước sự ngạc nhiên của mọi người. Đến trước kinh thành, nhà vua đưa đò vào đậu ở bến Nghinh Lương, trước Phú Văn Lâu, và bảo mọi người: "Mọi người đứng dậy trả tiền đò cho trẫm và đưa quý phi vào cung".

Câu chuyện nghe rất thân dân này có thiệt không? Nhiều người cho đây chỉ là giai thoại do dân gian bày đặt ra còn chuyện thật thì khác. Quả là vua Thành Thái có mê một kiều nữ ở Kim Long là con gái của Vĩnh Quốc Công Nguyễn Hữu Độ. Bà tên là Nguyễn Hữu Thị Nga, được nhà vua đưa vào cung khi mới 15 tuổi, phong làm Huyền Phi, sanh hạ được hai con, một trai một gái. Bà không phải là người chèo đò. Quan Phụ Chánh Nguyễn Hữu Độ có tới ba cô con gái làm dâu hoàng gia. Đó là bà Nguyễn Hữu Thị Nhàn lấy vua Đồng Khánh, bà Huyền Phi Nguyễn Hữu Thị Nga vợ vua Thành Thái và bà Nguyễn Hữu Thị Uyển lấy ông Ưng Quyến, em trai vua Kiến Phúc và Đồng Khánh.

Vua đi tán gái là Thành Thái đã là chuyện vui, vua bị ép vợ là Gia Long lại vui hơn nữa. Chuyện xảy ra tại cù lao Ông Chưởng, khi vua lúc đó còn là Hoàng tử Nguyễn Ánh, lánh nạn Tây Sơn. Sách "Việt Nam Phong Tình Cổ Lục" chép như sau: *"Trong những ngày đi lánh nạn, một lần chúa một mình trốn về cù lao Ông Chưởng. Vì ở nơi khác tới, để tránh tai mắt của triều Tây Sơn nên Nguyễn Phúc Ánh phải náu mình trong một bụi rậm. Bên bờ sông, gần chỗ ông đang ẩn mình, có một cô thôn nữ trông xinh xắn đang lội bắt cá, quần áo lấm lem bùn đất mà không biết có người đang lặng nhìn theo. Thế rồi bỗng nhiên, cô gái hét lên vì bị thụt xuống một hố sâu. Nguyễn Ánh đã quên bản thân đang bị lùng bắt, bất chấp nguy hiểm, vụt lao ra cứu người đẹp. Sau khi được cứu sống, cô gái này vì cảm kích, nắm rịt lấy tay ông kéo về nhà bắt sống chung, vì theo tục lệ ở đây, khi người con gái nào đã bị người con trai ôm rồi thì buộc phải lấy người đó làm chồng. Thế là cuộc tình duyên bất đắc dĩ này lại là sự may mắn, mở ra một đường sống cho chúa Nguyễn, nhờ đó ông được nhà vợ giấu kín; thậm chí còn đi thăm dò, tìm kiếm giúp Nguyễn Ánh các cận thần đang lưu tán để tụ họp lại, bàn mưu tiếp tục sự nghiệp phục quốc".* Chuyện vui này sau đó có hai giai thoại tương phản nhau. Một cho rằng sau khi lên ngôi, vua Gia Long đã mất hẳn ký ức về người vợ nhặt này. Một cho biết cô gái đó chính là bà Tố Lan. Sau khi lên ngôi vua Gia Long đã cho rước bà về kinh đô phong làm Chánh Hậu.

Làm vua thê thiếp cả đống. Thường là những thiếu nữ mơn mởn đào tơ. Nhưng có nhiều vị vua vẫn lấy vợ thừa của người khác. Những bà đã qua một lửa này lại còn nhảy phóc lên tới ngôi hoàng hậu đàng hoàng. Như vua Đinh Tiên Hoàng cưới mẹ của Ngô Nhật Khánh, vua Lê Hoàn cưới vợ của vua Đinh Tiên Hoàng là Dương Vân Nga, vua Trần Thái Tông lấy vợ của anh, vua Lê Thần Tông lấy vợ của bác. Thường những cuộc hôn nhân tréo cẳng ngỗng này là do mưu đồ chính trị. Nhưng chuyện vua Gia Long lấy vợ của vua Cảnh Thịnh lại khác. Công chúa Lê Ngọc Bình, con út của vua Lê Hiển Tông lấy vua Cảnh Thịnh của nhà Tây Sơn khi vua mới 10 tuổi và Ngọc Bình mới 12 tuổi. Nhà vua bị quân của vua Gia Long đánh bại. Thấy Hoàng hậu Ngọc Bình còn trẻ đẹp, vua Gia Long nổi máu muốn cưới bà. Triều thần ngăn cản không muốn vua lấy vợ thừa của giặc nhưng vua vẫn cứ đường ta ta cứ đi. Ông hiên ngang phán: "Tất cả giang sơn này, cái gì mà ta không lấy từ trong tay giặc, cứ gì một người đàn bà?". Theo nhiều nhà nghiên cứu, câu ca dao sau chỉ vào việc này: “Số đâu có số lạ đời / Con vua mà lại hai đời chồng vua”. Không biết ông vua khai mở nhà Nguyễn này mê nhan sắc của bà Ngọc Bình thật hay muốn... trả thù?

Tượng Thứ Phi người Hòa Lan Onrona của vua Lê Thần Tông.

Ngày còn cắp sách tới trường, khi nghe chuyện lính Pháp và các lính đánh thuê “tây đen rạch mặt” hãm hiếp các phụ nữ Việt Nam lúc hành quân, chúng tôi đã hăng tiết vịt mong có ngày “trả thù dân tộc”. Sau này, khi đi du học, một số trong chúng tôi đã thi hành được chí lớn ngày cũ. Nhiều chàng trả thù kỹ quá, rước nàng tóc mềm sợi nhỏ về dinh luôn. Lúc đó không ai chú ý tới nhà vua Lê Thần Tông trong những bài sử ký. Ông sanh năm 1607, mất năm 1662, trước thế hệ chúng tôi quá chừng chừng. Vậy mà ngay từ thời đó ông đã "trả thù dân tộc" liên miên. Không biết hồi đó đã có mối thù dân tộc chưa. Vua Lê Thần Tông đã có tới 5 bà vợ ngoại quốc. Đó là các bà người Mường, Thái, Hoa, Lào và Hòa Lan. Sử sách chú ý tới bà người Hòa Lan. Bà tên Onrona, là con gái Phó Toàn Quyền Hòa Lan tại Đài Loan. Năm 1630, trong một chuyến sang chơi Việt Nam, bà đã gặp vua Lê Thần Tông ở Thăng Long. Nghe lời khuyên của cha, bà đã ở lại làm vương phi cho nhà vua. Trong cuốn *"Histoire Ancienne et Moderne de l"Annam"*, Giáo sĩ Adrien Lurray có viết về bà này như sau: "*Vua Lê Thần Tông khi ở ngôi lần thứ nhất đã lấy một người vợ Hòa Lan lai Triều Tiên. Nàng tên là Onrona, được xếp hàng cung tần, đứng thứ hai sau Hoàng hậu"*.

Vua Lê Thần Tông ngồi trên ngai vàng được quý phi Onrona tới nộp mạng, vua Hàm Nghi (1874-1944) trả thù dân tộc vất vả hơn. Ông bị Pháp đầy tới Algerie ở Phi Châu vào năm 1888 vì lãnh đạo phong trào Cần Vương, chẳng được mang triều đình theo. Ông qua Pháp vẫn chỉ mặc quốc phục áo dài khăn đống. Chắc chẳng giống ai nhưng lại hấp dẫn được cô đầm tóc vàng sợi nhỏ chứ không phải mắt to tóc xoăn người châu Phi. Đó là kiều nữ Marcelle Laloie. Cô này sanh năm 1884, kém nhà vua tới 10 tuổi và là ái nữ của ông chánh án tòa án Alger. Đám cưới được cử hành rất long trọng vào ngày 4/11/1904. Vui nhất là đây không phải là một cuộc hôn nhân được xếp đặt mà là cuộc hôn nhân vì tình. Cô Marcelle gặp nhà vua nhiều lần và họ yêu nhau. Ông bố chánh án không kỳ thị chi mà hoan hỉ cho con làm vợ vua, tuy là vua mất ngai. Đám cưới được tổ chức rất trọng thể với đầy đủ các tai to mặt lớn của thủ đô Alger. Cô dâu Marcelle mặc một chiếc áo cưới lộng lẫy trong khi nhà vua vẫn chỉ khăn đống áo dài đen. Cô gái Marcelle trở thành *"La Princesse d'Annam"*. Cô vẫn giữ đạo Công giáo trong khi nhà vua vẫn theo đạo Phật. Họ có ba con : Như Mai (1905-1999), Như Lý (1908-2005) và Minh Đức (1910-1944). Nhà vua qua đời vào ngày 14/1/1944 tại Alger vì ung thư bao tử.

Lễ cưới vua Hàm Nghi.

Vua Tự Đức (1829-1883) là vị vua thứ tư triều Nguyễn, nối nghiệp cha là vua Thiệu Trị. Ông này có nhiều cái nhất: ở ngôi tới 36 năm, lâu nhất trong số 13 vị vua triều Nguyễn; hay chữ nhất, làm tới trên bốn ngàn bài thơ; có hiếu nhất với mẹ là bà Từ Dũ và có nhiều vợ nhất, 103 bà. Nhiều vợ như vậy nhưng ông không có con nối dõi. Thành ra ông có một cái hạng bét: không tạo nổi một sinh linh. Ông vốn ốm yếu từ nhỏ. Không biết tại sao ốm yếu mà ngài xài tới 103 vợ. 103 bà không bà nào sanh hoa kết trái, rõ ràng là lỗi của vua. Nhiều ông bạn tôi giễu chắc tại vì ông làm tới trên bốn ngàn bài thơ nên hết xí quách! Chắc không phải. Các ông Luân Hoán, Quan Dương, Hoàng Lộc, Hoàng Xuân Sơn cũng ngàn bài thơ có dư sao vẫn sản xuất ầm ầm. Vì không có con nên khi vua thăng hà, triều đình rối loạn, trong bốn tháng có tới ba vua. Thêm vào là việc thất thủ kinh đô vào năm 1885.

Vua Tự Đức.

Nói chuyện vui vui về hôn nhân triều đình tới đây thì hết vui. Lơ mấy ông vua này đi. Chúng ta nói chuyện chồng con của các công chúa. Có lẽ vui hơn.

Các nường công chúa trong cung cấm không được tự

do yêu như các cô gái thường dân. Hôn nhân của họ được xếp đặt và có bài bản cứng ngắc. Ông tây mật thám Léon Sogny ghi lại chuyện các công chúa lấy chồng trong một bài báo đăng trên tập san Đô Thành Hiếu Cổ *(Bulletin des Amis du Vieux Hue)* năm 1934. Theo truyền thống của hoàng gia, khi một công chúa tới tuần cập kê, vua sẽ chỉ dụ cho bộ Lại và bộ Binh lập danh sách ghi tên, tuổi (tối thiểu 16) và quê quán của các con, cháu của các quan nhất và nhị phẩm. Mỗi tên tuổi còn phải ghi rõ không có dị tật, thông minh và dễ coi. Tóm lại phải đẹp trai, học giỏi, con quan cỡ nhất và nhị phẩm. Vua sẽ cử ra một hoàng thân làm chủ hôn và một đại thần làm "chiếu liệu" (người ra lệnh). Hai vị này phải là người mẫu mực trong gia đình và phải đông con cháu. Họ sẽ chọn ra một danh sách gồm 5 ứng viên vào chung kết. Danh sách 5 "phò mã chờ" này được đệ trình lên nhà vua. Vua sẽ điểm một dấu son vào tên người được chọn. Vị chủ hôn sẽ thông báo cho nhà trai để sửa soạn hôn lễ. Nhà trai cần sắm: một bộ triều phục cho phò mã, một mũ có 5 con phượng gắn san hô và kim cương, một đai nạm vàng, một đôi hoa tai vàng, một hộp đựng đồ trang điểm bằng vàng, một gương có khung cẩn xà cừ và vàng, một hộp nạm vàng và xà cừ đựng đồ uống trà, một ống nhổ bằng vàng, nhiều tấm gấm thêu và lụa hoa, hài thêu và tất. Các thứ gia dụng như bàn ghế, tủ, bát đĩa và đồ làm bếp. Ngoài ra còn phải đóng một thuyền bồng và các thứ linh tinh khác. Triều đình sẽ cấp cho 30 ngàn quan để chi cho các thứ này. Phò mã cũng được lãnh thêm 3 ngàn quan để mua một căn nhà ở gọi là phủ hay đệ. Một số lính hầu cận gồm 50 người, do một viên đội chỉ huy, được triều đình trả lương cũng được phái tới phủ đệ. Theo quy định, công chúa chỉ được thấy mặt phò mã vào ngày hôn lễ.

Công chúa và phò mã nhà Nguyễn năm 1907. Ảnh của Đô Thành Hiếu Cổ.

Vua Tự Đức không có con nhưng vẫn phải bận tâm vụ cưới gả này. Khi vua cha là Thiệu Trị thăng hà vào năm 1847, triều đình phải để tang 3 năm nên không tổ chức hôn lễ. Hết 3 năm, có tới 30 công chúa con vua Minh Mạng và Thiệu Trị chưa lấy chồng. Các cô này đã có tuổi vì bị khựng lại trong 3 năm tang chế. Số công chúa phòng không chiếc bóng đã đông lại thêm nhiều cô không còn ở tuổi mơn mởn đào tơ, nhan sắc lại thường thường bậc trung nên triều đình phải...hạ giá. Không còn giới hạn vào các cậu ấm con các quan nhất và nhị phẩm nữa, con trai của các quan tam phẩm cũng có quyền ngấm nghé tới chức phò mã. Việc tuyển chọn cũng qua quýt hơn: viết tên các công tử vào giấy rồi các công chúa rút thăm, trúng tên chàng nào lấy chàng đó. Các cậu ấm trúng thăm phải cưới công chúa, không có quyền từ chối. Nhiều chàng toát mồ hôi, không muốn rước về một bà vợ có thể vừa già vừa xấu, chạy trốn ra khỏi kinh thành để khỏi phải làm phò mã.

Nói chuyện cưới xin của các công chúa, tưởng là vui nhưng vẫn không vui. Tìm được niềm vui ngày tết coi bộ khó. Nhưng có chuyện này có thể gọi là vui.

Ông Nguyễn Bá Khánh là một quan ngự y rất tài giỏi của vua Đồng Khánh, trị vì từ năm 1885 tới 1889, được ban danh hiệu "Hàn Lâm Viện Đãi Chiếu". Vì kỵ húy vua Đồng Khánh nên phải đổi tên là Nguyễn Bá Chước. Vua Đồng Khánh có một bà thứ phi tên Lưu Ngân, được tuyển vào cung năm 14 tuổi. Ba năm sau, khi bà 17 tuổi, vua thăng hà. Vua Đồng Khánh cảm kích công lao chữa bệnh của ngự y Nguyễn Bá Chước nên khi biết mình sắp chết, cho vời ông tới và hỏi: "Ngươi rất có công với triều đình, từng chữa khỏi bệnh thương hàn cho ta. Trước khi mất ta muốn ban thưởng cho ngươi vì những công lao đó. Ngươi muốn chi thì cứ tâu". Ngự y rụt rè không nói. Vua gặng hỏi thêm, ông mới thưa: "Hạ quan có một mong ước, nhưng nếu Đức Vua tha tội chết thì mới dám nói". Vua gật đầu. Vị quan ngự tâu: "Hạ quan không xin bất cứ vàng bạc, bổng lộc gì khác, chỉ xin nhà vua ban bà thứ phi Lưu Ngân về làm vợ". Vua gật đầu. Sau đó bà đã sanh cho quan ngự y 20 người con!

Tôi khoái ông ngự y dám chơi trèo này. Yêu thế mới là yêu, từ vua tới quan trong triều ai sánh nổi. Tôi ngậm niềm vui này trong những ngày tết. Không biết có thể gọi là đồng khí tương cầu được không?

02/2024

KHI VĂN NHÂN SAY

Rượu là anh em sanh đôi với cây viết. Rượu một tay, viết một tay, hầu như người dính tới chữ nghĩa nào cũng vậy. Ngày còn xanh, chúng tôi tràn rượu. Chuyện xưa rồi, cũng ngại nhắc lại. Bi chừ, anh em viết lách tại Montreal chúng tôi, tóc đã bạc màu thời gian, vẫn cứ rượu. Hai ông tổ sư là Trang Châu và Hoàng Xuân Sơn uống đâu ra đó. Thứ nào ăn với món nào, mọi sự phải đúng tiêu chuẩn. Nhưng ông Hoàng là một thứ bụi đời, từ ngày còn sinh viên, nên khi đã mềm môi, cứ chất cay là ông đổ vào miệng. Dễ tính hết sức. Lưu Nguyễn và tôi, uống là uống, ít nhiêu khê. Ông Võ Kỳ Điền thì ầu ơ ví dầu, lẳng lặng chẳng biết ông có uống không. Hồ Đình Nghiêm nhất định không rượu, chỉ bia thôi, hai chai là bia lên, nói như sanh như sứa. Chỉ có ông Luân Hoán, lẳng lặng kéo ly ra rồi xích ly vô. Ông này có vẻ khinh rượu ra mặt.

Vậy mà tôi vừa tình cờ khám phá ra một cuốn tập họp thơ của những cây rượu mang tên "Gặp Gỡ Nhau" do nhà xuất bản Hồng Đức trong nước ấn hành gồm 108 bài thơ viết về rượu của 108 anh hùng hảo hán, trong đó có ông Luân Hoán. Tôi giật mình. Kể cũng lạ khi thấy ông bạn tôi cũng uống rượu thành thơ như ai. Thử đọc một đoạn thơ rượu của ông Luân Hoán trước cái đã.

Chưa biết yêu đã tập tành uống rượu
Men Lưu Linh lót dạ mấy mươi năm
Em bữa nọ véo đùa chơi một cái
Rượu bung da thơm ngát chỗ đang nằm
Bạn đã đến cụng ly năm bảy bận
Trái sầu non treo lẫn trái sầu già
Trong khoảnh khắc, cạn ly, thành huynh đệ
Đất cùng trời vạn tuế lũ chúng ta

Ông bạn tôi, tẩm ngẩm tầm ngầm mà cũng dữ dội. Rượu từ khi chưa biết yêu. Uống nhiều đến nỗi véo người ra rượu. Kinh! Thiệt xứng đáng ngang ngửa với những tài danh lưng túi rượu bầu, khét tiếng trong làng thơ. Thi hào Vũ Hoàng Chương có nguyên một tập Thơ Say. Say từ trang đầu đến trang cuối.

Lũ chúng ta, đầu thai lầm thế kỉ,
Một đôi người u uất nỗi chơ vơ,
Đời kiêu bạc không dung hồn giản dị,
Thuyền ơi thuyền! Xin ghé bến hoang sơ.

Men đã ngấm bọn ta chờ nắng tắt,
Treo buồm cao cùng hát tiếng hò khoan.
Gió đã nổi nhịp trăng chiều hiu hắt,
Thuyền ơi thuyền theo gió hãy cho ngoan.

Bùi Giáng nổi tiếng về những vần thơ riêng một cõi tuôn chảy trong lúc điên cũng như khi tỉnh. Khi chạm vào rượu, thơ vẫn một cõi riêng.

Thưa em rượu uống bây giờ
Là trăm năm gục hai bờ tử sinh
Động hờ hững, Chúa điêu linh
Em làm Hoàng Hậu mọc tình cỏ phơi
Nhà ma cửa quỷ đi đời
Chìm hơi thở đục trong lời sương xanh
Càn khôn xiêm mỏng che mành
Về trong thiên hạ em thành thiên thâu

Phùng Quán "Mời Rượu":

Mời bác Ba Vì xích lại đây
Ta cùng túy lúy ngắm sóng say
Tôi đùa bác đấy đừng tưởng thật
Bác xích lại gần tôi cũng gay

Tô Thùy Yên hào sảng rượu trên sa tràng.

Dựng súng trường, cởi nón sắt
Đơn vị dừng quân trọn buổi chiều
Trọn buổi chiều, ta nhậu nhẹt
Mồi chẳng bao nhiêu rượu rất nhiều

Tôi chỉ xin trích ra vài đoạn của vài tác giả gạo cội xoay quanh rượu. Ông Luân Hoán chen chân được vào làm tôi ngạc nhiên. Ngạc nhiên không phải vì thơ ông kém cạnh nhưng vì có thật ông đã có một thời cũng rượu mềm môi như các vị hào sảng kia không.

Nhà thơ Mang Viên Long, trong bài "Những Bài Thơ Rượu Hôm Qua và Hôm Nay", đã nhận xét: "*Tóm lại, 108 "giang hồ tứ xứ" đã cùng quây quần bên ly rượu đời, rượu tình một thời vang bóng! Sự tập hợp và chọn lọc 108 bài thơ tiêu biểu của 108 tác giả về rượu là một nỗ lực lớn của nhóm anh em "ghiền" (và yêu) rượu, nhằm giới thiệu cùng bạn đọc một tác phẩm độc đáo về rượu, là một việc làm thật đáng trân quý! Trong đời giang hồ, "gặp gỡ nhau" sau tách trà, ly café đen, là rượu! Trong đời thầm lặng, với bao ưu phiền bất hạnh, là rượu. Buồn cũng rượu, mà vui cũng rượu. Rượu của "giang hồ mà khí cốt". Rượu của tình thương yêu mình và thương yêu đời, còn đọng lại trong trái tim mọi người hôm qua và hôm nay đã được "góp nhặt" để chuyển gởi đến thân hữu, bạn đọc những ly rượu sẻ chia ấm tình tri kỷ".*

Trong 108 vị hào kiệt góp thơ rượu trong cuốn "Gặp Gỡ Nhau" dĩ nhiên không thiếu được ông Tản Đà. Ông có mặt nhưng tôi tạm lơ chưa nói tới ông vì ông dính tới rượu hơn bất kỳ vị nào trong 108 vị. Phải trải nguyên một chiếc chiếu riêng để ông khề khà. Kết với rượu nhưng rượu không chưa đủ. Rượu phải đi đôi với thức nhắm.

Năm 1939, Trương Tửu đã viết cuốn "Uống Rượu với Tản Đà". Cuốn sách đã bị thất truyền trong một thời gian dài. Gần đây, trong số những tư liệu mà Thư Viện Quốc Gia Pháp tặng bản chụp *microfilm* cho Thư Viện Việt Nam, may thay, có cuốn này. Đây là một cuốn sách mỏng nhưng là cuốn đầu tiên viết về Tản Đà. Tản Đà rất sành và tỉ mỉ trong chuyện tự mình nấu các món nhắm với rượu. Trương Tửu kể về một lần Tản Đà làm món nhậu: "Để hôm nay, tôi sào nấu lấy các thức ăn, hai ông xem. Tôi làm bếp có phần lại giỏi hơn làm văn... *(cười và quay lại gọi gia nhân)* Này, anh nhỏ! Anh

đặt cái hoả lò nhỏ lên bàn này cho tôi… Được rồi! Anh đặt luôn cái soong chả dê này lên trên cái hỏa lò nhỡ kia, cho thêm tí mỡ vào… Được rồi! Bây giờ anh nhóm lửa cái hoả lò to kia lên để nấu canh, húp cho rã rượu… *(cười và quay về chúng tôi)* Kìa! Hai ông sơi rượu tự nhiên đi… Đấy, ăn trên lửa có phải ngon không? *(cười to)* Một bữa rượu, ba cái hoả lò! Sang thật! Ngày xưa vua chúa dùng ngũ đỉnh, hôm nay ta dùng tam đỉnh, chứ thua gì!". Văn thơ cũng xêm xêm như món nhậu: "Văn chương có giống như mâm gỏi.. Đĩa cá lạng, đĩa dấm ngọt thời người thường dễ ăn, còn miếng lắt miếng xương phải đợi con nhà gỏi. Văn chương có giống như thịt chim. Sào, thuôn, nướng chả thì dễ chín, hấp cách thủy lửa không đến mà nhừ hơn".

Rượu nồng và ăn ngon trở nên triết lý sống hưởng lạc của nhà thơ: "Ở đời, tôi tưởng nên biết thưởng thức mỗi thứ một chút và cốt nhất là phải thưởng thức cho sành, nhất là cái ăn cái uống. Hai ông tính, người ta sống được bao năm? Chẳng tiêu pha cuộc đời cho mãn ý, lúc chết hai tay buông xuôi, hối tiếc cũng bằng thừa. Tuổi xuân của con người mấy lúc mà tàn? Tôi cứ xem như tôi đây, vừa dạo nào còn là một thư sinh mà bây giờ đầu đã bạc cả rồi!".

Thế sự nhất phù vân chi cảnh
Những ai mê ai tỉnh đã ai ai?
Khéo vô đoan khóc hão lại thương hoài
Thú trần giới có ăn chơi là bậc nhất

Cái đức ăn chơi, được hiểu theo nghĩa nhắm rượu khề khà tỉ mỉ, của Tản Đà được những người cùng thời nhắc lại khá nhiều. Trong bài "Tản Đà Uống Rượu Làm Tôi Say Đến Bây Giờ", Vũ Bằng viết: *"Chiều nào, bất cứ bận việc gì, tôi cũng tà tà đi đến trước cửa nhà Thăng Long, dán mũi vào cửa kính nhìn vào trong để xem ông Tản Đà vừa quạt cái hỏa lò con để trên giường vừa nhắm rượu một mình. Tôi sợ ông như một ông tiên".*

Trong bài "Tản Đà, Một Kiếm Khách", nhà văn Nguyễn Tuân kể lại một hoạt cảnh: *"Thi sĩ cởi trần trùng trục, cái quần vải tây cong có dây lưng lụa buộc hở ngoài, được buông hẳn cạp lá hoa xuống. Con người ta đã nặng về phần ăn, thì nhẹ về phần mặc, thường là thế. Nơi dây lưng lụa, một bên thi sĩ cột một be rượu, một bên giắt con dao nhọn mũi. Thế là ông Tản Đà từ từ đi xuống nước mặn, tây và đầm, buổi chiều đó, đã nguýt một tên chài bản xứ bơi gần họ và dám gạt cái quả bóng cao su xanh đỏ mà họ đang tung ném cùng nhau đùa giỡn. Họ có biết đâu rằng đây là một nhân tài của nước Nam ta. Thế rồi ông Tản Đà cứ bơi đứng – bơi đứng, xin nhớ kỹ cho tôi – ra mãi ngoài xa, tìm được những tảng đá sống trâu nổi lên mặt nước mới chịu nghỉ. Đấy là những miếng đá thừa thãi của mũi bể Cổ Rùa, ngoi xa ra biển. Chỉ có những người tài bơi lặn mà mạo hiểm mới dám ra tới đó. Ông Tản Đà bơi ra tận đấy để uống ngay tại trận một bữa rượu. Ông mở nút be rượu giắt ở dây lưng, vừa nhìn cái sóng bạc đầu, vừa tu rượu ừng ực. Lấy mũi dao nhọn, ông cậy những con hầu bám vào đá giống như một vục khoáng chất, bổ đôi từng con hầu ra, múc lấy ruột sống, ăn rất ngon lành, thỉnh thoảng lại chép miệng vì thiếu mất ít gia vị".*

Ngô Tất Tố, người cùng chung sức với Tản Đà lèo lái tờ An Nam Tạp Chí, rồi cùng vào Nam với Tản Đà cộng tác với tờ Đông Pháp Thời Báo của ông Diệp Văn Kì, kể lại: "Tản Đà có cái tật không ai chịu nổi: không có tiền thì rầu rĩ, oán trách, rũ người ra như con cú, thế mà một khi có tiền thì lại không muốn làm việc gì hết, chỉ uống và ăn, hết ăn lại uống. Chưa uống thì bảo không có rượu như cái máy không xăng nhớt không chạy được, uống vào say rồi thì nằm khoèo ra ngủ và lí luận một mình rằng say mà làm việc thì hỏi đời còn có cái gì thú nữa?".

Một người quý rượu như Tản Đà có bị rượu quật lại không? Trong luận án Tiến Sĩ ra trường của Bác sĩ Mạc văn Phước vào năm 1968 tại Sài Gòn, ông đã nghiên cứu về bệnh trạng và cái chết của 4 văn nhân: Tản Đà, Nguyễn văn Vĩnh, Phạm Quỳnh và Nhất Linh. Trong phạm vi bài này, chúng ta chỉ nói tới Tản Đà. Bác sĩ Mạc văn Phước đã sống, hành nghề và mất tại Montreal chúng tôi. Tôi gặp ông nhiều lần. Ông bác sĩ này rất khoái văn thơ. Tôi chỉ biết ông sau này nên không ngờ luận án của ông cũng…văn thơ.

Theo Bác sĩ Phước, Tản Đà mắc hai bệnh kinh niên do thói quen ăn uống bừa bãi. Đó là bệnh sán và bệnh nghiện rượu. Tản Đà thích ăn các món ăn tươi sống như gỏi cá, thịt tái, sò hến sống nên rất có thể bị bệnh sán. Bệnh sán có hai loại: *toeniasaginata* do thịt bò tái gây ra và *toenia solium* do thịt heo sống như nem chua mà Tản Đà rất thích.

Bệnh nghiện rượu Tản Đà mắc phải là cái chắc. Ông uống liên miên năm này qua năm khác. Theo Khái Hưng, Tản Đà chỉ có duyên khi say. Khi thiếu hơi men, Tản Đà buồn rầu lạnh lẽo và chua chát. Nhưng không mấy khi Tản Đà không say. Theo Bác sĩ Trần văn Bảng, trong khoảng thời gian từ 1920 đến 1925, Tản Đà hay đi ngao du nhà bạn bè, khi Hà Nội, khi Hà Đông, lúc Vân Đình, lúc Ứng Hòa. Ông Nghiêm Biền, khi đó mới 14 tuổi, còn nhớ mỗi lần Tản Đà tới nhà chơi, ông uống rượu liên miên và ăn rất khỏe, có khi làm hết luôn cái thủ lợn.

Tản Đà thích đủ các loại rượu Tây hay Tàu. Thứ ông thích nhất là Mai Quế Lộ và Văn Côi. Nhưng hai thứ này là loại xịn, rất mắc tiền, chắc một tay nghiện nặng như Tản Đà không kham nổi. Thường ông chỉ uống rượu ngang và rượu ty. Rượu ngang rất mạnh, tỷ lượng có thể lên tới 60 độ. Tản Đà hay uống rượu ngang có ngâm trái mơ. Bác sĩ Trần văn Bảng cho biết ông đã mục kích Tản Đà ngồi uống rượu mơ một mình tại tư thất ở làng Văn Quán, Hà Đông. Suốt ngày đêm ông ngốn tới hàng chục chén.

Nói về rượu và người viết, tôi lan man về Tản Đà hơi nhiều. Cũng phải thôi. Trong làng văn trận bút nước ta từ trước tới nay, có ai xứng đáng là đệ tử thuần thành của Lưu Linh bằng Tản Đà. Nhưng rượu vào mà thơ ra được như hai câu thơ xuất thần sau cũng chỉ có Tản Đà:

Đất say đất cũng lăn quay
Giời say mặt cũng đỏ gay ai cười.

07/2023

KỶ VẬT

Brossard là một thành phố nhỏ ở phía Nam thành phố Montreal chúng tôi, cách một dòng sông. Đôi bờ được nối với nhau bằng ba cây cầu. Hai cầu nhỏ và một cầu lớn. Cầu lớn là cầu Champlain. Đây là cây cầu có mức độ lưu thông nhộn nhịp nhất Canada. Cầu được xây cất vào năm 1962 và tuy đã được tu sửa nhiều lần nhưng vẫn gặp nhiều vấn đề khiến chính phủ Canada phải quyết định cho nó nghỉ hưu. Một cây cầu mới được xây cất trị giá 4,4 tỷ đô để thay thế và đã khánh thành vào ngày 24/6/2019. Mọi người vui mừng vui quá vui vì cây cầu mới rộng thênh thang lại có đường xe điện mới tinh không cần người lái chạy ở giữa. Nhưng có một người không vui. Đó là ông Võ Kỳ Điền.

Trong số anh em viết lách thường đàn đúm cà phê cà pháo, nhậu nhẹt lai rai chúng tôi, tất cả đều ở bên Montreal, duy có ông họ Võ lưu lạc bên Brossard. Đôi bờ ngăn cách nên mỗi lần "phó hội" ông là người phải vượt sông tìm tới bàn nhậu. Ông nay không lái xe nên việc di chuyển chỉ trông nhờ vào xe buýt. Từ ngày có cầu mới, xe điện mới tinh liên tục chạy nối tiếp chỉ cách nhau vài phút đã đẩy xe buýt vào nhà kho. Anh em chúng tôi mừng cho ông vì được cưỡi xe điện oai và nhanh chóng hơn nhiều nhưng chuyện không phải vậy. Từ nhà già của ông có thể ra bến xe buýt dễ dàng nhưng với bến xe điện thì ông chịu vì không có xe buýt tới. Bảo ông cuốc bộ là một điều tàn nhẫn vì ông luôn phải trang bị một cây gậy. Ông đang loay hoay tìm giải pháp khả thi nhưng chưa ra. Với một người cũ kỹ đã thành nếp thì cái chi mới thường không phải là một điều hay ho chi.

Thương ông bạn già tôi móc ông vào bài "kỷ vật" này. Kỷ vật tôi muốn nói tới không phải là ông Võ mà là chiếc cầu cũ. Có cầu mới, cầu cũ phải chịu phận hèn. Mới đây, nó đã được cho đi chỗ khác chơi, không phải nguyên vẹn hình hài mà tanh bành thành từng mảnh. Đứng gồng mình gánh vác biết bao nhiêu dòng xe cộ trong suốt 60 năm, chiếc cầu cũ được nhiều người thương tiếc. Họ muốn giữ một chút gì để nhớ. Như ông Jeff Harris, người ngày ngày vượt cầu từ bờ Nam qua bờ Bắc để đi làm. Bao nhiêu năm thân cận với cầu, ông không nỡ quay mặt rốt ráo. Vậy nên khi nghe tin thành phố muốn tặng dân chúng những con tán *(rivet)* của cầu cũ, ông và con gái không ngại trời mưa lớn, đã xếp hàng từ sáng sớm để dành cho được một trong số 2 ngàn con tán được trao tặng đợt đầu. Con tán chỉ dùng trong cầu cũ, ngày nay người ta dùng bù loong. Bà Nathalie Lessard của công ty xây cất cầu Champlain đã nói khi nhìn đoàn người xếp hàng từ 7 giờ sáng: "Với 50 triệu lượt giao thông trên cầu mỗi năm, nhiều người đã dùng cầu này khiến cầu trở thành có ý nghĩa trong đời sống của dân chúng".

Cầu cũ bị phế thải có chiều dài 3,4 cây số và có tới 250 ngàn tấn bê tông và 25 ngàn tấn thép. Hơn 90% số thép này sẽ được tái chế trong nhiều dự án. Công ty chế tạo đồng hồ Steve Christenson sẽ sản xuất và bán ra thị trường loại đồng hồ đặc biệt *Champlain Watches*. Nghệ sĩ Jacques Gallant sẽ dùng sắt của cầu để hoàn thành một chiếc xe đạp đặc biệt và một giá để được sáu chiếc xe đạp. Học sinh trường Marie Victorin ở Brossard sẽ chế ra những dụng cụ dùng trong trường. Một nông trại ở Ange-Gardien sẽ xây cất một nhà nuôi trồng cây. Phần bê tông của cầu sẽ được phá thành mảnh nhỏ dành cho những người muốn sưu tầm. Bà Nathalie Nessard cho biết: "Cũng giống như khi bức tường Bá Linh bị phá vỡ, dân chúng đã sưu tầm những mảnh nhỏ của tường, chúng tôi cũng dành cho công chúng những mảnh kỷ niệm như vậy. Nhưng việc này bao giờ được tiến hành và tiến hành như thế nào chúng tôi chưa biết".

So sánh chuyện chiếc cầu Champlain với bức tường Bá Linh là khập khiễng. Như so sánh một cơn mưa giông với một trận bão. Bức tường Bá Linh sụp đổ là một cơn địa chấn chính trị toàn cầu làm thay đổi bộ mặt thế giới. Nó là khởi đầu cho cuộc thoát xác của nhiều quốc gia nằm trong khối Xô Viết. Bức tường không chỉ là bức tường mà còn là một biểu tượng của sự đè nén bị xô ngã. Chuyện xảy ra vào ngày 9/11/1989 ảnh hưởng tới nhiều người Việt. Số người Việt xuất khẩu lao động bên Đông Đức đã ào ạt chạy qua phía Tây Bá Linh xin tị nạn. Họ được nhiều người Việt sống bên Tây Bá Linh ra

Mẩu tường Bá Linh của chính phủ Đức tặng Nữ Hoàng Elizabeth II.

tay giúp đỡ. Bà Thúy Nonnemann, sinh sống tại Tây Bá Linh từ thập niên 1960 kể lại: "Tối hôm 9/11/1989 trời mưa phùn. Tôi ở nhà xem truyền hình, bất thình lình nghe tin bức tường Bá Linh sụp đổ. Ngày hôm sau, 10/11/1989 tôi đi ra Cổng thành xem dân chúng vượt qua bức tường thế nào. Tôi thấy nhiều người Á châu nói tiếng Việt. Họ kể họ lao động ở bên Đông Đức, bây giờ họ muốn ở lại nhưng sợ bị trục xuất về. Tôi đưa họ tới cảnh sát Tây Đức ghi tên để họ được vào trại". Một người khác, cư ngụ ngay bên bức tường từ sau ngày miền Nam sụp đổ, ông Phạm Ngọc Đảnh cùng vợ cũng hăng hái giúp đỡ đồng bào. Ông Phạm Ngọc Đảnh không xa lạ chi với tôi. Thập niên 1960, tôi cùng Nguyễn Xuân Hoàng có học thêm tiếng Đức vào buổi tối, sau giờ làm, tại trung tâm văn hóa Đức Goethe Institut. Người dạy lớp tôi chính là thầy Đảnh mà chúng tôi gọi theo tiếng Đức là *Herr* Đảnh. Tác giả Nguyễn Huỳnh Mai có dịp tới ở căn nhà này kể lại: "Ông bà thuê được căn nhà này vì nằm sát cạnh bức tường Bá Linh nên không ai mướn, dù là nhà mẫu, các sinh viên kiến trúc thường đến chụp hình, báo chí quay phim. Nhờ vậy ông bà có được căn chung cư những sáu phòng, vì ông bà có đến năm đứa con. Sau khi ở đến 13 năm, các con đều đã trưởng thành đi làm việc đi học khắp nơi, chỉ còn ông bà và hai cô con gái học dược sĩ và y sĩ. Ông Phạm Ngọc Đảnh làm việc nhiều năm cho hội Hồng Thập Tự tại đây, và bà cũng là một thiện nguyện viên đắc lực của cộng đồng. Bà thường hướng dẫn các đồng hương về đời sống cũng như chỉ dẫn họ làm giấy tờ, nhất là lúc người tị nạn từ Đông Đức tràn sang".

Trong số "tường nhân" ngày đó có cô ca sĩ Ái Vân. Khi đó cô đang ở phía bên kia bức tường và toan tính qua bờ Tây Bá Linh bằng cách xếp hàng qua cổng chính. Tới cổng cô bị gạt lại, đang tính đường nhảy tường thì dịp may tới. Bên phía Tây người ta đang đục tường. Trong cuốn hồi ký "Để Gió Cuốn Đi" cô kể lại: *"Trong khi bốn bề đều nghe tiếng cốc cốc, lại nghe một mảng tường đổ rầm xuống. May thay lúc ấy chỉ có một viên cảnh sát đứng canh. Anh ta cầm máy bộ đàm gọi đâu đó, rồi lấy một mảng dây thép gai kéo tới lấp vào chỗ mảng tường vừa đổ và lên xe Jeep chạy vù đi. Khi xe Jeep vừa chạy ra khỏi bãi cỏ là tất cả ùa tới ào ào. Tôi, Ái Thanh và bảy người bạn Ái Thanh cũng chạy như bay*

Dân chúng Bá Linh phá tường bằng búa.

tới. Đúng lúc ấy một bé gái Đức xuất hiện ngay giữa mảng tường đổ hát hò say sưa. Tô Sơn lao tới hét: "Tránh ra", rồi nhấc cô bé sang một bên. Rộng chỗ, cả nhóm chín người lần lượt chui tường thoát qua Tây Berlin. Chui qua khỏi tường, sang đến Tây Berlin rồi mà cứ ngỡ như mơ. Mấy anh chị em nhìn nhau và hỏi "Ủa, đây là xứ tự do rồi à?". Bên kia đang nhốn nháo, sang bên này tự nhiên thấy yên tĩnh lạ thường, người đi lại thong dong giống như đi dạo mát. Người ta mở băng nhạc cassette, vài nhạc sĩ mang violon hoặc guitar dạo những khúc nhạc vui tươi. Mấy chiếc bàn bày bán những mẩu gạch nhiều màu sắc được đục từ bức tường Berlin, kẻ bán người mua rôm rả. Không gian tràn ngập trong tiếng nhạc dìu dặt, thanh bình. Không một ai tới hỏi mình từ đâu, tới đây làm gì, mọi người nhìn nhau mỉm cười thân thiện như đã quen nhau tự thuở nào".

Phía Tây Bá Linh của bức tường, phía của tự do, được phủ kín những tranh vẽ *graffiti* do những nghệ sĩ vô danh nhưng rất tự do vẽ. Khi bức tường bị phá vỡ, những mảnh vụn bên phía Tây Bá Linh sặc sỡ những sắc màu. Với chiều dài 106 cây số, cao 3,6 thước, người ta đã lấy được biết bao kỷ vật trong 5 năm, từ 1989 tới 1994. Chính phủ lấy, dân chúng lấy, miếng lớn miếng nhỏ, miếng nào cũng quý. Chính phủ dùng để tặng quốc khách hay các thành phố khắp nơi. Năm 1992, Nữ Hoàng Elizabeth II của Anh tới thăm viếng chính thức Đức và đã được chính phủ Đức trao tặng một mảnh tường. Mảnh tường được cắt gọt rất mỹ thuật, có hai vạch xanh đỏ dấu vết của *graffiti*, được đặt trên một bệ đá đen có khắc hàng chữ Đức: *"Berliner Mauer 1961-1989"*. Các kỷ vật này còn được chính phủ Đức tặng cho các nước Nga, Mỹ, Anh, Vatican và nhiều quốc gia khác. Một tặng vật đã được dựng ở vùng phi quân sự chia cắt Nam và Bắc Hàn.

Thành phố Montreal chúng tôi cũng đã được thành phố Berlin tặng một mảnh tường nhân dịp kỷ niệm 350 năm của thành phố vào năm 1992. Mảnh tường này khá lớn hiện được trưng bày tại Trung Tâm Thương Mại Thế Giới *(Centre de Commerce Mondial)*.

Ông Alex Munter, Chủ Tịch và CEO của bệnh viện Nhi Đồng Đông Ontario ở thủ đô Ottawa của Canada không chờ ai tặng. Năm 1986, khi bức tường còn vững như bàn thạch, ông đã tới thăm: "Tôi nhớ lại khi đó tôi có cảm tưởng đây là bức tường vững chãi nhất mà tôi được biết". Khi bức tường sụp đổ, ông đã bay qua Bá Linh để tận mắt chứng kiến. Khi bay về, hành lý của ông là một túi đầy mảnh vỡ của bức tường. Ông nói: "Nếu năm 1986 có ai nói với tôi là bức tường sẽ sụp đổ, tôi nghĩ là chuyện không thể xảy ra được. Giờ phút này đã dạy cho tôi biết là cái không thể cũng có thể xảy ra". Bức tường được xâu xé thành triệu triệu mảnh đã được lưu giữ hầu như tại tất cả các quốc gia trên thế giới. Tại thủ đô Kiev của Ukraine đang mịt mù khói súng, ngay bên cửa tòa Đại Sứ Đức vẫn sừng sững một mảnh tường khá cao của bức tường Bá Linh.

Mảnh tường Bá Linh là một kỷ vật ai cũng muốn có. Dân buôn bán đã thiết lập cả một dịch vụ lớn kiếm lời quanh bức tường. Ngay bây giờ, nếu bạn muốn có kỷ vật này, bạn có thể lên mạng, vào eBay hay Amazon tìm kiếm một cách dễ dàng. Tôi đã vào thử Amazon và thấy rao bán các kỷ vật này với giá từ vài chục tới cả trăm đô tùy theo kích thước lớn nhỏ. Trùm buôn bán các kỷ vật này là ông Volker Pawslowski. Người ta ước tính 90% kỷ vật trên thị trường là từ ông này ra. Năm 1991, ông mua đứt 300 thước tường và đập ra thành từng mảnh nhỏ để bán. Ông thú nhận đã xịt sơn lên nhiều mảnh này để giả những bệt màu của tranh *graffiti* trên tường. Mảnh tường có dính sơn xanh xanh đỏ đỏ dễ tiêu thụ hơn. Để cầu chứng đây là những mảnh tường thực sự lấy từ bức tường Bá Linh, ông Volker Pawslowski đã dán nhãn *"Pawslowski Souvenirs & Postcards"* và được đặt trong những hộp đàng hoàng. Ông trùm buôn tường này còn tự hào là có thể nhìn qua là biết thật giả liền. Năm 2014, phóng viên báo ExBerliner đã làm một cuộc khảo sát các tiệm bán đồ kỷ niệm tại Bá Linh và cho kết quả là tất cả hàng của ông Pawslowski là đồ thật trừ một mẫu. Lập tức ông tìm hiểu và phát hiện ra một nhà buôn lẻ lấy hàng của ông bán đã đánh tráo hàng giả vào.

Biến cố bức tường Bá linh bị sụp đổ diễn ra vào ngày 9 tháng 11 năm 1989. Cuộc tấn công vào tòa tháp đôi tại New York thường được gọi tắt là vụ 9/11. Thoạt nghe tưởng hai ngày trùng nhau nhưng không phải. Vụ sau xảy ra vào ngày 11/9/2001. Cách viết ngày tháng xuôi ngược khác nhau của Âu Châu và Mỹ đã làm nhiều người bé cái lầm.

Hai tòa nhà bị cháy để lại 7 ngàn tấn thép được lưu giữ tại nhà kho của sân bay John F. Kennedy ở quận Queens, New York. Một phần số thép này được tặng cho 50 tiểu bang để tạo những công trình kỷ niệm vụ khủng bố kinh hoàng này. Một phần được tặng cho Canada, Đức, Ý, Anh và các căn cứ quân sự Mỹ tại Nam Hàn và Afghanistan để sử dụng cho cùng một mục đích. Các kiến trúc sư và điêu khắc gia tại khắp nơi được tặng thép đã tạo dựng được nhiều công trình vừa mỹ thuật vừa mang nặng ý nghĩa. Như điêu khắc gia Heath Satow ở Rosemead, tiểu bang California, đã hoàn thành một tượng đài có 2977 chim bồ câu trắng bằng thép không rỉ tượng trưng cho số nạn nhân thương vong, tạo thành hai bàn tay nâng một khối thép của tòa nhà bị hủy hoại.

Một công trình khác là chiếc hộ tống hạm LPD 21, còn có tên là *New York Never Forget* (Nữu Ước Không Bao Giờ Quên) tạo thành bằng toàn sắt thép của hai tòa nhà Twin Towers. Anh bạn nhà thơ Quan Dương là người gắn bó với

Nhà thơ Quan Dương làm việc trên hộ tống hạm LPD 21.

việc hoàn thành chiến hạm với kinh phí 1.400 triệu đô này. Anh kể: "*Sau biến cố kinh hoàng, sắt của hai toà nhà này được đưa về Avondale Shipyard của New Orleans năm 2003 để nấu chảy ra dùng để làm phần đáy. Lúc đó tôi là một công nhân của hãng Northrop Grumman nên đã tham dự vào việc thực hiện. Chiếc hộ tống hạm đã cùng tôi gắn bó suốt sáu năm kể từ lúc bắt đầu cho đến lúc hoàn tất vào tháng 9/2009. Có thể nói mọi ngóc ngách trong chiếc hạm này không có chỗ nào là không ghi dấu chân tôi. Năm 2004 khi mới đang còn bắt đầu khởi công thì cơn bão Katrina đã tấn công chiếc tàu và mưa gió bão bùng đã bao phủ trùm lên. Nghe như đâu đây trong mưa gió tiếng kêu gào của 2977 oan hồn trong đó có 343 lính cứu hỏa và 72 sĩ quan cảnh sát mà giờ xác thân của họ quyện vào trong từng miếng sắt".*

Hộ tống hạm LPD 21 làm bằng sắt thép của tòa nhà Twin Towers.

Là một sĩ quan Việt Nam Cộng Hòa đã nếm nhiều tân khổ của chiến tranh và tù đày tại quê nhà, anh có những cảm nghĩ đặc biệt của một quân nhân Việt: "*Khi bão Katrina vẫn còn đang tơi tả thì chúng tôi từ Houston quay trở lại New Orleans và tiếp tục công việc của mình. Ngồi trên tàu nhìn cảnh vật chung quanh đìu hiu im ắng vì người dân chưa quay về, tôi có cảm tưởng trong từng mét sắt của chiếc tàu là những oan hồn lạnh lẽo mà mọi người trong cơn hốt hoảng của bão Katrina vô tình quên đi. Tôi liên tưởng đến những người dân tôi bị lính miền Bắc tràn vào giết chết oan uổng trong tết Mậu Thân trong cuộc chiến tranh Việt Nam mà xác xương của họ cũng từng bị chôn vùi và quên lãng. Tôi cũng liên tưởng đến những vụ cộng sản âm thầm thảm sát những người thua trận mà không qua xét xử ngay trong những ngày đầu họ chiếm được miền Nam. Tất cả những cái chết được che giấu tinh vi núp sau những mỹ từ đẹp đẽ. Những oan hồn chết bởi sự cuồng vọng của cái ác đều bi thương như nhau".*

Nhà thơ Quan Dương, dưới con mắt của một nạn nhân chiến tranh, đã nhìn qua con tàu kỷ vật sự tàn nhẫn của bạo lực. Khủng bố đã gây nên những thảm trạng kinh hoàng nhưng khủng bố không bao giờ vắng mặt trên cõi thế này. Kỷ vật không chỉ là những mảnh vụn cất giữ mà còn là những vết hằn nằm trong sâu thẳm của mỗi con người. Mãi mãi!

09/2023

LẠI NƯỚC MẮM

Nước mắm tôi muốn nói tới là...nước mắm. Phải minh xác ngay vì ngày nay nước mắm trên thị trường hải ngoại phần lớn, nếu không nói là hầu hết, đều là nước chấm. Nước chấm thường được gọi là "nước mắm công nghệ" không làm bằng cá như nước mắm truyền thống mà là pha các hóa chất làm thành thứ nước mắm mà nhiều người gọi là "nước mắm giả". Tôi không chơi với thứ giả.

Thứ nước mắm thiệt được bày bán trên các kệ nước mắm tại Canada vào thập niên 1990 là nước mắm The Atlantic do cựu thuyền trưởng Ngô Sanh, biệt danh "Captain Ngô", sản xuất tại New Foundland, Canada. Cá được dùng là *capelin* đầy rẫy ở biển Canada, được bắt tươi rói và ướp làm nước mắm ngay được ghi là "nước mắm cá thu". Thời kỳ vàng son của nước mắm The Atlantic không kéo dài được bao lâu khi nhà máy phải đóng cửa. Vậy là đi tiên phong trong việc làm nước mắm đích thực tại hải ngoại là Canada chúng tôi.

Thứ nước mắm thứ hai đích thực là nước mắm chính là nước mắm Red Boat trên chai có ghi rõ 40 độ đạm. Đây là loại nước mắm được sản xuất tại Phú Quốc, trên chai ghi là "Product of Vietnam" nhưng có yếu tố quốc ngoại. Đây là sản phẩm của kỹ sư Phạm Thế Cường, người Mỹ gốc Việt đã từ Mỹ về Phú Quốc xây dựng nhà máy sản xuất theo đúng tiêu chuẩn vệ sinh của Mỹ. Sản phẩm này đã được hệ thống bán lẻ Costco phân phối tại Mỹ và Canada. Tôi đã sung sướng và hãnh diện biết bao khi tận mắt thấy chai nước mắm Red Boat nằm tại Costco gần nhà ở Montreal. Nhiều bạn tôi không biết chuyện này. Tôi đã mua về một số để tặng bạn bè ăn thử. Quảng cáo không công, lại còn hao hụt túi tiền, nhưng trong bụng vẫn khoái chí tử. Cái khoái của tôi không sống lâu, chỉ một thời gian sau, trong một lần tới Costco, tôi ngơ ngẩn khi thấy nước mắm Red Boat bị đưa ra bán *sale* nửa giá. Từ 12 đô xuống còn 6 đô một chai. Con gái tôi vốn rành rẽ với cách kinh doanh của Costco thấy biến liền. Rinh luôn cả thùng về bởi vì bán *sale* tới nửa giá có nghĩa là Costco sẽ dẹp loại hàng này. Từ sau lần bán *sale* với cái giá đau lòng đó, Red Boat biến mất trong cửa hàng Costco. Niềm tự hào của tôi xẹp lép. Thứ quốc hồn quốc túy của đất nước ta bị hất hủi một cú liểng xiểng.

Quốc hồn quốc túy? Không hiểu chúng ta tự nhận là dân nước mắm từ thuở nào. Theo các chứng tích khảo cổ được các sử gia Âu châu công bố thì nguồn gốc nước mắm là từ Carthage, một nước cộng hòa cổ ở Bắc Phi, nay là một phần của Tunisie. Dân chúng nơi đây đã ướp cá biển với muối và nhờ sức nóng của mặt trời làm nước mắm từ thế kỷ thứ II trước công nguyên. Từ Carthage, kỹ nghệ chế biến nước mắm được truyền qua La Mã, rồi tới Cartagena và Baelo Claudia, nay thuộc Tây Ban Nha, và Bretagne, nay thuộc Pháp. Dân Âu châu cổ xưa gọi tên nước mắm là *garum*. Mãi tới thế kỷ thứ V sau công nguyên nước mắm mới xâm nhập vào Á châu qua con đường tơ lụa để trở thành *yulu* (ngư lộ) của người Trung Hoa, *ishiru* của dân Nhật, *nampla* của Thái Lan, *kecap ikan* của người Indonesia, *patis* của dân Philippines Từ thế kỷ thứ V tới thế kỷ thứ XV, trong một ngàn năm nước mắm đã có mặt trong ẩm thực Trung Hoa và Nhật Bản cho tới khi họ chế ra nước tương mới nghỉ chơi với nước mắm.

Nước mắm tới Việt Nam từ người Chàm khi đó ở vùng phía nam Trung Việt. Vương quốc Champa hồi đó có nhiều thuyền buôn vượt biển đi buôn bán với các nước Ả Rập và các nước Địa Trung Hải nên đã nhập cảng nước mắm từ các nước này. Trong Đại Việt Sử Ký Toàn Thư, bản khắc in vào năm 1697 có viết về nước mắm khi đề cập tới việc vua Tống Chân Tông của nhà Tống ở Trung Hoa ban chiếu phong vương cho vua Lê Đại Hành vào năm 997 và bãi bỏ lệnh đòi Đại Việt cống nước mắm do triều đình Trung Hoa đặt ra trước đó. Việc này chứng tỏ người Việt đã làm và dùng nước mắm muộn nhất là vào thế kỷ thứ X.

Làm và dùng nước mắm muộn màng như vậy nhưng nước mắm bám vào dân Việt hơn các nước khác. Trong khi các quốc gia khác dùng nước mắm như một thứ phụ gia trong nấu nướng hay ướp như một gia vị thì chúng ta dùng nước mắm một cách tận tình hơn. Vừa là nguyên liệu, vừa là gia vị, vừa là nước chấm. Chỉ có mâm cơm của người Việt mới có chén nước mắm dùng để chấm. Tác giả Trần Đức Anh Sơn trong bài "Nước Mắm, Linh Hồn Ẩm Thực Việt" đã viết: "*Nước mắm biểu trưng cho sự đoàn kết và chia sẻ trong bữa cơm của người Việt. Ở đó, chén nước mắm đặt chính giữa mâm cơm, tuy ít, lại không phải là cao lương mỹ vị, nhưng là món mà mọi người đều hướng đến, đều dùng và dùng vừa đủ mà không hề có ý độc chiếm, hay dùng nhiều hơn như đối với những món ăn khác. Có thể nói, trong bữa cơm Việt, mọi người đều dân chủ và bình đẳng như nhau trước chén nước mắm. Liệu có món ăn nào tải được giá trị nhân văn lớn lao như vậy hay không?*".

Vậy thì nước mắm, dù có xuất xứ từ đâu, nhưng chỉ có tại Việt Nam mới được trọng vọng nhất, được tận dụng nhất. Chẳng là…quốc hồn quốc túy sao? Nhà thơ Đỗ Trung Quân đã đẫm nước mắm.

Đời ta chẳng thể đi xa
Nơi không nước mắm là ta đi về
Bảo nhà quê thì nhà quê
Nơi không nước mắm ta về nhà ta
Chân trời lạ chân trời xa
Để người trẻ tuổi thay cha đi giùm
Mẹ ta những rạ cùng rơm
Thơ là vắt giọt cá cơm mà thành

Sản xuất nước mắm đã trở thành một …nghi lễ tại Việt Nam. Tuy Costco không còn phân phối nước mắm Red Boat nữa nhưng Red Boat vẫn còn được bày bán trong các siêu thị Á châu, nằm lẻ loi giữa các thứ nước chấm hầm bà làng. Thứ quyền quý miễn cưỡng sánh vai với các thứ cùng mằng. Nhưng giờ đây Red Boat đã có bạn đồng hành là nước mắm Noumami sản xuất tại Na Uy và nước mắm Sơn chế tạo tại Mỹ.

Kỹ sư Nguyễn văn Trung

Nước mắm Noumami được một kỹ sư trẻ Việt Nam lập nhà máy sản xuất tại vương quốc Na Uy. Kỹ sư Nguyễn văn Trung, tốt nghiệp *Master Engineering of Chemical Process Technology* (Kỹ Thuật Biến Trình Hóa Học) tại Đại học danh tiếng hàng đầu của Na uy Norwegian University of Science and Technology (NTNU). Anh làm việc bên ngành dầu khí. Nhà văn Phạm Tín An Ninh kể: "*Vào khoảng giữa năm 2016, Trung Nguyễn tình cờ đi dự một cuộc hội thảo về ngành cá và thủy sản Na Uy khi họ mời rất nhiều chuyên viên bên ngành dầu khí đến tham dự. Mục đích của cuộc hội thảo này nhằm kêu gọi ngành dầu khí hỗ trợ, hợp tác để nâng cao kỹ nghệ cá và thủy sản Na Uy, vì ngành cá và thuỷ sản là một kỹ nghệ đã có từ lâu đời, với một nguồn tài nguyên lớn lao, hầu như vô tận, nhưng chưa có được một công nghệ qui mô như ngành dầu khí. Anh đi tham dự hội thảo chỉ vì... ham vui, muốn biết thêm một kỹ nghệ của Na Uy, chứ thật ra không có mục đích gì, khi nghĩ rằng khả năng một vài người, hay một vài nhóm cũng chẳng thay đổi được điều gì.*

Hơn nữa biết người Na Uy khá thủ cựu và bảo thủ trong công nghệ, kỹ thuật, khó tiếp nhận một phương thức quá mới lạ chưa được thử nghiệm và qua sử dụng, ngoại trừ khi có riêng một sản phẩm hoàn toàn mới. Mà một sản phẩm mới thì quá phức tạp, nhiêu khê, nên ý nghĩ này vừa thoáng qua, anh liền gạt bỏ ngay".

Nhưng, như một định mệnh, ý nghĩ này không chịu bỏ anh. Anh nghĩ về nước mắm. Anh tìm tòi và ước tính khoảng 90% nước mắm trên thị trường hiện nay là đồ dỏm mà người ta gán cho cái tên rất đẹp là "nước mắm công nghiệp". Nước mắm truyền thống không cạnh tranh nổi với loại nước mắm nhiều hóa chất này. Anh lo ngại chỉ khoảng hai thập niên nữa là nước mắm truyền thống sẽ chết vì nguồn nguyên liệu cá tại Việt Nam sẽ cạn kiệt vì đánh bắt vô tội vạ. Ngoài ra người ta đã dùng cá vào những sản phẩm xuất khẩu dễ kiếm lợi nhuận nhiều hơn. Trong khi đó, tại Na Uy, cá hồi và cá tuyết (*cod*) là hai loại cá nổi tiếng trên thế giới có ê hề. Vậy thì tại sao không làm nước mắm bằng hai loại cá này. Sau khi mầy mò nghiên cứu cách làm nước mắm, thẩm định khả năng thực hiện được tại Na Uy, anh quyết định thành lập xí nghiệp Noumami vào năm 2017. Nhưng mãi tới năm 2019, anh thanh niên *boat people* tới Na Uy vào năm 1991 mới gặp quý nhân. Một hãng cá lớn địa phương biết dự án làm nước mắm của Noumami và họ tới thăm viếng tìm hiểu. Cuối cùng họ chấp thuận đầu tư cho dự án. Năm 2020, Quỹ Nghiên Cứu Thủy Sản của Na Uy đã hỗ trợ thêm. Và sau bao nhiêu khó khăn, nước mắm Noumami ra đời. Nhà văn Phạm Tín An Ninh, cũng định cư tại Na Uy, trong bài báo "Người Kỹ Sư Trẻ Gốc Việt và Nước Mắm Cá Hồi Tinh Khiết Sản Xuất Tại Vương Quốc Na Uy", đã cho biết: *"Noumami với định vị là dòng nước mắm cao cấp được làm từ cá hồi, cá tuyết và nhiều loại cá khác được khai thác từ vùng biển Na Uy, đây được xem là nơi có cá hồi, cá tuyết ngon nhất thế giới, là nước mắm nhĩ thật 100%, tiêu chuẩn cao, an toàn vệ sinh thực phẩm, chất lượng tuyệt vời, không hóa chất, phụ gia, với sự đánh giá của Nha Kiểm Định Thực Phẩm Na Uy, một cơ quan kiểm định có tiếng khắt khe bậc nhất hoàn cầu"*.

Nước mắm Noumami đã được bán rộng rãi tại các nước Âu châu. Siêu thị Thuận Phát đã nhập khẩu vào Mỹ. Noumami

Nước mắm cá hồi và cá tuyết Mounani.

cũng sẽ xâm nhập thị trường nước mắm Úc châu và Canada.

Cùng với tin vui về nước mắm Noumami, nước mắm Sơn sản xuất tại Mỹ đã được hệ thống siêu thị Whole Foods nhận phân phối. Khách hàng người Việt của siêu thị Whole Foods ở Arizona, California, Connecticut, Idaho, New Jersey và New York chắc đã hãnh diện khi nhìn thấy những chai nước mắm Sơn trên kệ hàng từ vài tuần nay. Đây là sản phẩm làm tại Mỹ nhưng có ghé qua Phú Quốc.

Anh Danny Trần, đến Mỹ khi chỉ mới 8 tuổi, chủ nhân của Sơn Fish Sauce, cho biết: "Thành phần của Son Fish Sauce chỉ có cá cơm (*anchovy)* và muối biển; men; lá *stevia*, một loại lá được dùng để tạo chất ngọt thay vì dùng đường. Nước Mắm Cá Cơm Mỹ điều vị theo khẩu vị của người Việt ở Mỹ. Tất cả đều là thành phần tự nhiên. Đây là lần đầu tiên có thể nói là trong lịch sử thị trường nước mắm, có sản phẩm làm từ cá cơm Mỹ,". Để có loại cá cơm thích hợp, hai vợ chồng anh Danny Trần và Albee Trần đã chu du khắp nước Mỹ kiếm tìm. Chỉ nguyên ở Mississippi hai anh chị đã lưu lại cả năm trời để tìm nguồn cá. Nguồn cá cơm ở Mỹ rất tốt. Đây là cá thiên nhiên chứ không phải cá do con người nuôi. Thực phẩm của cá chỉ là rong biển. Cá cơm tuyệt đối không ăn các loài cá khác. Do đó khi muối, bụng cá không bị sình.

Cá cơm tại Mỹ tốt nhưng môi trường sản xuất nước mắm ở Mỹ không tốt. Tỷ như nguồn nước vùng Gulf Coast cứ vài năm lại bị đục, khí hậu nóng ấm nhưng mùa đông cũng có tuyết. Môi trường tốt nhất để ủ cá làm nước mắm không đâu qua mặt được Phú Quốc. Chị Albee Trần là hậu duệ đời thứ tư của chúa đảo Phú Quốc Phạm văn Khôn, người chuyên sản xuất nước mắm ở Hòn Sơn Rái từ năm 1951. Hai vợ chồng quyết định mang cá cơm từ Mỹ về ủ tại Phú Quốc. Cá được ủ với tỷ lệ 7 tấn cá với 3 tấn muối trong thùng gỗ mít suốt một năm. Phú Quốc có khí hậu nóng, ẩm, phần lớn là môi trường thiên nhiên. Sau khi ủ, nước mắm cá cơm lại được "rước" về Mỹ. Thiệt nhiêu khê nhưng đó là cách kinh doanh của những người trẻ Việt thế hệ một rưỡi tại Mỹ. Tuy nước mắm Sơn có ghé qua Phú Quốc nhưng đây vẫn là sản phẩm được đánh dấu là "Product of USA" vì nó đã được chính phủ Mỹ tài trợ sản xuất và được kiểm phẩm nghiêm ngặt. Khi siêu thị Whole Foods nhận phân phối họ cũng đã kiểm tra rất khắt khe. Anh Danny Trần cho biết: "Họ không chỉ kiểm tra phẩm chất của nước mắm hoặc kiểm tra HASSA (*Health and Sanitation Safety Awareness* – Nhận thức An Toàn Sức Khoẻ và Vệ Sinh) mà còn kiểm tra về độ tin cậy xã hội (*social audit)* của sản phẩm đó, ví dụ như công ty có bóc lột sức lao động không chẳng hạn. Và quan trọng là sản phẩm đó phải nổi trội so với những nhãn hàng khác. Đó là những điều cần thiết để Whole Foods xem xét lựa chọn".

Với sự ra đời của nước mắm Noumami và nước mắm Sơn, cùng với nước mắm Red Boat đã có sẵn trên thị trường, dân ta ở hải ngoại đã có tới ba loại nước mắm chính cống. Một từ Na Uy, một từ Mỹ và một từ Việt Nam. Tôi vẫn tiếc khi nước mắm Atlantic của Canada chúng tôi, thứ nước mắm đích thực đầu tiên được sản xuất tại hải ngoại, đã chết yểu. Nếu không thì nước mắm từ "tứ quốc" hội tụ vui biết mấy. Tôi chưa thấy cuộc hội tụ này tại Montreal chúng tôi. Nước mắm Noumami và nước mắm Sơn chưa thấy xuất hiện tại các

siêu thị nơi tôi cư ngụ. Tôi là người hay la cà tại quầy nước mắm mỗi khi làm tài xế đưa bà xã đi chợ. Tuần này vẫn chỉ thấy Red Boat nằm lẻ loi giữa những chai gọi là nước mắm nhưng thực chất chỉ là nước chấm không có chú cá nào tạo thành. Thứ nước chấm này cũng có những nhãn hiệu in rõ ràng 40 độ đạm nhưng đây chỉ là cách ăn gian, lừa dối người tiêu thụ. Người thanh niên có lòng với đất nước Danny Trần đã bỉ thử: "Chúng cũng là nước mắm nhưng không thật sự là nước mắm. Và nó đến từ Trung Quốc rồi gắn tên, nhãn hiệu của Phú Quốc, Việt Nam. Cộng đồng người Việt của mình đã sống ở Mỹ hơn 40 năm, tôi muốn trên quầy của các cửa hàng, siêu thị Mỹ phải có sản phẩm truyền thống đặc trưng do chính người Việt sản xuất và làm chủ. Ngoài phở và chiếc áo dài, tôi muốn có thêm một sản phẩm mà chúng ta có thể tự hào khi nói đến".

Tại sao lại có tên nước mắm "Sơn" khi hai vợ chồng Danny và Albee Trần không có tên Sơn. Hay là có mà chúng ta không biết khi tên Việt đầy đủ của họ không được nói tới. Tôi đành nhập nhằng nghĩ đây có lẽ là tên cúng cơm của tôi. Nhưng đó chỉ là ý nghĩ cà chớn của một người yêu nước mắm. Tên Sơn có lẽ được lấy ra từ tên "Hòn Sơn Rái". Nghe mà đỏ mặt!

08/2023

Viết thêm: Khi bài "Lại Nước Mắm" này được phổ biến, tôi nhận được bài hát nói "Mê Nước Mắm" của bạn Đức Hùng ở Sydney, Úc châu. Cám ơn bạn Đức Hùng và xin post nơi đây để ghi lại sự cảm thông của những người mê nước mắm:

Tôi "mê" . . . Nước Mắm!

Ôi! Mùi Nước Mắm! Vừa đặc trưng, vừa ngào ngạt, vừa đằm thắm tuyệt vời!

Còn vị Nước Mắm? Ba năm chưa phai nhạt! Mặn mà như tiếng Hò Mái Đẩy bên trời!

Và chất Nước Mắm? Bổ toàn diện! Từ "ngũ chi" đến "vạn mạch"! Trên đời có một!

Song Thao "lục lọi" tìm tên "sốt"!
Bạch Yến (*) "tìm tòi" chuyển món "ta"!
Trong mọi bữa ăn của tôi mà không có chén Nước

Mắm thì kể như thế giới này "đã qua"!

Cuộc sống không còn ý nghĩa gì nữa! Cõi Ta Bà này "đem ngay vất bỏ"!

Dưa La, Cà Láng, Nem Báng, Tương Bần, Nước Mắm nơi đâu sáng bừng như trăng tỏ?

Song Thao bảo có "Ba Chàng Ngự Lâm Pháo Thủ" dù bao gian nan cũng đã "ra sân"!

"Noumami" Na Uy, "Sơn" Hoa Kỳ, "Red Boat" Việt Nam! Cạnh tranh nhau "tám lạng nửa cân"!

Ôi! Đâu rồi Nước Mắm Nhĩ Phan Thiết? Hỏi thăm mà bần thần, dáo dác!

Cá Cơm, Cá Hồi, Cá Tuyết, Cá Thu . . . nguồn dinh dưỡng làm loài người kinh ngạc!

Và khi "hóa thân" thành Nước Mắm thì bùng lên như Hỏa Diệm Sơn! "Bạc biển, tiền rừng"!

Cầm chai Nước Mắm sao mừng!
Quốc hồn, quốc túy tôn xưng, bảo tồn!
Từ đô thị đến làng thôn,
Cao sang, bình dị, chánh môn, tà quyền
Mắm "nuôi" tất cả mọi miền!

Đức Hùng
Sydney, Úc Châu, 23/08/2023

(*)Bạch yến: tên người chuyển bài viết của tôi cho bạn Đức Hùng đọc.

LỄ HỘI TRUỔNG CỜI

Thanh niên Nhật ngày nay rất lười. Không phải lười làm việc mà lười yêu và cưới. Dù có cưới họ lại có thêm một cái lười khác, lười có tí nhau. Ai cũng nghĩ đời sống khó khăn vất vả, làm ăn tối tăm mặt mũi nên họ mất đi cái lãng mạn của cuộc sống. Narise Ishida, thành viên của đảng Dân Chủ Tự Do, cũng khẳng định tỷ lệ kết hôn và sanh đẻ giảm mạnh không phải vì chi phí sanh hoạt cho gia đình quá cao mà vì giới trẻ thiếu khả năng lãng mạn. Cô sinh viên Emi ở Yokohama, mới 20 tuổi đã… già khi cho báo giới biết: "Thật xấu hổ khi làm những hành động lãng mạn ở nơi công cộng vì sẽ bị mọi người thấy, có nhiều người còn không thích nhìn người khác thân mật. Nếu bạn trai tôi làm điều tương tự, tôi sẽ vô cùng khó chịu".

Sống trong một xã hội quá hiện đại, thanh niên thiếu nữ Nhật ưa hưởng thụ, thích sống cho mình hơn. Lối sống ích kỷ này khiến họ ngại có gia đình con cái. Một bà mẹ trẻ tâm sự trên mạng xã hội: "Kể từ khi con gái chào đời, tôi cảm thấy mệt mỏi khi không được sống đúng theo bản chất của mình. Con người thật của tôi không muốn thức dậy lúc 7 giờ sáng vào ngày cuối tuần, không nấu bữa ăn sáng, không đi dạo công viên, không nấu bữa trưa, không dọn dẹp nhà cửa mỗi ngày và cũng không đi ngủ vào lúc 9 giờ tối".

Thế hệ trẻ ở Nhật đang phải đối đầu với những vấn đề nhức nhối như tự tử, trầm cảm, nghiện thế giới ảo, không kết hôn, không sinh con, mất lý tưởng sống do "ham muốn thấp". Tình trạng này càng ngày càng trầm trọng. Thế nào là "ham muốn thấp", Giáo sư Kenichi Ohmae, chuyên gia về tư vấn quản lý, Giáo sư Trường Hành Chánh Luskin thuộc Đại học UCLA ở Mỹ, giải thích: giới trẻ không phấn đấu, không dám nghĩ dám làm, không ham muốn vật chất, không ham kiếm tiền nuôi gia đình. Tóm lại là lười. Lười chảy thây. Họ không quan tâm tới việc có một nơi trú ngụ lâu dài. Họ ăn ngủ vất vưởng trong các quán *internet* với cái giá chỉ 2 ngàn yen (khoảng 13 đô Mỹ) một ngày. Theo Bộ Y Tế, Lao Động và Phúc Lợi Nhật, có khoảng 5.400 người trường kỳ sống lây lất hàng đêm trong các quán này.

Nhiều người phi thực tế, đắm mình trong thế giới ảo. Họ sống với các nhân vật trong truyện tranh và phim hoạt hình. Thậm chí khoái các cô gái trong tranh hoặc trong phim vẽ hơn là các cô gái thực ngoài đời. Anh chàng Nurikan là một thí dụ. Anh không còn trẻ trung gì, đã 38 tuổi, nhưng vẫn không nghĩ tới chuyện cưới vợ. Anh yêu cô gái Rinko trong trò chơi *Love Plus*! Anh thú nhận đây mới là mối tình mơ ước của anh. Có anh còn cưới người yêu ảo đàng hoàng.

Họ từ chối sống trong xã hội thực. Anh chàng tên Hide tâm sự: "Cha mẹ tôi trách mắng vì tôi không tới trường. Họ làm áp lực mạnh khiến tôi sợ ra ngoài, sợ gặp người khác. Cuối cùng tôi sợ ra khỏi nhà". Ngôn ngữ Nhật có chữ *"hikikomori"* để ám chỉ các thanh niên thiếu nữ không đi học, không tiếp xúc với xã hội thật ngoài đời mà chỉ ru rú trong nhà với cuộc sống ảo trong *computer*. Họ sống trong những căn phòng nhỏ bừa bộn ngày này qua ngày khác, ăn uống chỉ mì gói qua ngày, suốt ngày chỉ lên mạng, ăn và ngủ. Số người mắc hội chứng "*hikikomori*" tại Nhật không ít, con số ước lượng lên tới 1 triệu 200 ngàn thanh niên.

Với những tệ hại trên, tỷ lệ sinh sản ngày càng xuống. Một quốc gia muốn duy trì dân số phải có tỷ lệ sinh là 2,1 trong khi Nhật Bản chỉ đạt tới 1,3. Kết quả là dân số bị lão hóa. Theo tài liệu của Bộ Nội Vụ và Truyền Thông, tính đến tháng 9/2023, số người từ 65 tuổi trở lên khoảng 36 triệu 170 ngàn người, chiếm tỷ lệ 29,1% dân số. Đây là tỷ lệ cao nhất thế giới.

Dân số lụ khụ như vậy ảnh hưởng tới sản xuất là chuyện dĩ nhiên. Kinh tế của Nhật đang ở hạng ba sau Mỹ và Trung Quốc đã tụt xuống hạng tư, nhường hạng ba cho Đức. Nhưng điều oái oăm là vụ lụ khụ này còn đánh bay một lễ hội lớn của Nhật đã có từ cả ngàn năm nay, được tổ chức hàng năm vào ngày mùng 7 tết nguyên đán. Đó là lễ hội *Somin-sai* thường được dân Nhật gọi nôm na là "lễ hội đàn ông khỏa thân". Ban tổ chức cho biết năm nay là năm cuối cùng của lễ hội. Sang năm là phẹc mê bu tích mặc dù lễ hội đã có từ ngàn năm trước. Dân Nhật rất tôn trọng truyền thống, chuyện phải đóng cửa một lễ hội đã có ngàn năm tuổi là chuyện hết sức đau lòng. Lễ hội này diễn ra tại Oshu, thuộc tỉnh Iwate ở miền Bắc nước Nhật. Mấy ông ở địa phương này thuộc loại bảo thủ có hạng. Họ quy định là chỉ có đàn ông ở Oshu được khỏa thân trong lễ hội. Mấy ông ở địa phương khác không được léng phéng tới khoe của. Ngặt một nỗi là các ông địa phương giờ già cả hết mà không có người nối dõi khiến mấy ông già đành phải gác kiếm. Tôi nghĩ già cả thì khỏa thân làm chi cho rối mắt các bà. Ai thèm coi!

Nhưng tôi bé cái lầm. Lễ hội này không cho các bà léng phéng tới coi. Chỉ có các ông với nhau. Nghe đã thấy nản. Thiếu hẳn đối tượng quan trọng nhất. Vậy nên chuyện các ông rút dù không phải vì tình trạng thảm hại của một bộ phận mà vì sự già nua toàn diện của các ông. Ông Daigo Fujinami, trụ trì của đền Kokusekiji, nơi tổ chức lễ hội viết trên trang mạng của đền: "Quyết định ngưng tổ chức lễ hội là do sự già nua của những cá nhân tham gia lễ hội và thiếu người nối gót. Mặc dù chúng tôi đã nỗ lực tiếp tục lễ hội với khả năng tốt nhất của mình, nhằm ngăn chặn tình trạng hủy bỏ hoặc gián đoạn vào phút cuối trong tương lai, nhưng quyết định hủy bỏ lễ hội cuối cùng đã được đưa ra. Rất khó để tổ chức một lễ hội quy mô như thế này. Bạn có thể thấy những gì đã xảy ra ngày hôm nay, rất nhiều người có mặt và tất cả đều thú vị. Nhưng đằng sau hậu trường có rất nhiều nghi lễ và công việc phải làm. Tôi không thể mù quáng trước thực tế khó khăn".

Các ông khỏa thân và đóng khố, tranh nhau túi đựng bùa may mắn tại lễ hội Somin-sai.

Lễ hội *Somin-sai* kéo dài suốt đêm có nhiều nghi lễ vất vả thiệt. Trước hết là lễ thanh tẩy bằng nước. Khi mặt trời lặn, các ông tham dự mặc khố trắng *fundoshi*, thứ khố chỉ là mảnh vải treo toòng teng trước mặt khu. Họ xếp hàng xuống sông, miệng hô to: *"Jasso joyasa"*, có nghĩa là "ma quỷ hãy cút đi". Họ trầm mình không phải một mà ba lần dưới dòng sông lạnh cóng trong mùa đông. Tiếp theo họ phải đứng trên một giàn thiêu với lửa âm ỷ để chứng minh lòng quả cảm. Tất cả phải leo lên đỉnh giàn và hô lớn: *"Jasso joyasa"*. Giàn tỏa khói nghi ngút nhưng không nóng lắm vì người ta dùng cây tươi đốt chung với củi để tạo ra nhiều khói. Nhưng dù sao vẫn vất vả khi leo lên. Sau đó là phần chính của lễ hội: chạy chuồng cời! Khi tiếng chuông khởi hành vang lên, họ chạy lên các bậc thang, tay cầm một khúc củi cháy để giành nhau cái túi may mắn *"somin bukuro"* được ném từ *balcon* đền xuống. Cuộc tranh giành rất sôi động vì cả trăm người chen chúc, lấn lướt nhau. Khi tới sân đền, cuộc tranh giành còn kinh khủng hơn. Túi chỉ có một, người cả trăm. Người nào cũng cố dành. Hầu như người nào cũng bầm tím mặt mũi, có người bị chảy máu. Đâu chỉ có tranh giành không, họ phải giữ cho chiếc khố khỏi tuột xuống. Phải giữ khố như giữ...linh hồn vì anh nào không khố bị coi như một điều sỉ nhục. Người chiến thắng sẽ ôm cái túi *somin bukuro* tới một nơi được chỉ định, nằm xa ngôi đền. Chiếc túi bùa được tin là sẽ mang đến sức khỏe dồi dào, mùa màng bội thu và sự sung túc cho người chiến thắng.

Nếu chỉ nhìn tới chuyện các ông tô hô tranh giành túi bùa *somin bukuro* thì lễ hội này có vẻ nhảm nhí. Nhưng mục đích của lễ hội cao cả hơn nhiều. Đó là biểu tượng cho tinh thần đoàn kết, sự hy sinh và lòng dũng cảm của dân chúng địa phương. Nghi thức chạy khỏa thân thể hiện sự tôn kính đối với các vị thần, mong ước một năm mới an khang và thịnh vượng. Nghe vậy biết vậy, còn tại sao chuồng cời lại là sự tôn kính các vị thần linh thì dân "ngoại tỉnh" như tôi không hiểu.

Tại Nhật đàn ông không chỉ có dịp chuồng cời vào dịp lễ

Những người tranh thẻ gỗ để cầu may trong lễ hội Hadaka matsuri ở Okayama, Nhật, năm 2020. Hình: Asahi Shimbun

hội ngàn tuổi *somin-sai*. Còn có một lễ hội khác già hơn, tới 1250 năm tuổi, là lễ hội *Hadaka matsuri,* được tổ chức mỗi năm vào tháng 2 tại đền Thần Đạo ở Inazawa. Các ông tham dự cũng nồng nỗng, chỉ che chút xíu bằng loại khố truyền thống *fundoshi*, đi tất *tabi* và quấn khăn *hachimaki* trên đầu. Họ chạy quanh đền khoảng từ 1 đến 2 tiếng và tắm tẩy trần bằng nước lạnh trước khi chính thức vào hội. Cuộc tranh tài chính thức bắt đầu vào lúc 10 giờ đêm. Từ một ô cửa sổ cao 4 thước, các tu sĩ thả 100 bó cành cây và 2 thẻ gỗ thiêng dài 20 phân xuống đám đông các ông. Đây là những vật được tin là mang lại may mắn cho những người cướp được. May mắn nhất nếu cướp được một trong 2 thẻ gỗ thiêng. Khi di chuyển, họ chạm vào các người chung quanh để "chuyển vận xui" khiến đám đông náo loạn.

Năm nay ban tổ chức lễ hội *Hadaka matsuri* phá tiền lệ có từ 1250 năm: họ cho phép phụ nữ được coi lễ hội. Vậy mới nam nữ bình quyền của thời đại mới chứ. Nhưng bình quyền cái khỉ gió! Họ chỉ cho phép 40 bà được nghía lễ hội với điều kiện các bà này phải ăn mặc kín đáo. Tôi thắc mắc không biết họ tuyển chọn làm sao để ra được 40 bà may mắn này. Chỉ biết mấy ông trong ban tổ chức bị áp lực ghê gớm vì họ gặp phải một phong trào vận động đòi quyền…nghía của phụ nữ. Một trong những thành viên của ban vận động này, cô Ayaka Suzuki, cho biết cô đã muốn đến lễ hội từ khi còn nhỏ: “Tôi đã có thể tham gia nếu tôi là con trai!”.

Kiệu Elisabeth mikoshi.

Bốn chục các bà các cô được vào nghía các ông đóng khố thì ăn thua chi. Lễ hội *Kanamara matsuri* cho các phụ nữ nghía thả dàn. Nghía trần trụi chứ không khố khiếc che chắn chi. Lễ hội được tổ chức vào chủ nhật đầu tiên của tháng 4 hàng năm tại đền Kanayama, thành phố Kawasaki. Họ rước trên đường phố cái thứ mà các ông ở hai lễ hội trên che chắn sơ sơ bằng khố. Màu sắc rực rỡ hơn cái thứ thiên tạo nhiều. Đoàn rước khởi hành vào lúc 10 giờ 45 có ba chiếc kiệu. Kiệu *Nakamara fune mikoshi* rước một của quý màu đen của mấy ông được làm bằng thép. Kiệu *Elisabeth mikoshi* rước dương vật màu hồng. Các người khiêng kiệu ăn mặc và trang điểm như các phụ nữ. Kiệu *Kanamara dai mikoshi*, lớn nhất và lâu đời nhất, rước dương vật được làm bằng gỗ. Cả ba của quý đều có kích thước cồ nô nổi bật nhưng to nhỏ khác nhau: nhỏ, vừa và to. Các người khiêng kiệu vừa đi vừa hô to: "*Dekaimara, Dekaimara*" (Dương vật to lên!). Ngoài ba cái của quý trên kiệu, người ta còn làm nhiều cái kích cỡ khác nhau bán đầy trên đường đi của đám rước. Du khách có thể mua và thưởng thức kẹo, rau củ, đèn cầy, mũ, mũi tượng hình của quý. Các thứ ăn theo này bán đắt như tôm tươi.

Hai bà già tham dự lễ hội Kanamara matsuri.

Khách đến coi gồm nhiều người ngoại quốc. Tháng 4 là tháng hoa đào nở thu hút lượng du khách tới Nhật nhiều nhất trong năm. Họ tới coi hoa đào nhân tiện coi của quý của các ông luôn. Qua các lễ hội phồn thực này, người ta thắc mắc tại sao dân Nhật lại quý của quý đến vậy. Có lẽ vì con cháu thần Mặt Trời cái chi cũng rõ ràng, chẳng muốn che giấu chuyện chi. Chuyện chi của người Nhật đều có cội rễ từ lâu đời. Theo truyền thuyết, vào thời kỳ Edo (1603-1867), có một con quỷ răng nhọn phải lòng một cô gái xinh đẹp. Cô này không chơi với quỷ nên cự tuyệt, kết hôn với một người đàn ông khác. Con quỷ tức giận chui vào bộ phận sinh dục của cô gái nằm vùng trong đó. Trong đêm động phòng, khi chú rể hành sự, con quỷ dùng răng cắn đứt ngay cái cần tăng dân số của chú rể. Một thời gian sau cô gái thành hôn với người chồng thứ hai, con quỷ cũng dùng chiêu cũ, sơi tái của quý của anh này. Dân làng biết chuyện, bàn nhau tính kế giải vây cho cô gái. Họ nhờ một người thợ rèn đúc một của quý bằng thép. Cô gái đưa vào người vật bằng thép này, con quỷ chơi mửng cũ, đớp liền. Quỷ gãy hết răng vội chui ra trốn mất. Để ghi dấu chiến công này, chiếc của quý bằng thép anh hùng được đưa vào đền Kanayama, nơi thờ hai vị thần của sự sinh nở và sức khỏe tình dục là thần Kanayama Hikonokami và thần Kanayama Himenokami. Từ đó lễ hội *Kanamara* ra đời.

Lễ hội chi mà xiển dương cái thứ kín cổng cao tường của cánh mày râu, thiệt bậy bạ. Nhưng ý nghĩa của lễ hội rất đáng trọng. Đó là dịp để dân chúng cầu mong con đàn cháu đống, sanh sản an toàn, hôn nhân hạnh phúc và phòng chống bệnh hoa liễu. Tất cả tiền lời được bỏ vào quỹ phòng chống bệnh AID!

Lễ hội này hơn hẳn hai lễ hội trước không chỉ vì có ích cho xã hội mà còn tôn trọng quyền bình đẳng của nữ giới. Phái nam phái nữ thỏa tình nghĩa như nhau. Chỉ phải cái tội đây là thứ hàng giả. Dù sao cũng có còn hơn không, có còn hơn không!

03/2023

LGBT

Chủ Nhật 13/8 vừa qua, thành phố Montreal chúng tôi nhộn nhịp sắc cầu vồng. Đó là cuộc diễn hành hàng năm lần thứ 17 của cộng đồng đồng tính. Có cả thảy 15.500 người tham gia, không kể hàng ngàn khán giả bên đường. Bà Thị Trưởng Valerie Plante cùng tất cả đại diện các đảng phái đều hiện diện đầy đủ. Không có mặt có mà mất phiếu bầu! Ông (bà?) Simon Gamache, chủ tịch tổ chức đồng tính Montreal Pride tuyên bố: "Tại sao chúng tôi có mặt ở đây ngày hôm nay? Trước hết, vì chúng tôi tự hào chúng tôi là ai, và chúng tôi muốn chứng tỏ với mọi người chúng tôi là ai. Ngoài ra chúng tôi cũng muốn đánh dấu cuộc đấu tranh và chiến thắng của chúng tôi trước đây, nhưng đặc biệt vì vẫn còn nhiều bất công đối với cộng đồng LGBT chúng tôi, ở đây cũng như ở những nơi khác". Một dân đồng tính, ông/bà Rhuys Forgie cũng phát biểu: "Một khi tôi chấp nhận tôi là ai, cả thế giới rộng mở trước tôi. Và nói thiệt, tôi cảm thấy vui sướng hơn bao giờ hết. Chúng tôi phải cho thế giới biết chúng tôi có mặt, chúng tôi tự hào và chúng tôi hạnh phúc".

Không hiểu sao họ có mặt đông đảo như vậy. Trước đây có thấy mặt mũi ông bà nào đâu. Họ chỉ mới ra công khai vào năm 1973 khi Hiệp Hội Tâm Thần Mỹ *(American Psychological Association)* không còn coi đồng tính luyến ái là một bệnh tâm thần nữa. Tiếp đó, Hiệp Hội Tâm Lý Học Mỹ cũng kết luận tương tự vào năm 1975. Ngày 17/5/1990, Tổ Chức Y Tế Thế Giới WHO cũng đã chính thức loại bỏ đồng tính luyến ái ra khỏi danh sách bệnh tâm thần. Bốn năm sau, năm 1994, đồng tính luyến ái không còn bị coi là bệnh. WHO xác định đó là một xu hướng tính dục, theo đó một người có cảm xúc yêu đương và ham muốn với người cùng giới tính. Tại Việt Nam, mãi tới năm 2022, Bộ Y tế mới có công văn số 4132/BYT-PC gửi các cơ sở y tế xác định không coi đồng tính là bệnh. Như cái đầu đề đánh đố của bài này, LGBT là bốn loại được coi là đồng tính. *Lesbien* (đồng tính nữ), *Gay* (đồng tính nam), *Bisexual* (lưỡng tính) và *Transgender* (chuyển giới).

Dân số LGBT ngày càng đông đảo. Nhiều người ngoại cuộc tự hỏi sao cái dân số này lại phình ra một cách nhanh chóng như vậy. Tôi cũng ngơ ngác. Nhưng tới khi có giới trẻ trong họ hàng của tôi ra công khai đồng tính, tôi mới hiểu. Cha mẹ của chúng phải chấp nhận. Biết sao được, khi ngay cả Đức Giáo Hoàng cũng phải gật đầu. Năm 2013, trả lời một cuộc phỏng vấn, Giáo Hoàng Francis I đã nói: "Có người đã từng hỏi theo cách kích động rằng phải chăng tôi chấp nhận đồng tính luyến ái. Tôi trả lời bằng một câu hỏi:

Giới đồng tính tại Việt Nam.

'Hãy nói tôi nghe, khi Chúa nhìn vào một người đồng tính thì Chúa chấp nhận sự tồn tại của người đó bằng tình thương hay chối bỏ và buộc tội người đó'". Sau đó Ngài xác nhận: "Nếu có người nào là đồng tính và tìm đến với Thượng Đế thì tôi là ai mà có quyền phán xét?". Ngài nhắc nhở các bậc cha mẹ không bao giờ đuổi ra khỏi nhà những đứa con đồng tính. Ngài nói: "Kết án một người như thế là một tội lỗi. Việc hình sự hóa những người có xu hướng đồng tính luyến ái là một sự bất công. Họ cũng là con của Thiên Chúa. Thiên Chúa yêu thương họ. Thiên Chúa đồng hành với họ". Mới đây, Đức Giáo Hoàng đã tới dự Đại Hội Giới Trẻ tại Lisbon, Portugal, được tổ chức từ ngày 1 đến 6 tháng 8 năm 2023. Trên máy bay từ Portugal về lại Vatican sau Đại Hội, phóng viên của Reuter tháp tùng cho biết Ngài đã xác nhận: Giáo hội Công Giáo mở rộng cửa cho tất cả mọi người, kể cả cộng đồng LGBT. Ngài nhấn mạnh Giáo hội có nhiệm vụ đồng hành trên con đường tâm linh với từng cá nhân trong cộng đồng LGBT nhưng mọi việc cần thực hiện trong khuôn khổ giáo luật. Ngài muốn nói giáo luật chưa cho phép cử hành bí tích hôn nhân cho giới đồng tính.

Các cặp đồng tính chưa được phép nói *"I do"* trong nhà thờ Công giáo La Mã nhưng tại nhà thờ của một giáo phái Do Thái giáo họ đã được chịu phép hôn phối. Một nhóm thuộc Anh giáo cũng đã nhận một mục sư đồng tính.

Giới âm nhạc đã mở rộng vòng tay với giới đồng tính. Những ca nhạc sĩ như Cher, Madonna, Lady Gaga, Christina Aguilera, Cyndi Lauper đã đưa chủ đề đồng tính vào những sáng tác do họ trình diễn để bày tỏ sự ủng hộ.

Giải bóng đá World Cup nữ đang diễn ra tại Úc và New Zealand được nhiều người dán mắt vào màn hình mỗi khi các

Trung phong Lina Hurtig, 27 tuổi, của đội Thụy Điển.

cặp giò bay nhảy trên sân cỏ. Mấy ông bạn Luân Hoán, Hồ Đình Nghiêm, Quan Dương thức đêm thức hôm coi, không biết coi banh hay coi giò. Có phụ nữ là có thi hoa hậu. Các nàng còn mải chơi với banh nên chẳng có thời giờ dự thi. Mặc kệ, không thi các ông nhà báo vẫn cứ bầu. Các ký giả của các báo thể thao đã chấm được chục nàng nhan sắc mặn mòi nhất. Đoạt vương miện là trung phong Lina Hurtig, 27 tuổi, của đội Thụy Điển. Các ông này tinh mắt gớm. Nhìn hình là thấy mê liền. Nhưng mê chỉ để đấy, nàng không thích mấy anh, chỉ thích mấy chị. Nhân tiện cũng kê thêm vài nàng *lesbian* trong giải: Megan Rapinoe của đội Mỹ, Sam Kerr của đội Úc, Alba Redondo của Tây Ban Nha. Đó là những cặp giò có tên tuổi. Theo báo mạng Outsports thì trong số 730 cầu thủ tranh tài tại World Cup nữ năm nay có tới 96 nàng đồng tính hoặc lưỡng tính. Kỳ tranh tài trước vào năm 2019 chỉ có 41 nàng. Trận chung kết giữa hai đội Anh và Tây Ban Nha năm nay, trên sân sẽ có 8 nàng không thích các anh giai kể cả nàng thủ quân Ivana Andrés của Tây Ban Nha. Cô nàng này mới lấy vợ năm ngoái.

Tại sao những người đồng tính luyến ái lại rẽ ngang, không theo con đường thông thường của phần lớn nhân loại đã theo từ trước tới nay? Các nhà khoa học chưa rõ nguyên nhân chính xác. Họ đưa ra giả thuyết đó là sự tác động phức tạp của các nhân tố di truyền, nội tiết tố và ảnh hưởng từ sự giáo dục của gia đình, môi trường văn hóa và xã hội chung quanh. Chúng ta thường nghĩ đồng tính luyến ái là do bẩm sinh. Chúng được định hình từ trong bụng mẹ. Năm 2019, trên tạp chí khoa học Science đã công bố một nghiên cứu

Cầu thủ đồng tính Sam Kerr ôm hôn người tình Kristie Mewis sau trận Úc thắng Pháp.

phân tích *gene* của 480 ngàn người, theo đó yếu tố di truyền bẩm sinh có tỷ lệ khá nhỏ, từ 8% tới 25%. Hai nhà nghiên cứu Peter Bearman và Hannah Bruckner của Đại học Columbia và Yale đã nghiên cứu các dữ liệu của Trung Tâm Y Tế Quốc gia Vị Thành Niên của Mỹ. Họ cho biết xác xuất cả hai trẻ trong cặp song sinh đều là đồng tính chỉ là 6,7% với nam và 5,3% với nữ. Họ kết luận *gene* chỉ là một yếu tố nhỏ của nguồn gốc đồng tính luyến ái. Các yếu tố phi di truyền như môi trường, giáo dục, tính cách, sự nuôi dưỡng tác động nhiều tới sự lựa chọn người tình của người đồng tính.

Các trẻ em sống ở các đô thị lớn, nơi mà các chuẩn mực đạo đức lỏng lẻo, lối sống cá nhân tự do hơn, có nhiều tác động văn hóa xã hội khó kiểm soát, dễ có khuynh hướng đồng tính hơn. Những xã hội có khuynh hướng chấp nhận đồng tính sẽ có nhiều người có khuynh hướng đồng tính hơn. Nhà nghiên cứu Toni Meyer của Hội Đồng Chính Sách Gia Đình tiểu bang New Jersey cho biết kể từ năm 1994, khi phong trào ủng hộ đồng tính lên cao, số đồng tính nam ở Mỹ đã tăng 18%, và đồng tính nữ đã tăng tới 157%.

Yếu tố gia đình cũng góp phần không nhỏ vào sự hình thành đồng tính. Các trẻ em nam quá gắn bó với người mẹ, các trẻ nữ mồ côi mẹ ở tuổi vị thành niên hoặc là con út hoặc là con gái duy nhất trong gia đình gắn bó với người cha khiến tăng khả năng đồng tính. Các trẻ có cha mẹ ly dị hoặc mất sớm có xu hướng đồng tính cao hơn những em có cha mẹ hạnh phúc.

Ngày nay chúng ta quay sang trái thấy người đồng tính, quay sang phải cũng nhan nhản người đồng tính. Một bà bác của tôi đã than thở ra ngoài đường chẳng biết ai là trai ai là gái. Câu than thở làm tôi nhớ tới một bức hí họa ngoại quốc coi được khi kiếm tài liệu tại tòa soạn bán nguyệt san Thời Nay ở Sài Gòn, nghĩa là đã lâu lắm rồi. Hình vẽ trên bờ biển có hai người đứng nhìn xuống đám người lố nhố đang tắm biển và nói chuyện với nhau. Một người nói: "Thời buổi bây giờ chẳng làm sao phân biệt được trai gái. Coi con nhỏ kia đang nhảy sóng nguy hiểm quá". Người kia trả lời: "Không phải con nhỏ. Đó là thằng con trai của tôi". Người thứ nhất vội xin lỗi: "Mắt tôi tệ quá, nhìn không rõ. Xin lỗi ông!". Người thứ hai trừng mắt: "Tôi là mẹ nó!". Chuyện từ nửa thế kỷ trước đã vậy, ngày nay còn lộn xộn hơn nữa.

Ban hợp ca đồng tính LGBT hát tại buổi Hội Ngộ Gia Đình Toàn Cầu tại Dublin, Ái NHĩ Lan, ngày 23/8/2018.

Theo nhiều ước tính, tại các nước phương Tây hiện nay có khoảng từ 1% đến 5% là đồng tính và có từ 2% đến 10% đã trải qua vài dạng hành vi tính dục đồng tính trong cuộc đời. Một cuộc nghiên cứu vào năm 2006 tại Úc cho biết có 20% người trả lời từng có cảm giác về tính dục đồng giới nhưng chỉ có 2% tự nhận là đồng tính. Tại Canada một cuộc khảo sát trên 121.300 người trên 18 tuổi cho biết có 1,43% tự nhận là đồng tính hoặc lưỡng tính.

Số người đồng tính tại châu Á thấp hơn châu Âu. Lý do là giáo dục gia đình, đời sống văn hóa và xã hội chặt chế hơn, ít có điều kiện cho việc hình thành xu hướng đồng tính. Tại Trung Quốc ước tính có khoảng 2 triệu 250 ngàn đồng tính, chiếm từ 0,06% đến 1,5% dân số. Tại Indonesia, Bộ Sức Khỏe ước tính có khoảng 55 ngàn đồng tính nam, chiếm 0,025% dân số. Tại Việt Nam, một nghiên cứu do tổ chức phi chính phủ CARE thực hiện ước tính có khoảng từ 50 ngàn tới 125 ngàn đồng tính, chiếm khoảng 0,06% đến 0,15% dân số.

Xã hội càng đô thị hóa số người đồng tính càng tăng, vậy đồng tính có phải là một sản phẩm của thời đại mới không? Câu trả lời có lẽ làm chúng ta ngạc nhiên. Các nhà khảo cổ về thời đại Ai Cập đã tìm thấy ngôi mộ của Khnumhotep và Niankhkhnum và cho đó là cặp đồng tính đầu tiên xuất hiện vào khoảng năm 2400 trước công nguyên. Đó là hai người phục vụ trong hoàng cung dưới triều vua Nyuserre Ini trị vì vào nửa cuối thế kỷ thứ 25 trước công nguyên. Tên của họ được viết bên nhau bằng chữ tượng hình trên ngôi mộ chung được tìm thấy vào năm 1964 tại Saqqara. Hai học giả Thomas Dowson và Greg Reader tin rằng hai người là cặp đồng tính đầu tiên được biết đến trong cổ sử. Họ suy đoán như vậy vì bức phù điêu vẽ hai người đứng chạm mũi và ôm nhau. Nhưng Niankhkhnum là người đã có vợ. Trên một phù điêu khác vẽ quang cảnh một bữa tiệc, hình vợ của Niankhkhnum bị xóa đi. Trên một bức khác nữa, vị trí của người vợ được Khnumhotep trám vào.

Từ thuở rất xa xưa, đồng tính đã hiện diện và không hề mai một xuyên suốt lịch sử loài người. Nó có trong mọi nền văn hóa từ những bộ lạc nguyên thủy cho tới các xã hội có tổ chức. Trong một số bộ lạc còn tồn tại trên thế giới cho tới ngày nay, đồng tính là hành động không bị cấm đoán. Một nghiên cứu tại 76 bộ lạc nguyên thủy đã cho thấy có tới 49 bộ lạc coi đồng tính luyến ái là hành vi bình thường. Khi thì đồng tính luyến ái được coi là một tập tục xã hội, khi thì là một nghi lễ, khi thì là mối tương quan trao đổi. Từ buổi hoang sơ tới nay đồng tính luôn có mặt, khi trồi khi sụt. Cho tới khi các định chế pháp lý ở nhiều nước công nhận, đồng tính đã nở rộ như ngọn lửa bùng lên sau thời gian dài bị ém nhẹm.

Đồng tính không bất biến. Nó có thể thay đổi trong mỗi con người. Bạn của con tôi, một thanh niên bình thường, lấy vợ, có hai con. Bỗng một ngày đẹp trời anh đổi tính, yêu một thanh niên đồng tính. Anh ly dị vợ và cưới anh thanh niên. Anh đã từ dị tính chuyển sang đồng tính nam. Anh bạn của con tôi không là trường hợp đặc biệt. Rất nhiều người thay đổi như vậy. Thiên hướng tình dục có thể thay đổi theo chiều dài cuộc sống. Hiệp Hội Tâm Thần Mỹ khẳng định: "Một số người tin rằng thiên hướng tình dục là bẩm sinh và cố định, tuy nhiên trên thực tế khuynh hướng tình dục luôn phát triển trong suốt cả đời người. Nhiều người nhận ra họ đã thay đổi, khi là dị tính, đồng tính nam hoặc đồng tính nữ, khi lại là lưỡng tính."

Áp lực xã hội và tôn giáo là hai phạm trù thông thường nhất khiến một số người có thể tự phủ định khuynh hướng đồng tính. Chủ Tịch của Hiệp Hội Tâm Lý Học Mỹ Judith Glassgold đã nghiên cứu nhiều trường hợp bị áp chế này và kết luận những áp chế này không có hại chi.

Trên thực tế khuynh hướng tình dục có thể xàng xê từ trạng thái này qua trạng thái khác, nhất là trong độ tuổi dậy thì. Một nghiên cứu ở New Zealand đã chứng tỏ nhận xét này. Trong độ tuổi từ 21 tới 26, có 1,9% nam giới chuyển từ đồng tính thành dị tính trong khi 1% từ dị tính trở thành đồng tính. Cùng độ tuổi, nữ giới có 9,5% từ đồng tính trở lại bình thường và 1,3% từ dị tính trở thành đồng tính.

Những nghiên cứu khoa học đứng đắn cho thấy phần lớn xu hướng tình dục không phải là bẩm sinh mà biến đổi tùy thuộc vào yếu tố cá nhân, văn hóa, xã hội, tôn giáo, gia đình, bạn bè và báo chí phim ảnh. Bẩm sinh chỉ chiếm một tỷ lệ khiêm nhường trong việc định hình khuynh hướng tình dục của con người. Chính môi trường sống mới ảnh hưởng nhiều tới đời sống tình dục của cá nhân.

Vậy thì chúng ta đã quá bất công với con tạo. Nhân vật thần bí này chưa bao giờ xuất hiện để chúng ta coi mặt mũi ra sao nhưng với kết luận trên của các nghiên cứu khoa học, chắc chắn vị chúa tể này sẽ xoa tay mỉm cười. Trẫm vô can nhé, các ngươi!

08/2023

LƯỜI

Công nhân thuộc nghiệp đoàn United Auto Workers, viết tắt là UAW, tại ba hãng sản xuất xe hơi tại Detroit gồm Ford, General Motors và Steelantis đã bãi công. Ngoài các yêu sách khác, lương tiền và giờ làm là hai yêu sách chính. Họ đòi tăng 40% lương và làm việc mỗi tuần chỉ 32 giờ trong 4 ngày nhưng vẫn phải trả lương 40 giờ mỗi tuần. Nghe ra công nhân bây giờ đòi…lười hơn xưa.

Bốn chục năm trước, khi tôi mới chân ướt chân ráo tới Canada, bắt được cái *job* nuôi con cái là mừng. Ngày ngày hớn hở đi làm, thứ năm cầm trên tay cái *cheque* là cười toe. Cuộc đời từ một đất nước bao cấp, cái chi cũng bao nhưng chẳng có cái chi, tới tay làm hàm nhai tại Canada coi như lên hương. Làm tuần 5 ngày, mỗi ngày 8 tiếng, vị chi là 40 tiếng. Sếp cần làm *overtime* là gật đầu ngay, ở lại làm thêm hai ba tiếng vẫn cứ hớn hở vui tươi. Thứ bảy, Chủ Nhật sếp ới cũng OK tức thì. Hai tuần nghỉ hè, người ta nghỉ, mình vẫn cặm cụi. Nghĩ ra hồi đó mình chăm chỉ, toe toét mà chăm chỉ, đâu có lười như mấy anh cổ xanh ngày nay.

Thời thế có khác. Ngày nay công nhân có nghiệp đoàn đòi chia thêm phần trong miếng bánh họ có góp phần làm ra. Ba ông chủ Ford, General Motors và Steelantis ăn nên làm ra. Lợi tức mỗi quý lên tới bạc tỷ, chia cho công nhân thêm tý chút là hợp lẽ công bằng. Sức người có hạn, mồ hôi mồ kê cũng có hạn, sức voi hay sao mà làm lia chia 5 ngày một tuần.

Công nhân hãng xe hơi Stellantis đình công ngày 15/09/2023. Hình: AP - Jonathan Aguilar

Nói tới chuyện làm 4 ngày phải nói tới công nhân Pháp, xứ sở của những con người đại lãng, thích uống sâm banh hút xì gà hơn chân lấm tay bùn. Chuyện giờ giấc làm việc ở Pháp có cả một quá trình dài dằng đặc. Tôi chỉ xin tóm tắt.

Đầu thế kỷ 19 công nhân Pháp phải làm việc từ 10 tới 15 tiếng mỗi ngày. Từ nhà tới sở làm phải đi bộ mất từ 2 tới 3 tiếng nữa. Không có ngày nghỉ. Thứ bảy Chủ Nhật cũng như thứ hai thứ ba. Ngày 18/11/1814 mới có đạo luật quy định Chủ Nhật và các ngày lễ công giáo là những ngày nghỉ. Năm 1848 có một cuộc cách mạng, dân chúng biểu tình đòi giảm giờ làm việc trong ngày: 10 giờ mỗi ngày tại Paris và 11 giờ ở các tỉnh. Tới cuối thế kỷ 19 công nhân mới đòi hỏi làm việc 8 tiếng mỗi ngày. Nhưng mãi tới ngày 23/4/1919, chính phủ của Thủ Tướng Georges Clemenceau mới thông qua dự luật giảm giờ làm việc. Dự luật này được gọi là dự luật 888. Mỗi ngày có 8 giờ làm việc, 8 giờ nghỉ ngơi giải trí và 8 giờ ngủ. Tổng số giờ làm việc mỗi tuần là 48 tiếng. Như vậy là làm việc 6 ngày mỗi tuần, chỉ ngơi ngày Chủ Nhật. Năm 1936, chính phủ thiên tả lên cầm quyền, công nhân lập tức biểu tình trong hai tháng 5 và tháng 6. Số công nhân tham gia xuống đường lên tới 2 triệu người. Kết quả lương được tăng từ 80 xu lên 3 quan mỗi giờ, mỗi tuần làm việc 40 giờ. Niềm vui chẳng được bao lâu, năm 1938 chính phủ Mặt Trận Dân Tộc tan rã, chính phủ mới chấp chánh bãi bỏ các thỏa thuận cũ. Vậy là đằng sau quay, mỗi tuần làm việc 48 giờ trong vòng 3 năm, sau đó tăng lên 60 tiếng mỗi tuần.

Thế chiến thứ hai chấm dứt, chính phủ De Gaulle cho trở lại làm việc 40 giờ một tuần nhưng chủ nhân có thể lấy lý do "tăng năng suất" để buộc công nhân làm việc tới tối đa 48 giờ mỗi tuần. Năm 1981, trong cuộc tranh cử, ông Francois Mitterand hứa hẹn rút giờ làm việc xuống còn 35 giờ mỗi tuần. Ông đắc cử, trở thành Tổng Thống Pháp và bắt tay thương thuyết với các nghiệp đoàn. Kết quả là một sắc lệnh quy định số giờ làm việc là 39 giờ mỗi tuần nhưng trả lương

40 giờ. Số tuần nghỉ hè có lương tăng từ 4 lên 5 tuần. Mãi tới năm 1998, chính phủ Pháp mới thông qua đạo luật giảm giờ làm việc xuống 35 giờ mỗi tuần nhưng vẫn hưởng lương 39 giờ. Chính phủ hiện nay dưới thời Tổng Thống Emmanuel Macron, cho rằng luật làm việc 35 giờ một tuần đã làm suy giảm sự cạnh tranh kinh tế với các nước khác nên đề nghị bỏ quy định "35 giờ" này. Dự tính sẽ tăng lên 39 giờ mỗi tuần. Đang phây phây 35 giờ mỗi tuần nay bị dọa phải cong lưng thêm 4 tiếng mỗi tuần, sức mấy công nhân chịu. Vậy là lại có trò mà dân Pháp rất thành thạo: xuống đường.

Công nhân ngành luyện kim Pháp đình công tháng 5/1936

Cuộc xuống đường đòi hỏi của công nhân Pháp khiến người ta nghĩ họ là những công nhân lười nhất thế giới. Có đúng vậy không? Theo một khảo sát vào năm 2003 tại 25 nước công nghệ cao, chỉ có hai nước quy định làm việc ít giờ hơn công nhân Pháp. Đó là Na Uy và Hòa Lan. Công nhân Hòa Lan và Na Uy chỉ làm 26,9 giờ mỗi tuần. Tính theo giờ làm mỗi năm thì công nhân hai nước này chỉ làm việc 1399 giờ trong khi công nhân Pháp làm việc 1431 giờ, Anh 1673, Đức 1783, Mỹ 1792, Nhật 1892, Hàn 2390.

Làm việc mỗi tuần 4 ngày, nghỉ 3 ngày có giảm năng xuất không? Người ta có những ca cụ thể để nghiên cứu. Kể từ đầu năm 2022, xí nghiệp Laurent de la Clergerie ở Lyon, Pháp, áp dụng thời khóa biểu làm việc 32 giờ trong 4 ngày mỗi tuần để "công nhân cảm thấy thoải mái". Lương công nhân vẫn giữ nguyên như khi làm 5 ngày. Xí nghiệp này chuyên sản xuất các linh kiện máy tính. Công nhân khoái chí tử. Ông Johann Peters cho biết: "Mỗi tuần được nghỉ thêm ngày thứ tư, tôi có thời gian hơn cho cuộc sống riêng, làm những việc cần làm và quan trọng nhất là có thêm thời gian cho con cái". Ngay cả bà Myriam Letondot, đại diện công đoàn của xí nghiệp, cũng nhận thấy sự thay đổi của công nhân: "Mọi người thư thái hơn, ít cãi cọ, ít mâu thuẫn hơn. Họ đi làm môt cách thoải mái". Làm ít hơn thì công việc chậm hơn, lợi tức ít hơn, ai cũng nghĩ vậy. Nhưng kết quả làm mọi người ngạc nhiên. Sau một năm thí nghiệm, không mướn thêm nhân viên, lợi nhuận của công ty tăng 40%. Chủ Tịch công ty tươi cười: "Tôi nghĩ rằng tôi đã biến được chì thành vàng. Tôi cho rằng khi đặt lợi ích của mọi người trong công việc lên trên hết thì trong thực tế sẽ đạt được năng suất lao động cao. Năng suất này không phải chỉ được tạo ra từ số giờ làm việc. Khi nhân viên cười với khách hàng ngay cả trên điện thoại, thì tôi hiểu rằng tôi đã được lợi".

Công ty Perpetual Guardian ở New Zealand cũng đã thử lửa với chính sách làm việc 4 ngày nhưng hưởng lương 5 ngày. Người sáng lập công ty, ông Andrew Barnes, quyết định chơi cú đẹp này để giúp toàn thể nhân viên gồm 240 người cân bằng giữa cuộc sống và công việc, giúp họ sống tốt hơn trong gia đình cũng như tập trung hơn vào công việc. Một trường hợp *win-win*. Thử nghiệm này sau đó đã được đánh giá và công bố. Giáo sư Jarrod Haar của Đại học Auckland nhận thấy sự hài lòng về công việc và cuộc sống của nhân viên tăng cao trong mọi khía cạnh. Mức độ hài lòng của nhân viên từ 54% tăng lên 78%, mức độ căng thẳng giảm 7%. Giáo sư Helen Delaney của Đại học Thương Mại Auckland nhận định: "Nhân viên đề ra nhiều sáng kiến và động lực làm việc hiệu quả hơn".

Công ty Planio ở thủ đô Berlin, Đức, cũng áp dụng chính sách làm việc 4 ngày mỗi tuần. Người sáng lập, ông Jan Schulz-Hofen, thừa nhận: "Sức khỏe nhân viên được cải thiện và mọi người làm việc hăng hái hơn khi không phải làm việc tới điên cái đầu".

Nhìn vào những thử nghiệm của các công ty thuộc nhiều quốc gia, nghiệp đoàn lao động Anh *Trades Union Congress* đã khuyến cáo toàn thể các cơ quan xí nghiệp trên toàn nước Anh đồng áp dụng chế độ làm việc 4 ngày một tuần vào cuối thế kỷ này. Bà Kate Bell, phụ trách về kinh tế của nghiệp đoàn, nhận định: "Điều này sẽ giảm bớt căng thẳng do công việc và đời sống gia đình mang lại. Đồng thời cải thiện sự bình đẳng giới tính. Các công ty thử nghiệm cho biết năng suất làm việc và sức khỏe của người lao động đều được nâng cao".

Hãng tin Reuters mới cho biết một cuộc thăm dò trên 3 ngàn công nhân tại 8 quốc gia, trong đó có Anh, Mỹ và Đức, của Furure Workplace cho thấy 45% số người được hỏi cảm thấy họ có thể dễ dàng hoàn thành công việc trong ngày của họ trong vòng 5 tiếng.

Làm việc mỗi tuần chỉ bốn ngày, nghe thấy đã. Nhớ lại thời còn đi cày, tôi thấy một tuần sao mà dài dằng dặc. Thứ hai vô sở như một tên tù bị giải giao. Thứ ba thứ tư là những ngày chán chường. Thứ năm là ngày lãnh *cheque* nên niềm vui dâng lên nhưng thứ sáu thì tuyệt. Viễn ảnh một cuối tuần phè người ra đã lấp ló trong trí khiến năng lực làm việc tăng lên. Như một lực sĩ điền kinh chạy nước rút khi sắp về tới đích. Vậy thì làm việc bốn ngày có khi lại hay, cả cho chủ lẫn cho công nhân. Đó có thể là một tình huống *win – win*, cả hai cùng có lợi.

Trên báo The Gazette ở Montreal đã có một bài báo khá lý thú nhân dịp lễ Lao Động vừa qua. Bài báo mang tên *"Want to Work Less? That May Be The Future of Labour for Many People"*. Làm việc ít, đó có thể là tương lai làm việc của nhiều người. Bài báo nói về một tổ chức mang tên *4-Day Week Global* có trụ sở tại Tân Tây Lan. Họ đã giúp 41 công ty tại Mỹ và Canada thí nghiệm thời khóa biểu làm việc 4 ngày mỗi tuần vào năm 2019. Tháng 7 năm nay, họ đã ra một thông báo về kết quả tốt đẹp sau hơn một năm thí nghiệm. Có tới 90% công ty có kế hoạch tiếp tục chuyện làm việc 4 ngày một tuần. Số 10% còn lại cũng đã nghiêng về thời khóa biểu này. Không có công ty nào muốn quay trở lại chuyện 5 ngày làm việc mỗi tuần. Trước đó công nhân của họ làm việc 40 giờ trong 5 ngày mỗi tuần. Sau khi áp dụng thí nghiệm làm việc 4 ngày một tuần, số người đau ốm nghỉ làm xuống rất ít. Có tới 60% xí nghiệp cho biết các xung đột của công nhân giảm nhiều trong sở làm cũng như tại nhà.

Tôi nay đã hưu hiếc từ lâu nhưng nghe chuyện làm việc chỉ 4 ngày mỗi tuần vẫn còn thấy khoái. Yêu sách của nghiệp đoàn công nhân xe hơi UAW thoạt nghe có vẻ hơi quá đáng nhưng biết được trào lưu của thế giới ngày nay, ngẫm ra họ cũng không đòi hỏi chuyện với trăng trên trời. Làm việc sướng như vậy nghĩ chi tới chuyện hưu hiếc. Đúng là tôi nói sảng. Làm việc 4 ngày sao bằng phè cánh nhạn, ngày nào cũng là ngày Chủ Nhật. Tới tuổi hưu về gấp là cái chắc. Nhưng bao nhiêu tuổi mới là tuổi hưu, tùy từng quốc gia. Ai cũng muốn về càng sớm càng tốt. Lại phải nói về mấy anh chị Phú Lang Sa.

Ngày 19/1/2023, vừa ăn tết xong, dân Pháp đã có một cuộc tổng đình công và biểu tình phản đối đề xuất của chính phủ tăng tuổi hưu từ 62 lên 64 tuổi. Nhưng chính phủ của bà Elizabeth Borne đã không nao núng. Tháng 3 vừa qua, dựa vào đều 49.3 của Hiến Pháp, chính phủ ban hành luật mà không cần quốc hội bỏ phiếu thông qua dự luật này. Dân chúng biểu tình bạo hơn khiến Quốc Hội phải tổ chức hai cuộc bỏ phiếu bất tín nhiệm chính phủ. Cả hai cuộc bỏ phiếu đều không đủ túc số, chính phủ không đổ. Lại biểu tình và đình công khắp nước. Theo báo The New York Times, chính phủ lập luận rằng tuổi thọ trung bình ngày càng tăng khiến cho hệ thống hưu trí rơi vào tình trạng bấp bênh. Năm 2000 có 2,1 công nhân làm việc nuôi một người hưu trí, năm 2020 tỷ lệ này giảm xuống còn 1,7. Dự đoán năm 2070, tỷ lệ này sẽ là 1,2.

Quỹ hưu trí thất thu khiến công quỹ phải bù vào, làm tăng chi phí cho ngân sách hàng năm. Chính phủ đã phải dành tới 14% GDP để chi trả cho hệ thống lương hưu. Tổng Thống Emmanuel Macron của Pháp cho biết khi ông nhậm chức có 10 triệu người lãnh lương hưu, con số này nay đã tăng lên thành 17 triệu. Việc tăng tuổi về hưu là chuyện chẳng đặng đừng. Ngày 22 tháng 3, trước việc trên một triệu người dân xuống đường phản đối, tạo ra bạo lực khi người dân phóng hỏa, ném bom khói và phá hủy tài sản, Tổng Thống Macron đã phải nói: "Các bạn nghĩ tôi thích cải cách như thế này sao? Không hề! Tôi có thể đẩy vấn đề này sang một bên như nhiều người tiền nhiệm. Càng chờ đợi lâu tình hình càng tồi tệ".

Các thành viên cánh tả của Quốc hội giơ biểu ngữ phản đối Thủ tướng Pháp Elisabeth Borne phát biểu về cải cách hưu trí tại Quốc hội Pháp, ngày 16-3-2023.

Vấn nạn của Pháp cũng là vấn nạn của các nước khác trên toàn cầu. Tuổi thọ của con người ngày càng cao trong khi dân số ngày càng giảm vì người ta không chịu sanh đẻ. Số người hưu vì vậy ngày càng nhiều trong khi số người làm việc ngày càng ít. *Institute for Health Metrics and Evaluation* dự báo trong 80 năm nữa, dân số của Trung Quốc và Nhật Bản sẽ chỉ còn bằng một nửa hiện nay. Trào lưu chung của thế giới là tăng tuổi về hưu lên tới 67 tuổi. Tuổi hưu hiện nay tại Phần Lan, Bỉ, Tây Ban Nha, Thụy Điển là 65. Tại Anh là 66, dự kiến sẽ tăng thêm từ tháng 5/2026. Na Uy, Úc và Iceland là 67. Đan Mạch còn bạo hơn khi có kế hoạch tăng tuổi hưu lên tới 74!

Đi làm ai cũng muốn chóng tới ngày được về hưu, nằm phè ra hưởng thụ cuộc sống. Khi tôi về hưu, tuổi hưu lúc đó là 65. Sức khỏe vẫn còn OK, kể ra có làm việc thêm vài năm nữa cũng được. Một vài đồng nghiệp của tôi tới tuổi nhưng vẫn bám trụ nhất định tiếp tục công việc để cuối tuần cầm được cái *cheque* nặng tay hơn số tiền hưu và tiền già. Đời có bao lăm mà khổ sở như vậy. Tính tới nay tôi đã phây phây hưởng… lười được gần hai thập niên trong khi mấy ông bạn đồng tuế, tuổi đã U-90, vẫn còn bám trụ. Thỉnh thoảng gặp nhau thấy họ vẫn vui khi sáng cắp ô đi tối cắp về. Tôi cũng vui khi phè cánh nhạn, muốn ăn muốn ngủ lúc nào cũng được, muốn đi du lịch tí tỉnh là kéo va-ly leo lên máy bay. Cả hai bên đều hài lòng. Thế mới biết bá nhân bá tính. Có người chăm chỉ như mấy ông bạn tôi nhưng cũng có nhiều người lười như cái thằng tôi.

Tôi sợ có khi cho mấy ông bạn kỵ về hưu của tôi làm

việc 4 ngày một tuần các ông ấy sẽ giận không chừng. Chẳng gì tôi cũng đã bị các ông ấy chỉ mặt là đồ lười. Ừ thì lười, tôi cười khanh khách: “Tớ lười có môn bài đàng hoàng nhé!”.

09/2023

MẠT CHƯỢC

Đêm 17 tháng 8 vừa qua, tại Bảo Tàng Do Thái ở Montreal *(Museum of Jewish Montreal)* có đêm dạy và thi đấu mạt chược. Thấy báo đăng tin tức về sự kiện này, tôi chộp liền. Kể cũng vô duyên, mạt chược đâu có phải thứ quốc hồn quốc túy của ta đâu mà vội vơ vào. Đây là sản phẩm của Trung Hoa nhưng dân ta lậm vào khá nhiều. Dân ta ở sát cạnh anh Đại Hán, bị anh ta đô hộ cả ngàn năm, chịu ảnh hưởng văn hóa của Tàu nặng nề, có gánh thêm mạt chược trên vai cũng đúng thôi. Nhưng Do Thái, nghìn trùng xa cách với Trung Hoa, sao cũng học đòi. Thực ra tại Montreal chúng tôi, Trung Hoa và Do Thái không xa cách như chúng ta nghĩ.

Montreal có phố Tàu, không lớn nhưng cũng có cổng vào cổng ra rồng múa phượng bay ở hai đầu đường Saint Laurent. Nhìn vào là biết hắn ta liền. Nhưng ít ai biết khu vực phố Tàu ngày nay là đất của dân Do Thái ngày xưa. Khoảng từ năm 1890 tới 1920 dân nói tiếng Do Thái từ Đông Âu di cư qua Montreal đã quây quần quanh đường Saint Laurent khi đường này còn mang tên Dorchester. Chắc cũng cỡ như sau này dân ta quây quần quanh khu Côte des Neiges. Họ đã xây nhiều thánh đường, trường học, nhà hàng, quán xá tại khu này.

Dân Tàu tới Montreal vào năm 1885 sau khi góp sức hoàn thành tuyến đường sắt cho Canadian Pacific Railway. Họ định cư tại khu bên cạnh, chen vai thích cánh với khu Do Thái. Khoảng thập niên 1920 và 1930, dân Do Thái mới kéo nhau qua khu Mile End và Outremont, dân Tàu mới lấn sân, chiếm dụng toàn khu Do Thái cũ. Ông Zev Moses, Giám Đốc Điều Hành Bảo Tàng Do Thái tại Montreal, phát biểu: "Trong nhiều thập niên, nhiều sắc dân ở Montreal sống bên nhau. Họ ăn tại các nhà hàng của nhau tuy không nhất thiết phải có nhiều giao tiếp với nhau. Dần dà, chúng tôi có nhiều giao tiếp xã hội hơn. Mục đích của chúng tôi bây giờ không phải chỉ nhìn về quá khứ mà còn xây dựng thêm những kinh nghiệm văn hóa cho tương lai".

Mạt chược là một loại văn hóa. Ra đời tại Trung Hoa từ những năm 1800, đây là loại cờ mà mọi lứa tuổi trưởng thành đều thích chơi. Bà Maka Ta, một người hoạt động cộng đồng ở Chinatown, ví von: "Đó là thứ bài *poker* được chơi bằng những quân bài hình khối!". Thứ bài vừa đấu trí vừa dựa vào may rủi này đã vượt Thái Bình Dương qua Bắc Mỹ từ thập niên 1920 và chiếm ngay được cảm tình của các minh tinh tài tử và giới điện ảnh Hollywood cũng như các bà nội trợ rảnh rỗi để thành một loại bài được ưa chuộng của dân Bắc Mỹ. Khoảng thập niên 1950, báo The Wall Street Journal đã liệt mạt chược là "một dấu ấn văn hóa của người Mỹ Do Thái". Ký giả Jessica Ferrari đã viết trên báo Kveller, một tờ báo Do Thái, vào năm 2021: "Mạt chược là một biểu tượng của dấu ấn văn hóa đồng thời là một dấu ấn của sự hội nhập".

Maka Ta (bên trái) và Melissa Li (giữa) đang dạy cô Anya Kowalchuk đánh mạt chược.

Tôi thích thú khi thấy cái tin về mạt chược tại bảo tàng viện Do Thái tại Montreal bởi vì tôi cũng đã từng là một tín đồ của mạt chược. Cuối thập niên 1960, đầu thập niên 1970, lũ chúng tôi đã gắn bó với bàn mạt chược. Chúng tôi đây là những công chức và các quân nhân văn phòng làm việc tại Sài Gòn. Nghỉ cuối tuần, chúng tôi ở miết tại nhà, nhà nói đây không phải là nhà riêng của mỗi tên mà là nhà có đặt bàn mạt chược. Khi thì nơi nhà này, khi thì nơi nhà khác của một trong những tay chơi. Trưa thứ bảy tan sở chúng tôi vội phóng xe, vùi đầu vào bàn mạt chược cho tới tối Chủ Nhật mới về nhà...thiệt. Có khi hứng chí chơi luôn tới sáng thứ hai đi làm luôn. Thức đêm thức hôm để phục vụ...nghệ thuật như vậy, chúng tôi cũng biết giữ gìn sức khỏe. Bàn mạt chược có bốn tay chơi nhưng chúng tôi tụ tập tới 5 hoặc 6 người. Thay phiên nhau, lúc nào cũng có hai người được đi ngủ. Thời đó chúng tôi còn trẻ nhưng cũng biết sức người có hạn. Tất cả chỉ vì chơi mạt chược thú vị quá. Ngồi vô bàn là không dễ chi dứt ra được.

Người sáng chế ra môn chơi mà chúng tôi cũng như nhiều người trên thế giới say mê này thật dễ nể. Cho tới nay chúng ta chưa biết quý danh của "thiên tài" này. Chỉ biết đó là một nhà quý tộc ở Thượng Hải sống vào khoảng năm 1850 hoặc từ 1870 đến 1875 tùy theo mỗi giả thuyết. Khởi đầu mạt chược cũng dùng những quân bài bằng giấy như những môn chơi khác. Người ta không biết khi nào chúng được đổi ra thành những quân bài bằng chất liệu cứng như hiện nay. Tôi nghĩ sự thay đổi này là một cải tiến đáng đồng tiền bát gạo vì nó làm mạt chược tách ra khỏi những môn chơi khác, trở thành một món chơi quý phái đòi hỏi người chơi phải có trình độ.

Khi làm bài, cả bốn tay chơi dùng hai tay xoa những quân bài úp trên mặt bàn tạo nên những âm thanh quyến rũ. Vì vậy nên dân chơi gọi việc đi đánh mạt chược là đi xoa. Những quân bài ngày xưa được làm bằng gỗ hoặc xương.

Giới quý tộc chơi trội thường dùng bài làm bằng ngà voi. Ngày nay quân bài được làm bằng nhựa PVC. Dù chất liệu là gì, khi xoa cũng phát ra tiếng leng keng riêng biệt. Để tiếng kêu bớt ồn ào làm phiền hàng xóm, nhất là ban đêm, nên bàn mạt chược thường được phủ kín bằng một miếng nỉ màu xanh dương hoặc xanh lá cây. Như một ước lệ bất thành văn, người ta chỉ dùng hai màu này, chưa thấy bàn mạt chược nào đỏ loe đỏ loét rực rỡ. Tôi thấy việc này cũng lạ vì người Hoa thường chuộng màu đỏ. Một bàn mạt chược đúng cách có hình vuông, mỗi cạnh dài chừng 90 phân, có gờ cao chừng 3 hoặc 4 phân bao quanh. Gờ này có tác dụng chặn quân bài rớt khỏi bàn khi xoa. Mỗi cạnh bàn có một ngăn kéo nho nhỏ dùng để đựng tiền.

Bộ bài mạt chược có quân nạc, bộ khung và hoa. Quân nạc gồm ba hàng: sách, vạn và văn. Không biết ông tổ mạt chược có dụng ý chi mà dùng ba loại hình khác nhau cho ba hàng này. Hàng sách dẫn đầu bằng quân nhất sách vẽ hình con chim mã tước. Chính con chim này được đặt thành tên cho môn chơi. Mạt chược là chữ đọc trại của mã tước. Từ quân nhị sách tới cửu sách vẽ hình những gióng tre trông như những khúc xương. Qua hàng vạn thì lại chơi toàn chữ Hán. Tới hàng văn thì lại biểu thị bằng những viên bi tròn xoe. Một bi, hai bi, ba bi! Chẳng hiểu thâm ý của tiền nhân.

Mạt chược ngày nay phổ biến trên khắp thế giới nên không đồng nhất. Mỗi nơi có bộ bài khác nhau. Ngày nay người ta coi bộ bài của Hong Kong là căn bản. Bài chơi tại Viện Bảo Tàng Do Thái tại Montreal là bài Hong Kong. Bà Melissa Li, huấn luyện viên của sự kiện cho biết: “Có nhiều loại bài chơi khác nhau. Tôi chơi bài kiểu Hong Kong vì tôi học chơi mạt chược từ các bậc trưởng thượng trong gia đình". Bộ bài mạt chược Hong Kong có 144 quân bài. Mạt chược Tứ Xuyên chỉ có 72 quân, Hồ Nam cũng chỉ có 108 quân. Đại Hàn chơi bộ bài có 104 quân. Bộ bài Mỹ có 152 quân. Việt Nam ta chơi tới 160 quân, sau này còn tiến lên tới 176 quân! Số quân khác biệt vì số khung hay bộ hoa nhiều hay ít.

Cách chơi cũng tùy địa phương. Căn bản là khi khởi chơi mỗi tay chơi có 13 quân. Nhưng ở Đài Loan lại có tới 16 quân. Philippines cũng chơi 16 quân. Ngoài luật chơi căn bản làm cái xương sườn, mỗi bàn mạt chược lại có những thêm thắt râu ria mà các tay chơi đồng ý với nhau.

Thuở thanh niên tôi mê sống mê chết mạt chược nhưng sau đó tôi bỏ không ngó ngàng chi tới bộ bài hấp dẫn này vì một "biến cố" trong đời. Tôi lấy vợ. Sau này thỉnh thoảng tôi ngồi chầu rìa và thấy mình lạc lõng đến tội nghiệp. Tôi đã quên nhiều nếu không muốn nói là quên tới mức không còn có thể ngồi vào bàn chơi được. Cũng gần nửa thế kỷ chia tay mạt chược chứ ít chi. Nhìn các bạn ngày nay chơi tôi thấy mạt chược đã biến hóa nhiều. Bộ bài đã thêm nhiều hoa hoét. Cách đánh và dùng các bộ hoa và khung đã thay đổi. Mục đích cho bài dễ ù và dễ ù lớn hơn. Độ kiên nhẫn của con người, nhất là con người ngồi vào bàn mạt chược, đã hao hụt nhiều. Từ một thú vui tao nhã cốt thi tài cao thấp người ta đã biến thành một thú chơi bạo liệt hơn. Tôi mới được đọc một bài viết của một vị không để tên trên *internet* như sau: "*Nhờ đi nhiều và hay lang thang đó đây, tôi mới biết là mạt chược có nhiều cách đánh khác nhau, số lượng quân cũng gia giảm tùy theo từng nơi và luật chơi trong mỗi nhóm...Ở Mỹ, bà con cũng chế ra nhiều luật lệ lắm, đến nỗi họ phải lập ra một hội gọi là* National Mah Jong League *để thống nhất, và in ra bản điều lệ cho thống nhất. Nghe nói cứ vài năm họ lại thay đổi một chút cho nó hào hứng, cũng giống như đánh phé vậy mà, có nhiều cách đánh và tùy theo sự thỏa thuận với nhau. Bộ mạt chược của Mỹ có đến 152 quân, vậy bạn mua bộ của Mỹ thì có thể đánh theo cách của Hồng Kông, nhưng bộ của Hồng Kông thì không đánh theo cách của Mỹ được vì thiếu 8 quân. Mà lạ một điều là trong các* club *hay nhóm đánh mạt chược của Mỹ, số phụ nữ lại chiếm đa số, hơn 60%. Có lẽ là do bộ môn này thiên về đấu trí và không sát phạt, hay xô bồ như các bộ môn khác chăng?"*

Thời buổi *internet*, mạt chược cũng leo lên *internet*. Trên *internet* ngày nay có vụ *livestream*, có thể phát hình tương tác với mọi người. Lợi dụng tiện ích này, bên Trung Quốc có dịch vụ đánh mạt chược trên mạng.Theo tờ South China Morning Post, tại tỉnh Tứ Xuyên đã xuất hiện dịch vụ này. Người được mướn để đánh mạt chược trên màn hình được trả tới 30 ngàn nhân dân tệ (tương đương với 4.120 đô Mỹ) một tháng. Phụ trách phòng đánh mạt chược này là bà Wang, 48 tuổi, dân Tứ Xuyên, nơi mạt chược phát triển mạnh đến nỗi đã có câu nói: "Người dân Tứ Xuyên nào cũng biết đánh mạt chược". Muốn hành nghề đánh mạt chược trên mạng, không cần phải có học thức cao, chỉ cần là cao thủ mạt chược và có khả năng trò chuyện cuốn hút, biết gợi chuyện trên bàn mạt chược để dẫn dắt người chơi và giữ chân khán giả. Bàn mạt chược trên mạng cũng gồm 4 người. Bà Vương và 3 người khách. Chương trình này hoàn toàn để giải trí, không ăn thua tiền bạc. Ẵm số lương ngon lành với công việc nhàn hạ mỗi ngày chỉ làm 6 tiếng, mỗi tháng 26 ngày. Dịch vụ này rất có ích cho những người cô đơn, mê mạt chược mà không có sức khỏe và phương tiện tụ họp đánh bài với những người khác. Không biết dịch vụ đánh mạt chược trên mạng này có ở những nơi khác ngoài Trung Quốc chưa. Nếu có thì mấy ông bà bạn gậy gộc xe lăn mê mạt chược của tôi mừng hết lớn. Mấy ông bà bạn già yếu di chuyển khó khăn tại Montreal của tôi hoặc các thành phố khác tại Mỹ cũng như Canada và các nước phát triển khác không dễ chi tụ họp nhau lại một chỗ để có đủ tay chơi. Giờ chỉ ngồi yên vị tại nhà cũng đủ 4 tay gây sòng, tiện lợi vô song. Chỉ phải tội không được ăn thua tiền bạc, cuộc chơi mất phần hào hứng. Nhưng nếu các bạn tôi có đủ các "đức tính" để làm người điều phối thì tiền bạc dĩ nhiên là có. Không phải ăn thua mà chỉ có ăn, không bao giờ thua. Thiệt nhất cử tam tứ tiện, vừa được chơi vừa có tiền dằn túi. Cái *job* thơm này đã cuốn hút nhiều người vào bình luận trên mạng. Một người viết: "Tôi nghĩ cha tôi có thể làm công việc này. Ông có kinh nghiệm chơi mạt chược hơn bốn chục năm". Một người khác bày tỏ: "Tôi đã cho mẹ tôi xem tin tức này, hy vọng bà có thể kiếm được chút tiền với loại công việc mới này". Một người khác cay cú: "Thật ghen tỵ với những ai có thể kiếm tiền bằng sở thích như vậy".

Thời đại kỹ thuật cao ngày nay có những phát kiến không ngờ được. Mới đây chúng ta nghe nói nhiều tới trí thông minh nhân tạo AI *(Artificial Intelligence).* Đó là trí tuệ do con người lập trình tạo nên với mục tiêu giúp máy tính có thể tự động hóa các hành vi thông minh như con người. Trí thông minh nhân tạo có được trí tuệ của con người như biết suy nghĩ và lập luận để giải quyết vấn đề, biết giao tiếp do hiểu ngôn ngữ, tiếng nói và biết học hỏi và tự thích nghi. Trí thông minh nhân tạo mới đây đã được áp dụng trong thú chơi mạt chược. Mạt chược không phải chỉ là nghệ thuật mà còn là khoa học. Một tay chơi giỏi cần phải có khả năng quan sát, trực giác, chiến lược, tính toán và chụp lấy cơ hội. Người chơi giỏi không chỉ cắm cúi vào bài của mình mà còn phải nhìn và đánh giá bài của ba người khác. Nếu có một người có cơ ù bài lớn, phải biết đánh bơm cho người khác có cơ ù nhỏ để phá bài ù của người đó. Chúng tôi có một danh từ để chỉ những người đánh thấp chỉ biết cắm cúi vào bài của mình: thấp như vịt! Bàn mạt chược chỉ hào hứng khi cả 4 tay bài đều là cao thủ.

Microsoft đã phát triển trí nhân tạo đánh mạt chược với cái tên Super Phoenix, gọi tắt là Suphx. Họ cho Suphx chơi với ứng dụng trực tuyến toàn cầu Tenhou của Nhật. Đây là ứng dụng chuyên về chơi mạt chược với hơn 300 ngàn thành viên. Microsoft đã cho Suphx chơi với Tenhou hơn 5 ngàn lượt trong vòng 4 tháng. Càng chơi, Suphx càng học được nhiều và nhanh hơn. Nó đã tạo được một phong cách chơi riêng khi tấn công cũng như phòng thủ, cân nhắc chiến lược giữa những tổn thất trước mắt và lợi ích về sau cũng như đưa ra những tính toán và quyết định nhanh chóng. Kết quả Suphx đã hạ được 99,99% các đối thủ sừng sỏ nhất trong làng mạt chược trên ứng dụng Tenhou. Chơi vậy chơi với ai!

Mạt chược vui ở chỗ bạn bè ngồi lại với nhau, chuyện vui chuyện tếu tuôn ra hết, vừa chơi vừa kê tủ đứng vào mặt nhau, chửi bới nhau cho thư giãn tinh thần. Chơi mạt chược với người lạ đã thấy ít vui, chơi với máy chắc còn ít vui hơn nữa. Không có tôi trong đó. Thuận tay gõ sảng lấy oai chứ thật sự sau gần nửa thế kỷ không đụng tới quân bài, tôi như một tráng sĩ đã bị phế bỏ mọi võ công, đánh đấm chi nữa. Có chăng chỉ để nhớ một thời!

09/2023

MẤT VÀ TÌM

Josh Freed là một ký giả chuyên viết…phiếm của nhật báo Montreal Gazette mà tôi rất thích theo dõi. Ông vừa có bài viết *"It Easier To Find Stuff Than Loose It These Days"*. Ngày nay kiếm thấy đồ thất lạc dễ hơn là làm mất chúng. Tuổi của tôi và bạn bè nhiều cái bất tiện lắm. Một trong những cái bất tiện kinh niên là loay hoay tìm đồ thất lạc cả ngày. Ông "phiếm" này phán một câu ngược ngạo. Ngược ngạo nhưng đố cãi được ổng. Ông không nói bâng quơ mà dựa vào kỹ thuật.

Ông kể là cậu con David của ông đi tập thể dục ở YMCA. Tập xong, về lại hộc đựng đồ thấy mất cái tai nghe nhạc. Cậu không hề bối rối, mở điện thoại di động mà cậu có gài GPS theo dõi. Nhìn vào màn hình, cậu thấy dấu vết chiếc tai nghe không ở trong tòa nhà mà đang chạy ngoài đường. Cậu vội lấy xe phóng theo, qua một vài con phố, thấy vật tìm kiếm nằm trong một tiệm cà phê. Biết chỗ chiếc tai nghe đang tá túc, cậu bấm vào ứng dụng Find Me và nghe có tiếng kêu. Tiếng kêu bỗng vụt tắt sau đó vì có người bấm nút tắt. Cậu tiến tới phía có tiếng kêu trước đó và bật báo động lên lại. Tiếng kêu nổi lên lại tại bàn có hai thanh niên đang ngồi có vẻ hoảng hốt. Cậu David vốn to con nên không sợ, lễ phép hỏi hai anh thanh niên có thấy cái tai nghe của cậu không. Anh thanh niên đành rút chiếc tai nghe ra và ấp úng nói anh nhặt được tại YMCA và đang định thông báo trên mạng cho chủ nhân tới nhận. Vật đã hoàn cố chủ nên anh David không muốn chất vấn tại sao chiếc tai nghe nằm trong hộc đồ của anh mà thanh niên này lại nhặt được.

Mùa thu vừa qua, trong một ngày mưa gió, đang đi ngoài đường, tôi thò tay vào túi áo mưa tính rút chiếc iPhone ra gọi. Không thấy "chàng" đâu, tôi hốt hoảng sờ nắn cả chục chiếc túi của áo trong áo ngoài. Không thấy. Tôi thừ người. Phải mất một lúc khá lâu tôi mới bình tâm suy nghĩ. Và tôi dùng chiếc phôn tay của bà xã gọi vào số phôn của tôi. Tiếng chuông reo cùng với nhịp đập gấp của tim tôi. Có giọng trả lời. Ông cho biết đã lượm được chiếc phôn của tôi trên đường Jean Talon và cho tôi địa chỉ đến nhận lại.

Cậu David dùng hai ứng dụng: GPS và "tìm kiếm vật thất lạc" trên phôn tay. Tôi chưa dùng ứng dụng nào. Chỉ mới dùng…miệng!

GPS là thứ mà ai lái xe cũng biết. Muốn khỏi lạc đường cứ nghe theo tiếng cô đầm chỉ quẹo trái quẹo phải một hồi là tới. Ngày xưa, nói là xưa nhưng cũng chỉ khoảng chục năm trước đây, muốn xe chạy theo GPS, chúng ta phải mua một máy GPS để trong xe. Ngày nay mấy chiếc máy này nằm mốc tại quầy bán. *Cell phone* nào ngày nay cũng có GPS. Chẳng cần phải mua thêm thứ mà trước đây làm chúng ta tốn cả vài trăm đô. Cô đầm này thông minh hết cỡ. Đi bất cứ đâu trên thế giới, cô cũng có thể chỉ đường cặn kẽ. Có đầm nhỏ nhẹ trong xe là điều nhiều bà không thích. Ông chồng mải miết lắng nghe giọng oanh vàng thì thào mà quên nghe bà vợ ngồi bên cạnh tám đủ chuyện trên trời dưới đất nên mấy bà nổi tam bành. Trong các chuyện của mấy bà dĩ nhiên có chuyện các bà chỉ đường. Đây là chuyện thường ngày ở huyện đến nỗi đã có hẳn một chữ chỉ thị việc này: *back-seat driver*! "Tài xế ghế sau" nhưng tôi thích dịch là "lái tài xế" hơn! Một bữa tôi đã nghe lén được trong khi đang đứng tại một quầy bán máy GPS giữa người bán và khách hàng. Anh bán hàng giới thiệu nhiều kiểu máy, ông khách mua ậm ừ một hồi, có lẽ thấy giá hơi cao, bèn pha trò: "Có lẽ tôi không cần chiếc máy này. Nghe anh trình bày tôi thấy vợ tôi y chang như chiếc máy này!". Ông này không cô đơn vì sau đó tôi đã thấy nhiều ông mặc chiếc áo thun có hàng chữ trước ngực: "Vợ tôi là GPS!".

Khoảng hai chục năm trước đây, cô em tôi từ Việt Nam qua chơi. Ngồi trên xe, thấy tiếng cô đầm chỉ đường cho xe chạy, cô suýt soa: "Cứ như ma xó !". Ngày đó Việt Nam chưa có GPS, ngày nay con ma xó cũng đã hiện hình bên nhà, chắc dân ta cũng đã thân thiện với con ma xó này. Con ma xó này nằm ở đâu? Ở trên trời. Ma nằm trên trời cao nên ma rất dễ thương.

GPS là chữ viết tắt của *Global Positioning System*, hệ thống định vị toàn cầu. Đây là hệ thống xác định vị trí dựa trên vị trí của các vệ tinh nhân tạo do Bộ Quốc Phòng Mỹ điều hành. Vệ tinh đầu tiên được phóng lên quỹ đạo vào ngày 22/2/1978. Thoạt kỳ thủy GPS chỉ được dùng cho mục đích quân sự nhưng một tai nạn máy bay vào năm 1983 đã khiến chính phủ Mỹ cho phép dùng GPS cho mục đích dân sự trên phạm vi toàn cầu. Đó là chuyến bay 007 của hãng hàng không Korean Air Lines bị bắn rơi khi bay lạc vào không phận bị cấm của Liên Xô. Tất cả 269 người trên máy bay đều thiệt mạng. Lập tức Tổng Thống Ronald Reagan cho phép dùng GPS trong dân sự để tránh các thảm cảnh như chiếc máy bay 007. Nhưng vì lý do an ninh nên GPS áp dụng cho mục đích dân sự đã bị làm giảm độ chính xác. Việc này khiến GPS không thỏa mãn được những yêu cầu an toàn của hàng không và hàng hải dân sự tại thời điểm đó. Tới ngày 1/5/2000, Tổng Thống Bill Clinton mới cho phép GPS dùng cho dân sự có độ chính xác như GPS dùng cho quân sự. Hiện nay GPS là hệ thống được dùng nhiều nhất. Ngoài GPS còn có các hệ thống như GLOASS của Nga và GALILEO của Liên Hiệp Âu Châu *(European Union)*.

Hệ thống vệ tinh của GPS gồm 30 vệ tinh bay cách trái đất 20.200 cây số, vận tốc 7 ngàn dặm một giờ. Chúng chạy bằng năng lượng mặt trời nên không lo bị hết pin! Các vệ tinh này bay vòng quanh trái đất hai lần trong một ngày theo một quỹ đạo rất chính xác và phát tín hiệu xuống trái đất. Các máy thu GPS nhận tín hiệu này và đo được vị trí chính xác của người dùng bằng phép tính lượng giác. Máy thu nhận được tín hiệu của ít nhất 4 vệ tinh để tính ra vị trí 3 chiều (kinh độ, vĩ độ và cao độ). Khi tính được vị trí người dùng, máy GPS sẽ có thể tính được tốc độ, hướng chuyển động, khoảng hành trình, quãng cách tới điểm đến, thời gian di chuyển và hiển thị lên màn hình.

Hình như tôi bị con ma xó dẫn đi lạc đường. Thay vì đi tìm vật mất lại tự làm vật bị tìm thấy. Thiệt tình! Lại phải nhờ ông Josh Freed kéo cổ lại. Ông này viết: "Chào mừng tương lai của chuyện mất và tìm khi mà việc tìm thấy vật mất lại dễ dàng hơn để vật thất lạc. Dù vật thất lạc đó là thiết bị điện tử, chiếc ví, chiếc xe hơi hay thậm chí là bà vợ. Tôi đã mua vài cái Air Tags, một tấm kim loại nho nhỏ gắn vào chìa khóa, cái ví hay hành lý khi đi du lịch để có thể luôn theo dõi chúng được".

Chuyện theo dõi bà vợ sẽ tính sau, giờ chỉ nói chuyện theo dõi đồ vật bằng Air Tags. Air Tags là một thiết bị nhỏ làm bằng chất thép không gỉ, hình tròn và nhẹ. Kích thước chỉ bằng một đồng xu nên có thể dễ dàng gắn vào đồ vật như túi xách, chìa khóa, ba lô. Phải nói ngay đây là một sản phẩm của Apple nên chỉ tương tác với iPhone từ thế hệ iPhone 11 trở lên. iPhone cũ hơn không dùng với Air Tags được. Nếu bạn nào dùng điện thoại thông minh khác như Samsung, Google, Motorola hoặc các điện thoại không có hình trái táo bị cắn một miếng thì có thứ khác tương tự như Air Tags. Chuyện này chúng ta sẽ nói sau.

Bên trong ruột Air Tags có một loa phát âm thanh, một viên pin dẹt có thể thay khi hết pin và các linh kiện siêu nhỏ trông vào rất rối mắt. Air Tags sẽ tương tác với iPhone qua ứng dụng Find Me. Các dữ liệu đều ẩn danh và được mã hóa nên bảo đảm kín cựa. Chỉ chủ nhân của Air Tags biết thôi.

Air Tags

Khi một đồ vật có gắn Air Tags bị thất lạc, chủ nhân bấm vào ứng dụng Find Me. Lập tức Air Tags sẽ la lên hướng dẫn chủ nhân tìm tới vật mất. Ở phạm vi gần như quanh quẩn trong nhà, việc kết nối iPhone hoặc iPad hay Macbook rất dễ dàng. Trong phạm vi rộng lớn, sự kết nối sẽ thực hiện bằng cách dựa vào sóng của các iPhone, iPad hay Macbook vốn có hàng trăm triệu chiếc hoạt động trên khắp thế giới.

Air Tags là thứ do Apple chế ra chỉ để dùng cho các thiết bị của Apple như iPhone, iPad hay Macbook. iPhone của Apple đã tạo ra được một cái mốt trong giới trẻ. Phải xài iPhone mới là người sành điệu. Vậy nên mỗi khi iPhone ra kiểu mới, dân trẻ tuổi đua nhau cúng tiền cho Apple. iPhone 15 vừa ra đời, dân chúng thi nhau xếp hàng rồng rắn chờ mua. Mua được vội lên Facebook hay YouTube đập hộp iPhone mới. iPhone cũ chỉ mới xài cỡ một năm, còn chạy ngon ơ, cũng bỏ. Apple cứ hân hoan thu tiền.

Nghe người ta bỏ iPhone cũ, các bạn đừng mất công ra thùng rác tìm lượm về xài đỡ. Không có đâu. Người mua iPhone mới có thể cấn iPhone cũ để được trừ bớt tiền. Hoặc con truyền cha nối. Con chê thì cha lượm. Xài ngon lành như thường. Nhìn quanh các bạn già thấy ông nào cũng iPhone là có lý do cả. Có bạn tôi giờ còn ôm iPhone 6 mà vẫn a-lô rộn ràng như ai! Chỉ tội không dùng Air Tags được thôi.

Không dùng iPhone mà dùng Samsung, Motorola hoặc các loại phôn khác cũng vẫn có thể kiếm được vật mất như thường. Đâu có phải chỉ có Air Tags trên cõi đời này. Còn có nhiều thứ tương tự khác. Như Tile, Cobra Tag, Stick-N-Find, BiKN hay Fofa. Chúng cũng hoạt động đại khái như Air Tags.

Coi như tạm hết chuyện vật, nay tới chuyện người. Với ứng dụng Find My Friend, bạn có thể truy tìm được các người trong gia đình và các bạn thân. Dĩ nhiên phải có sự đồng ý của họ. Với ứng dụng này họ có thể biết nhau đang ở đâu trên khắp thế giới này. Nếu đi ăn cưới chẳng hạn, bạn muốn tới cùng hoặc sau bạn bè, bạn có thể *check* coi họ tới chưa. Bạn cũng có thể theo dõi bước đi của con bạn. Chúng có tới trường không? Có la cà ở những nơi bạn không muốn chúng tới không? Nhưng với vợ hay chồng thì hơi căng. Có người thích cho người phối ngẫu biết vị trí nơi mình đang ở, có người muốn giấu kín. Ai có tự do của người nấy. Thực ra cầm cái phôn tay như cầm cái cùm. Ở xó xỉnh nào cũng có thể bị móc ra hết. Nếu lại bị thân ái yêu cầu mở video để coi mặt mũi thì tất cả khung cảnh, nơi chốn đều lộ trăm phần trăm dưới ánh mặt trời.

Hai vợ chồng người Tây Ban Nha Marta và David chẳng cần ứng dụng Find My Friend. Cả gia đình họ gồm hai vợ chồng và hai con cùng nhau đi du lịch Việt Nam vào tháng 7 năm nay. Túm tụm với nhau thì cần chi tìm kiếm. Nhưng họ cần ứng dụng Find Me. Vì họ gặp rắc rối. Chuyện rắc rối này được cô Trần Ly Na kể lại trên Facebook. Đêm 21/7 họ đi xe giường nằm từ Nha Trang về Sài Gòn. Họ sẽ ở Sài Gòn ngày chót để hôm sau bay qua Singapore. David đặt iPhone và iPad trên người trong khi ngủ. Khoảng 3 giờ sáng, anh tỉnh dậy và không thấy hai thiết bị này đâu. Anh yêu cầu tài xế kiểm tra hành lý của khách để tìm nhưng không thấy.

Về tới Sài Gòn vào sáng ngày 22/7, David đi báo cảnh sát xin xác nhận mất cắp để làm giấy tờ nộp cho hãng bảo

Gia đình David tại Việt Nam.

hiểm. Sau khi bị đưa qua đưa lại tới ba trạm công an, họ được chỉ tới 66 Bùi Viện. Tại đây công an không chịu làm giấy xác nhận với lý do sự việc xảy ra trên đường chứ không phải trong địa bàn thành phố. Anh David cho biết họ không thể đòi dừng xe trong đêm khuya để đi tìm cảnh sát. Dù anh công an nói được tiếng Anh nhưng vẫn đòi phải có người Việt Nam thông dịch mới chịu làm việc. Facebooker Trần Ly Na là người địa phương duy nhất mà vợ chồng anh David quen biết. Cô kể lại: "*Vì thấy nhục, tôi đã bỏ việc 3 tiếng đồng hồ để la lối, làm dữ, giằng co với công an và giúp được David có được tờ giấy xác nhận quý giá kia. Nhưng chuyện không dừng lại ở đó. Khi còn lang thang ở khu vực Bùi Viện, họ phát hiện ra iPad mất cắp đã được kích hoạt ở vị trí gần đó. Lần theo map, họ lên lại ngay chính chiếc xe đã chở họ tới Sài Gòn. Lúc đó tài xế đang ở trên xe và không thừa nhận trên xe có iPad. Tín hiệu kích hoạt iPad cũng tắt đi khi họ vừa tới. Trước đó, tài xế xe này được tôi và David mời đi sang đồn công an để xác nhận có xảy ra mất cắp và anh ta đã nhờ tôi hỏi ID iCloud của chiếc iPad với lý do "bạn anh có thể lần ra iPad nếu có ID iCloud. Sau khi tìm ra sẽ trả cho bạn anh một triệu đồng". Marta đã không đồng ý. Khi vào được chiếc xe, họ lục soát chỗ ngồi lần nữa, nhưng vẫn không thấy iPad. Họ quay lại văn phòng nhờ nhân viên hãng xe can thiệp. Nhưng không ai có động thái nào gây áp lực với tài xế và tất cả đều trả lời "không có". Đến khi tôi đến và yêu cầu được gặp người quản lý hãng xe, anh ta thấy người địa phương đến mới chịu gặp, nghe câu chuyện từ đầu và nói rằng "tín hiệu map từ iPad là không thể sai", nhưng "không thể gây áp lực với tài xế ngay bây giờ". Tôi đành thuyết phục David cho họ 2 ngày để làm việc và liên lạc lại". Không làm gì được, Marta đã bật khóc ngay trước cửa hãng xe".*

Cô thông dịch viên bất đắc dĩ nhất định đi cho tới chót sự việc. Cô gọi lại sau đó nhưng bị từ chối một cách thô lỗ. *"Dù tôi đã gây áp lực, gọi điện thoại quấy rối như một con điên, đến bây giờ, tôi vẫn không nhận được cuộc gọi nào từ quản lý".* Cô chỉ còn biết kêu gọi báo chí vào việc điều tra và kêu gọi mọi người tẩy chay hãng xe này. Cô cho biết tên: hãng xe du lịch Nam Phương!

Ứng dụng Find My Phone không sai nhưng ứng dụng văn minh và chính xác này có nơi không dùng được. Ông ký giả Josh Freed chắc chưa đặt chân tới những nơi này nên còn ngây thơ khi vi vút về Find My Phone. Ông không biết có nơi kỹ thuật tân tiến phải đầu hàng lòng tham và sự gian manh của con người!

10/2023

MÀY TAO

Bữa 29/9 vừa qua, một thầy giáo dạy Anh văn tại trường Phan Huy Chú, Thạch Thất, đã bóp cằm, chỉ tay vào một học sinh trong lớp 10A9 và mắng: "Mày có hiểu không, con chó này?". Sự việc đã được học sinh trong lớp quay *video*. Năm ngày sau thầy đã xin lỗi học sinh và học sinh cũng đã xin lỗi thầy vì có lời nói và cử chỉ thiếu tôn trọng. Sau đó, ông thầy đã xin thôi việc.

Ít ngày sau, tại trường Nguyễn Chí Thanh, thị xã Ninh Hòa, tỉnh Khánh Hòa, cũng có một vụ cãi nhau giữa thầy và trò. Ngày 16/10, ông Hiệu Trưởng Hà văn Thọ cho biết: "Nữ học sinh có trêu chọc thầy, sau đó có lời qua tiếng lại. Học trò thì cá tính còn thầy mất bình tĩnh, từ đó mọi chuyện đổ bể. Một phần nữa là hoàn cảnh gia đình của cả thầy và trò đều đặc biệt nên trong lòng chất chứa nỗi bức xúc". Trên đoạn *video* dài 5 phút có ghi lại cảnh nữ sinh ngồi ở bàn đầu đã cãi nhau tay đôi với thầy giáo. Cô này đã liên tiếp văng tục, xưng "mày-tao" và thách thức thầy giáo trước hàng chục học sinh trong lớp.

Đây là hai hoạt cảnh mà tôi, một người đã từng dậy học, không nghĩ là có thể xảy ra trong môi trường giáo dục. "Mày-tao" là hai nhân xưng đại danh từ chỉ sự khinh miệt, bất lịch sự, thô tục mà những người có ăn có học không dùng tới. Nhưng "mày-tao" cũng là những đại danh từ chỉ sự thân mật khi được dùng trong gia đình, hoặc giữa những người thân thiết.

Tôi có một bạn học từ hồi tiểu học, thời mà lũ học sinh nhỏ nhít chúng tôi không xưng hô với nhau bằng "mày-tao" thì gọi nhau bằng chi. Thường thì những bạn học thời nhỏ nhít đó đã phân tán, khi khôn lớn không còn gặp nhau nữa, mỗi người một phương. Khổ cho tôi là anh bạn thời tiểu học cho tới nay vẫn nhìn thấy mặt nhau hoài. Chúng tôi cùng ở chung một thành phố, cùng ăn uống nhậu nhẹt với nhau. Bạn mới thì nhiều, bạn thời còn mũi giãi lòng thòng đó chỉ có hai thằng. Đầu chúng tôi nay vẫn một thứ tóc nhưng tóc đã đổi màu trắng xóa. Gặp nhau hai chúng tôi vẫn cứ tỉnh rụi "mày-tao" như xưa. Hai ông già đầu bạc mày tao với nhau là một chướng tai với những người chung quanh. Bạn bè và vợ con nhắc nhở hoài về sự kệch cỡm này nhưng chúng tôi quen thói vẫn không bỏ được. Ngộ một điều là khi mày tao với nhau chúng tôi cười nói phớ lớ hết sức, có khi còn có lợi cho sức khỏe.

Dân còn mày-tao thiệt hết sức thú vị khi đọc được một nghiên cứu mang tên "Tao Mày" của Giáo sư Phan Cẩm Thượng in trong cuốn "Nghệ Thuật Ngày Thường", Tập 2.

Theo Giáo sư Thượng, từ thời xa xưa người Việt chỉ xưng hô với nhau bằng hai đại từ nhân xưng "mày-tao". Đây là lối xưng hô của người Việt cổ, ngày nay còn sót lại trong ngôn ngữ của các dân tộc Thượng. Ông viết: *"Nghe những người thiểu số nói chuyện, tôi thấy hai ngôi tao mày duy nhất vẫn được dùng phổ biến, điều này cũng thấy cách đây ba bốn mươi năm ở các tỉnh từ Thanh Hóa đổ vào trong"*. Tiếng nói họ dùng phát âm là "mi" và "tau". Cha mẹ nói với con cái, anh chị em nói với nhau, đàn ông đàn bà cùng trang lứa… tất cả phổ biến là "mi" và "tau". Giáo sư Phan Cẩm Thượng cho "mi và tau" hay "mày và tao" là ngữ âm cổ của người Việt. Ông nhận định: *"Tôi nghi ngờ rằng vào một thời xưa nào đó người Việt cũng chỉ dùng phổ biến đại từ nhân xưng đơn giản "tao và mày", rồi vì một lý do nào đó, thời nào đó, cách thức xưng hô thay đổi theo chiều hướng gia đình hóa cho tới hiện nay"*.

Bộ sách ":Nghệ Thuật Ngày Thường" của Phan Cẩm Thượng

Chuyện xưng hô "mày-tao" cũng đã được ghi trong văn bản tại một hội nghị giải quyết những bất đồng liên quan đến thuật ngữ Kitô giáo bằng tiếng Việt do Giám Sát Dòng Tên vùng Trung Nhật triệu tập tại Macao năm 1645. Giáo sư Phan Cẩm Thượng viết: *"Hội nghị đưa ra mô thức rửa tội bằng tiếng Việt có viết: "Tau rữa mâi nhân danh Cha ùa Con, ùa spirito santo" (tao rửa mày nhân danh Cha và Con, và spirit santo). Văn bản này có trong cuốn Dinh trấn Thanh Chiêm Quảng Nam (Đinh trọng Tuyến và Đinh Bá Truyền biên soạn). Ở đây, việc xưng hô giữa cha xứ và con chiên được nói bằng hai ngôi "Tau" (tao) và "Mâi" (mi, mày). "Ngày nay, nếu một đức cha mà xưng mày - tao với con chiên trong nhà thờ thì quả là không ổn, nhưng điều đó cho thấy có thời việc xưng hô hai ngôi đơn giản là rất phổ biến ở Đàng Trong, nhất là xứ Quảng Nam, nơi cha Francisco de Pina được coi là người đầu tiên dùng chữ Latin phiên âm tiếng Việt"*.

Từ khi nào mày-tao không còn là lối xưng hô duy nhất của người Việt, nhà nghiên cứu Phan Cẩm Thượng viết: "*Người ta cho rằng, sau những cuộc chiến tranh ác liệt thời Trần và thời Lê với quân Nguyên Mông và quân Minh, người Việt phải đi sơ tán trong toàn quốc, người sơ tán và người địa phương phải coi nhau như người nhà, nên gọi nhau là anh em, chú bác, đồng bào*". Ảnh hưởng của Nho giáo, lấy lễ nghĩa cương thường là rường mối xã hội, có thể cũng là một nguyên nhân khiến cách xưng hô của người Việt thay đổi. Từ mày-tao giản dị tới cách dùng những đại danh từ nhân xưng trong quan hệ gia đình. Từ đó "ông-bà, cha-mẹ, anh chị, cô dì chú bác" và nhiều đại danh từ nhân xưng khác được dùng một cách thường xuyên trong xã hội.

Theo nhận xét của nhà văn Võ Kỳ Điền thì người Việt, nhất là người miền Nam, có lối xưng hô theo tình nghĩa gia đình vì chúng ta sống theo kiểu chòm xóm. Ra đường, chúng ta như vẫn chưa ra khỏi nhà, chào hỏi xưng hô anh Ba, chị Hai, chú Tư, cô Năm, bác Bảy với tất cả mọi người.

Việc "gia đình hóa" cách xưng hô khiến nhiều người trong chúng ta tự hào là tiếng Việt phong phú, không giống các nước khác chỉ trơ trọi mày-tao như Pháp *je / tu*, Anh *I / you*. Phong phú thật nhưng đây là một đánh đố khá khó chịu cho người ngoại quốc học tiếng Việt cũng như cho con em chúng ta ở hải ngoại.

Chuyện tưởng đã xong, mày-tao đã mất chỗ đứng nhưng tại sao mãi tới năm 1924 học giả Phan Khôi vẫn còn phải bận lòng với mày-tao? Trên Thực Nghiệp Dân Báo số 972, ngày 14/1/1924 ông viết bài : "Cách Xưng Hô Mày-Tao". Ông cho cách xưng hô mày-tao là tiếng của kẻ trên xưng với kẻ dưới hay là người lớn xưng với trẻ con. Còn đối với những trường hợp khác, chúng ta có một cách xưng hô lễ phép tùy tuổi tác, thứ bậc, địa vị. Nhưng xã hội thời ông không chuộng tôn ti trật tự như vậy. Ông than phiền: "*Thế mà trong khoảng gần đây có một bọn người dấy lên toan đang tay mà dứt cái dây ấy, phá đổ cái nền ấy. Họ tính bỏ hết cách xưng hô nhã nhặn, mặn mòi, đượm đà của ta mà lập riêng một cách khác. Họ xưng với nhau bằng mày - tao... Nay thì bọn người đó đã mày tao với nhau như cơm bữa rồi, dầu ai nấy làm trái tai mặc lòng chứ tự họ thì cho thế là văn minh, lịch sự. Nào những thế thôi, cả những tiếng An Nam như tiếng "cha tôi, mẹ tôi, anh tôi" họ cũng khinh bỉ không thèm nói đến, dường như nói đến thì hổ thẹn, mà phải nói đổi sang tiếng Pháp là "mon père, ma mère, mon frère" thì họ mới bằng lòng"*. Lối xưng hô mày-tao thời kỳ này là ảnh hưởng lối xưng hô của Pháp "*je – tu /vous*" và Anh "*I – You*".

Tấm lòng của học giả Phan Khôi coi bộ không đi tới đâu. Người ta vẫn cứ mày-tao cho giống Tây. Bảy năm sau ông Đinh Huy Hạo lại phải lên tiếng. Trên báo Trung Lập số 6393 ra ngày 17/3/1931, ông viết: *"Hai tiếng xưng hô "mày - tao" là hai tiếng xấu xa tục tằn nhất trong tiếng ta, mà chán ngán thay nó còn sống ở trong tiếng ta mãi mãi, cái số người dùng những tiếng ấy càng ngày càng thấy nhiều thêm". Theo ông, hai tiếng "mày - tao" phân biệt được hẳn giai cấp, bởi vì "chủ nhà gọi đứa ở là "mày" xưng là "tao", đốc công nói với phu phen, thầy kí nói với thợ thuyền, vô số người dùng hai tiếng "mày - tao". Xưng mình là "tao" gọi người là "mày" tức là khinh bỉ người ta, đặt người ta xuống một cái hàng đứng dưới chân mình vậy... Nếu ta không biết ngăn ngừa đi sớm, chỉ e cái tục tằn nó bành trướng lên to. Vì người ta thường lúc đầu chỉ nói đùa mấy tiếng tục có ý ngượng nghịu, nhưng lần lần nay một câu, mai một câu, sau nói tục không còn vấp váp chút nào, có khi quên hẳn tiếng nói ấy là tục. Hai tiếng "mày - tao" là tiếng tục tằn, xấu xa nhất trong tiếng Việt Nam ta, người đã cắp quyển sách đi học không bao giờ nên dùng đến, bất cứ đối với hạng người nào".*

Mày-tao có lẽ là cách xưng hô duy nhất mà người Pháp tại Việt Nam học được. Họ nghênh ngang miệt thị dân bản xứ. Điều này để lộ bộ mặt thực dân mà ngay cả nhà cầm quyền thuộc địa Pháp cũng không muốn cho mọi người thấy. Họ cũng phải ra lệnh chấm dứt lối xưng hô này. Báo Đông Phương số 581, ra ngày 14/11/1931 có đăng bài báo mang tên: "Một tờ thông tư của quan Toàn Quyền về việc bỏ lệ xưng hô mày-tao". Nguyên văn như sau: *"Hôm 10 Novembre (tháng 11) vừa rồi, quan Toàn quyền Pasquier vừa gửi một tờ thông tư cho các ông chủ các sở đại để nói: "Có người cho bản chức biết rằng: Những viên chức người Pháp hoặc lớn, hoặc nhỏ, thường trong khi giao thiệp với các viên chức bản xứ lại hay dùng câu "mày - tao". Vậy bản chức yêu cầu ngài nên dặn những viên chức Pháp dưới quyền ngài bảo từ nay phải bỏ cái lối cư xử ấy đi"*.

Lối xưng hô mày-tao bị truy quét rối rít, cả từ làng báo Việt tới chính quyền thực dân. Nhưng mày-tao vẫn chưa biến mất hẳn trong cách xưng hô của người Việt. Loại mày-tao như thầy xưng với trò hoặc ngược lại, trò với thầy như mới xảy ra tại nhà trường trong nước là loại đáng bỏ vào sọt rác. Nhưng loại mày-tao bày tỏ tấm lòng thân thương giữa những người bạn tấm mẳn có cần phải bỏ không? Nếu hỏi tôi, tôi sẽ lắc đầu. Ngày nay, tuổi đã...hạc, tôi và anh bạn tiểu học ngày xưa vẫn không bỏ được lối xưng hô mày-tao. Khi xưng hô với nhau như vậy, chúng tôi như sống lại tình bạn chân thật ngày còn nhỏ nhít. Chẳng ai cảm thấy bị khinh miệt hay nhục mạ. Chỉ có tình bạn thời lòng còn trong trắng, chẳng có chút tính toán nào, mới làm cho mày-tao trở nên hết sức hồn nhiên.

Với thời gian, con người lớn lên, mất dần cái ngu ngơ thời trẻ dại, mày-tao không còn là đại danh từ nhân xưng thích hợp. Nói thế cũng không đúng hẳn. Chúng ta còn tình bạn trong quân ngũ. Cùng sống với nhau như trong một gia đình, ăn uống chung đụng hàng ngày, cưu mang nhau lúc hiểm nguy, những người lính chia đều nhau những oan trái bất ngờ trước hòn tên mũi đạn, còn có tình bạn nào khắng khít cho bằng. Vậy nên họ cũng mày-tao với nhau thân thương như thời trẻ dại.

Ngửi mày một tí xem làm sao
Thân thể mày bay mùi binh đao
Ngày trước mày hiền như đất cục
Giờ mở miệng ra là chửi tục
Hà hà ra thế con nhà binh
Ngôn ngữ thơm tho như mùi cứt

(Nguyễn Bắc Sơn)

Thời chiến mày-tao là ngôn ngữ của dân nhà binh, chẳng họ hàng hang hốc chi mà sống với nhau như anh em một nhà, cùng chia nhau bom đạn, che chở nhau như tình nhân. Rồi khi chinh chiến tàn lụi, mang thân kẻ thua trận, cùng nhau hứng sự thù hận trong các trại tù, đám chiến bại lại chia nhau tủi nhục, lại nảy sinh ra tình mày-tao. Mày-tao trong sinh hoạt hàng ngày vun những người tù cam chịu tủi nhục thành một gia đình.

Bạn lính, người ngoài vòng cương tỏa, người chôn chân trong chốn ngục tù, chuyện vui chuyện buồn vẫn mày-tao nhắn nhủ:

Không nói tao sợ mày phiền
Nói ra, với rượu, tao buồn gấp hai
Em mày đi lấy chồng rồi
Gặp tao ngoài phố ngậm ngùi nhìn nhau
Tao nhìn tao thấy mày đau
Nó nhìn nó thấy trong tao có mày.

(Nguyên Sa)

Mày-tao là sản phẩm dịu dàng của thời học trò, thời lính hoặc thời tù đày. Nguyễn Xuân Hoàng với tôi không học chung một năm nào, từ tiểu học tới Đại học; không bạn lính tráng chi vì cả Hoàng lẫn tôi đều không có mặt trong quân đội; không cùng tù đày sau cuộc chiến, vậy mà chúng tôi vẫn mày-tao với nhau. Kể cũng lạ. Chúng tôi chỉ gặp và chơi với nhau khi cùng cộng tác với báo Văn Học của Dương Kiền và Phan Kim Thịnh tại Sài Gòn. Báo quán ngày đó đặt tại đường Lê văn Duyệt. Nơi đây, những chiều thứ bảy, chúng tôi tụ họp nhau lại tán dóc. Những buổi gặp nhau như vậy không chỉ có Hoàng và tôi mà còn nhiều anh em viết lách khác, vậy mà với những anh em khác, chúng tôi chẳng bao giờ mày-tao. Chỉ có tôi và Hoàng. Sau 1975, chúng tôi không gặp nhau một thời gian dài, cho tới khi tôi qua Cali, tới gặp Hoàng khi đó đang làm cho tờ Người Việt. Thời gian đổi đời làm đảo lộn mọi thứ nhưng chuyện mày-tao của tôi và Hoàng không hề thay đổi. Nhìn thấy nhau nơi xứ lạ quê người sau bao nhiêu bầm dập, chúng tôi vẫn mày-tao tiếp. Có lần tôi hỏi Hoàng tại sao chúng tôi lại mày-tao như vậy, Hoàng cũng lắc đầu không biết. Cho tới khi Hoàng bỏ đi xa thiệt xa!

10/2023

RĂNG KHỂNH

Tôi ưa tiếng hát của ca sĩ quá cố Duy Quang vì vẻ hiền hòa, da diết, chậm rãi và tâm tình của anh. Duy Quang hát rất tới một bài hát của Trần Thiết Hùng, bài "Cô Bé Có Chiếc Răng Khểnh". "*Này cô bé có chiếc răng khểnh / Sao thừa một cái chắc để làm duyên / Vội vàng chi mà hình như lơ đễnh / Để lại sau lưng tiếng hót vành khuyên*".

Răng khểnh là chiếc răng thừa hay răng duyên, nói theo các ông bà nha sĩ thì đây chỉ là chiếc răng nanh mọc lệch vào trong hoặc mọc lệch ra ngoài do nhiều nguyên nhân. Răng khểnh có thể do di truyền. Ông bà cha mẹ có răng khểnh chuyển đặc tính này cho con cháu. Cũng có thể răng khểnh là do bẩm sinh. Khi trẻ mọc răng có kích thước không đồng đều, hàm răng không đủ chỗ để răng mọc. Khi thay răng, có thể răng sữa chưa rụng nhưng răng cố định đã mọc, chen chúc nhau dành chỗ khiến răng khểnh ra. Cũng có thể do thói quen của trẻ, hay dùng lưỡi đẩy răng đang mọc khiến chúng khểnh ra.

Giải thích đúng theo y học như các ngài nha sĩ, chán chết. Nghe cứng ngắc hàm răng. Với con mắt của nhà thơ, chiếc răng khểnh bỗng đổi đời, thập phần duyên dáng, người thơ muốn bưng về làm gia sản.

Một ông nhà thơ quân đội, ông Nguyễn Quang Hà, giỡn yêu với chiếc răng khểnh:

Rất kỳ chiếc răng khểnh của em
Đã bao lần làm anh bối rối
Anh là lính quen có hàng có lối
Anh không ưa bước lỗi nhịp còi!

Nếu răng khểnh vào quân ngũ chắc sẽ bị củ. Hàng lối nhà binh đều tăm tắp bỗng dưng có anh chơi nổi bị anh cai chỉnh là cái chắc. Răng khểnh có khi cân đối có khi không. Có người được trời cho hai răng khểnh cân cái, có người chỉ được một khểnh chênh vênh.

Răng khểnh gây chia rẽ đông tây. Theo quan niệm của phương Đông, răng khểnh thường được coi là một trong những nét duyên ngầm, làm tăng thêm vẻ đẹp cho khuôn mặt và nhất là nụ cười. Những người có phúc có phần mới có được hai răng khểnh, dễ lấy được thiện cảm và lòng mến mộ của người khác. Các bà các cô có hai rặng khểnh được coi là có tướng tốt, dễ cân bằng trong cuộc sống về công việc, gia đình cũng như đời sống cá nhân. Trong thực tế, phụ nữ có hai chiếc răng khểnh thường có nụ cười duyên dáng hợp với gương mặt tươi sáng dễ hớp hồn người đối diện, chuyện chi cũng xuôi chèo mát mái. Chẳng cứ phụ nữ, nam giới có hai răng khểnh thường là những người đào hoa, dễ hanh thông trong tình trường tuy họ thường thiếu trung thành trong tình yêu.

Tây phương, trái lại, coi người có răng khểnh, dù một bên hay hai bên, là bị điềm xấu. Bởi răng khểnh là đặc điểm của ma cà rồng. Họ bị xa lánh vì ai lại chơi với ma cà rồng bị hút máu lúc nào không biết. Một số nước còn cấm người có răng khểnh nhập cảnh. Nghe vậy biết vậy chứ thực ra tôi chưa bao giờ nghe tới chuyện cấm nhập cảnh lảng xẹc này.

Thực tế hơn, theo y học, hai răng khểnh mọc hai bên khiến khó nhai khi ăn, khó vệ sinh răng hàng ngày, làm tăng nguy cơ mắc các bệnh răng miệng như sâu răng, nha chu hay viêm nướu.

Răng khểnh một bên thường được coi là đẹp hơn răng khểnh hai bên. Mắt chúng ta quen với sự cân đối nên cái chi có cả ở bên trái lẫn bên phải được coi là cân cái dễ nhìn. Trong đời sống thường ngày, khi trang hoàng nhà cửa hay bày biện cúng kiến chẳng hạn, chúng ta chuộng sự cân đối. Cân đối dễ vừa mắt hơn nhưng thiếu cân đối nhiều khi lại hấp dẫn hơn vì người ta cảm được cái thiêu thiếu, hụt hẫng. Không biết các bạn ra sao, tôi lại thích sự thiếu cân đối trong quan niệm thẩm mỹ. Phá cách có cái hay của phá cách.

Răng khểnh đứng mình ên, chưa đủ. Vẻ đẹp của răng khểnh nhiều hay ít còn tùy thuộc nhiều yếu tố như hình dáng, kích thước và mức độ mọc chếch so với cả hàm răng. Vẻ đẹp của răng còn phải hài hòa với khuôn mặt và nét biểu lộ của khuôn mặt. Người vui vẻ có nụ cười khác với người lạnh tanh tuy cả hai đều sở hữu chiếc răng khểnh. Dù sao chiếc răng khểnh bao giờ cũng là điểm thu hút làm say lòng người.

Răng khểnh à, răng khểnh ơi!
Làm ta ngơ ngẩn một thời thanh niên.
Ta đi khắp nẻo trăm miền.
Vẫn hoài nhớ nhỏ láng giềng năm xưa.
Xoay vần bao cuộc nắng mưa.
Hỏi người thuở ấy răng thừa còn không?

(Ngô Chí Trung)

Hỏi người thuở ấy răng thừa còn không? Câu thơ khiến tôi nhớ tới cô ca sĩ răng khểnh Hồng Nhung. Đi hát từ năm 16 tuổi và ít lâu sau được đánh giá là một trong bốn *diva* của làng nhạc trong nước. Hồng Nhung là ca sĩ duy nhất có răng khểnh trong bốn *diva* này. Khán giả không chỉ chú ý tới giọng hát của cô ca sĩ nhỏ nhắn như một chiếc kẹo mà còn chú ý tới hai chiếc răng khểnh hiếm gặp trong giới ca sĩ. Hai chiếc răng khểnh này được chú ý tới nỗi khi thấy Hồng Nhung không xuất hiện trên truyền hình trong một thời gian, dư luận đã đồn đãi là cô đã chết vì...nhổ răng! Đầu thập niên

1990, Hồng Nhung vào Sài Gòn lập nghiệp và cô nhổ một chiếc răng khểnh. Cô gặp nhạc sĩ Trịnh Công Sơn và chuyên hát nhạc của ông. Sự việc không dễ dàng. Lần đầu tiên cô hát bài "Lặng Lẽ Nơi Này" tại nhà nhạc sĩ Thanh Tùng. Trịnh Công Sơn cũng có mặt bữa đó. Cô kể lại trong buổi trả lời phỏng vấn của nhà báo Lưu Trọng Văn: "Em hát sai lời và sai cả nốt. Ông Sơn lúc đó say rồi, tiến về phía em, em sợ quá vì mình đã hát trật, nhưng ông Sơn đưa hai cánh tay gầy guộc ra xắn tay áo cho em, rồi ông cúi xuống xắn ống quần dài lụng thụng của em, rồi hát "Lặng Lẽ Nơi Này" để em hát theo cho khỏi sai lời, sai nhạc. Sau tối đó em không ngủ được. Em giở tập nhạc Trịnh Công Sơn ra và tập hát bài "Em Hãy Ngủ Đi". Không hiểu sao em lại chọn bài đó, có lẽ vì em tưởng bài đó được dành riêng cho em. Tất cả những người thích nhạc Trịnh Công Sơn đều cảm thấy có một bài hát nào đó dành riêng cho mình mà thôi".

Nói về Hồng Nhung, Trịnh Công Sơn trả lời nhà báo Lưu Trọng Văn: "Sau Khánh Ly, tôi may mắn tìm được Hồng Nhung". Nói về cách hát nhạc Trịnh Công Sơn, Hồng Nhung trả lời thẳng thắn: "Thế hệ của em sau Khánh Ly hơn hai chục năm, nỗi buồn cũng khác, cách cảm cũng khác. Em được thế hệ này tạo ra, tự nhiên em phải hát nhạc Trịnh Công Sơn theo cách cảm của thế hệ mình. Em không đồng ý thay thế ai hết. Khánh Ly lúc nào cũng ở vị trí ấy, còn em, hát nhạc Trịnh Công Sơn như bao nhiêu ca sĩ khác hát nhạc Trịnh Công Sơn, và có vị trí riêng của mình".

Trở lại chuyện chiếc răng khểnh của cô ca sĩ Hà Nội. Khi nhà báo Lưu Trọng Văn hỏi Trịnh Công Sơn: "Xin hỏi nhạc

Nhạc sĩ Trịnh Công Sơn và ca sĩ Hồng Nhung.

sĩ một câu hết sức cụ thể, anh có định làm một bài hát về răng khểnh của cô Bống không?". Nhạc sĩ trả lời: "Những cô bạn trước đây của tôi đều không có răng khểnh, còn Hồng Nhung lại có những hai răng khểnh, khểnh gấp đôi, chắc chắn tôi sẽ có một bài hát về chiếc răng khểnh". Nhưng trong gia tài nhạc đồ sộ của Trịnh Công Sơn, chúng ta không thấy một bài nào về chiếc răng khểnh của cô ca sĩ rất thân với người nhạc sĩ hơn mình nhiều tuổi. Nhưng nếu có bài hát nhạc sĩ họ Trịnh hứa thì nay bản nhạc đó chắc đã lỗi thời. Năm

2009, Hồng Nhung đã niềng răng. Cô cho biết phải chịu đau 2 năm và nghỉ hát 2 tháng để tập phát âm lại khi răng bị... trói. Khán giả không thấy răng của cô bị ràng buộc khi hát vì cô dùng loại niềng răng trong suốt. Hai chiếc răng duyên không còn nữa, khán giả nhiều người hụt hẫng. Hồng Nhung tâm sự: "Tôi không phải là không nghĩ về điều này. Có thể theo quan niệm của người châu Á mình thì răng khểnh là một cái gì đó rất duyên. Khán giả có thể quen và yêu quý tôi, gắn liền với hình ảnh dễ thương đó. Thế nhưng nghĩ cho cùng thì khán giả thích mình từ giọng hát nên mới thích lây cả những điểm ngoại hình rất riêng của mình. Nếu người ca sĩ biết kết hợp cả giọng hát và những điểm đẹp và duyên từ ngoại hình để làm cho khán giả thích thì còn gì bằng. Vì vậy, tôi vẫn nghĩ dù có thiếu chiếc răng khểnh, tôi vẫn sẽ không làm giảm sút cái 'duyên" với khán giả của mình!".

Răng khểnh là thứ răng gây nhớ gây nghiện. Nhiều người ước ao có răng khểnh mà không được, vậy mà Hồng Nhung đã thủ tiêu cả hai chiếc răng khểnh mà nhạc sĩ họ Trịnh tính đưa vào nhạc. Các ông bà nha sĩ thiệt tài. Họ "chế tạo" được răng khểnh. Tại Việt Nam bỏ ra ít tiền là cũng khểnh như ai. Tại Nhật Bản có cả một phong trào làm răng khểnh. *Yaeba* tiếng Nhật là "răng khểnh". Phụ nữ Nhật rất khoái răng khểnh. Họ cho đây là phần dễ thương nhất trên khuôn mặt của phụ nữ. Các cô gái Nhật đua nhau đi gắn răng khểnh tạo ra phong trào gắn răng khểnh *Tsuke Yaeba.* Đây là một phong trào mới tinh, chỉ có từ năm 2011 khi cô ca sĩ kiêm diễn viên Tomomi Itano gắn chiếc răng khểnh. Một năm sau, ban nhạc nữ TYB48 ra mắt, cô nào cũng có răng khểnh làm duyên khiến giới trẻ phát sốt. Ngay cái tên ban nhạc TYB48 cũng là viết tắt của *tsuke-yaeba48. Tsuke Yaeba* là chi, chúng ta biết rồi. Chiếc răng nanh bình thường của hàm trên được tút lại cho dài và nhọn hơn hoặc gắn thêm răng khểnh giả. Chiếc răng giả bằng sứ được đắp thêm lên chiếc răng thiệt là khểnh liền. Có hai loại răng khểnh giả: loại cố định và loại có thể tháo ra lắp vào được. Muốn xịn hơn, có thể gắn thêm một viên pha lê Swarovski cho thêm phần le lói.

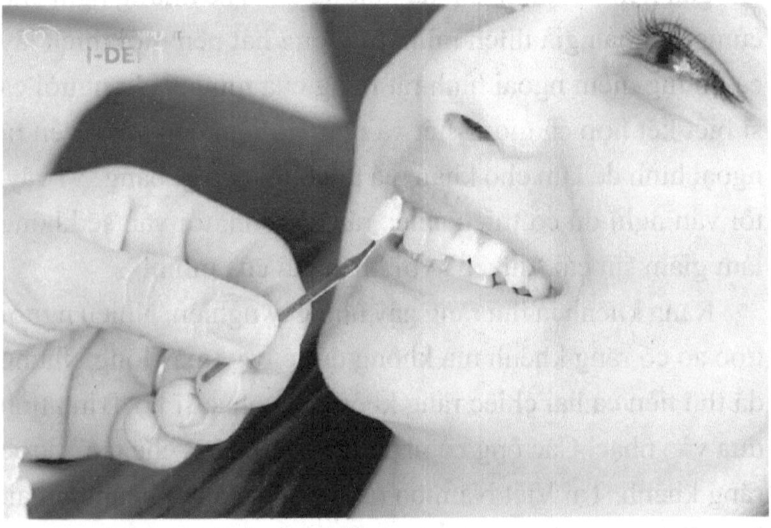

Răng khểnh giả.

Răng khểnh chiếm nhiều chỗ trong thơ. Người trần mắt thịt như chúng ta đã chết mê chết mệt vì răng khểnh thì các ngài làm thơ còn đắm đuối hơn với răng khểnh. Nói đâu xa, mấy ông bạn thơ của tôi mang răng khểnh vào nằm ngổn ngang trong thơ.

Ở gần tôi nhất, ông Luân Hoán rước răng khểnh vào thơ

bị răng khểnh cắn nát lòng.

em răng khểnh dễ vào thơ
bởi đám thi sĩ hồ đồ chiêm bao
chính tôi cũng từng hàm hồ
hạ hai câu rất khù khờ như sau:
"chiếc răng khểnh ấy sao mà bén
cắn nát lòng ta tự thuở nào..."

Nhà thơ Hoàng Anh Tuấn, khét tiếng với những bài thơ tình ơi là tình cũng đã ca chiếc răng khểnh:

Giã từ em – mười bảy tuổi – một lần
Chiếc răng khểnh xinh nụ cười cam thảo

Ông Quan Dương là chuyên viên làm thơ nịnh vợ. Không có cơ quan hay hội đoàn nào phụ trách việc nịnh vợ. Nếu có chắc chắn trăm phần trăm ông này đã có bằng nịnh vợ. Ông bị chiếc răng khểnh cắn cho một phát để đời. Chiếc răng khểnh dữ dằn này chẳng cần là thầy bói, ai cũng biết chủ nhân của nó là ai.

Con ve nó đã nói gì
Khi cây phượng vĩ dậy thì nứt bông
Ngày xưa em còn nhớ không
Hai đứa trên chiếc xe trành đèo nhau
....
Con ve giờ cũng đã già
Cây phượng vĩ cũng đã qua xuân thì
Dốc cầu sau buổi em đi
Chiếc răng khểnh cắn hồn tôi đứt lìa

Vậy là hai ông bạn Luân Hoán và Quan Dương đều có phúc được răng khểnh cắn. Ông Hoàng Lộc, yêu không biết mệt, là một nhà thơ muôn năm trẻ. Thơ tình của ông mãi mãi hai mươi tuổi. Ông quen một nhà thơ nữ có chiếc răng khểnh và làm thơ tặng nàng. Bài thơ tên "Khểnh" được in trong tập thơ "Gửi Lại Trần Gian" nhưng trong cả bài thơ chẳng có chữ "khểnh" nào mà ai cũng biết là…khểnh.

đẹp em một đã nên mười
khoe răng chi ác rứa trời, giai nhân?
anh xa em rất nhiều năm
nhớ ra có một cái răng chết người
dẫu anh qua hết một đời
cũng yêu không hết nét cười của em

11/2023

SĂN TÂY

Bộ Giáo Dục Việt Nam vừa đề xuất bắt đầu từ kỳ thi tốt nghiệp Trung học Phổ thông 2025, thí sinh chỉ thi hai môn bắt buộc là Toán và Văn, bỏ ngoại ngữ. Ngoại ngữ tại các trường phần lớn là tiếng Anh. Việc hạ thấp coi tiếng Anh không quan trọng bị các nhà giáo dục gọi là một bước lùi. Trên thực tế, tiếng Anh rất quan trọng đối với học sinh. Đó là cánh cửa mở ra những cơ hội du học hay hội nhập vào cuộc sống toàn cầu ngày nay. Vậy nên nhà nước lùi cứ việc lùi, học sinh vẫn tiến. Họ vẫn đổ xô đi học tiếng Hồng Mao. Học ở nhà trường nặng về lý thuyết, chữ thì có nhưng miệng nói vẫn không ra. Đó chỉ là thứ tiếng Anh nằm dẹp trong sách. Bụng một bồ chữ mà miệng câm như hến khi gặp người ngoại quốc là một thực tế mà các em học sinh ngày nay không chấp nhận. Họ túa ra học ngoài đường bằng cách mà họ gọi là "săn Tây".

Chữ "săn Tây" nghe như có chi sai sai. Đài BBC đã phỏng

vấn một số người ngoại quốc ở Việt Nam. Phần lớn cho rằng "săn" *(hunting)* là một từ rất tệ và nên tránh sử dụng. Cô gái Mỹ Lydia Lane cho rằng "săn" là hành vi tìm kiếm, truy đuổi, bắt hoặc giết động vật hoang dã, "rõ ràng là không ai muốn bị tiếp cận với cảm giác đó". Cô Jessica Jones, sau một thời gian sống tại Hà Nội vừa chuyển vào làm việc tại Sài Gòn, thú thật là đã bị săn lùng ở cả hai thành phố, tâm sự: "Các em học sinh nói rằng chúng được giao bài tập về nhà là phải săn một khách du lịch ngoại quốc trong công viên. Thật tội cho các em nhưng cũng thật đáng sợ đối với tôi".

Nhà trường cũng như các bậc cha mẹ khuyến khích các em ra công viên tìm cách tiếp xúc với người ngoại quốc để tập nói tiếng Anh nhiều khi là một ác mộng đối với tây đầm. Một giáo viên người Anh sống tại Hà Nội, ông Connor Kenney, nói với đài BBC là ông rất sợ đi dạo tại khu vực hồ Hoàn Kiếm: "Một lần tôi gặp một gia đình ở Ninh Bình lên Hà Nội chơi, người mẹ khoát tay bảo con: "Con đi nói chuyện với Tây đi!". Em nhỏ chạy tới tôi và chào bằng tiếng Anh. Tôi thấy rất đáng yêu nhưng cũng có lúc cảm thấy không thoải mái vì tôi đang nghỉ ngơi chứ không phải đang giảng dạy".

Tây đầm ra ngoài đường đều bị yêu cầu làm giáo viên bất đắc dĩ khiến họ phải từ chối một cách miễn cưỡng. Bà người Mỹ Bernadette Marcum kể lại: "Tôi gặp hai mẹ con người Việt trong thang máy của tòa chung cư và xin học tiếng Anh. Tôi đã cố gắng giải thích với họ tôi không phải là giáo viên và tôi ở đây để nghỉ ngơi". Một du khách đang ngồi đọc sách tại một công viên, một sinh viên tới chào hỏi và ngỏ ý muốn nói chuyện. Du khách lịch sự chào lại, giơ cuốn sách lên ý nói là ông đang đọc sách. Anh sinh viên vẫn cứ ngồi xuống cạnh và khơi chuyện. Du khách đứng dậy, lịch sự chào và bỏ đi. Cô Lisa-Jade Collins thường tới một công viên lớn trên đường Hai Bà Trưng tại Sài Gòn, đeo *earphone* nghe nhạc, tận hưởng giây phút nhàn nhã, nhưng không bao giờ được yên. Hầu như tối nào cô cũng bị quấy rầy. "Tôi biết mọi người có ý tốt và tò mò nhưng không phải ai cũng hướng ngoại hoặc thích nói chuyện với người lạ. Tôi luôn cảm thấy hơi tội lỗi khi từ chối và nói lời xin lỗi nhưng tôi mệt mỏi và chỉ cố gắng thư giãn khi nhìn thấy vẻ mặt bối rối của họ vì tôi biết phải mất rất nhiều can đảm để tiếp cận với người khác và yêu cầu nói chuyện bằng thứ tiếng không phải tiếng mẹ đẻ, nhưng tôi khá hướng nội và không có hứng thú giao tiếp với họ".

Đông phương và Tây phương có những cách biệt văn hóa. Người Việt chúng ta coi là chuyện thông thường khi hỏi người đối diện những câu hỏi về đời tư của họ nhưng đó là điều tối kỵ với người phương Tây. Phóng viên của đài BBC đã ghi nhận được chuyện cách biệt văn hóa này. Ông Connor Kenny phàn nàn là hay bị hỏi những câu như "bạn đã có vợ chưa?", "lương tháng của bạn bao nhiêu?". Chuyện thiếu tế nhị này xảy ra hà rầm nhưng người Tây phương vì lịch sự không muốn nói ra. Nhưng cũng có những người không ngại phản ứng mạnh khi bị hỏi. Như Leigh Olsen, người Úc, đã "xổ nho": "Bất cứ câu hỏi nào liên quan đến tình trạng hôn nhân, con cái hoặc thu nhập của tôi đều có thể dẫn đến một bài học tự vựng tiếng Anh để chửi thề!". Cô Simone Elliot cũng *hot* như cô Leigh Olsen: "Tôi phát điên khi nghe những câu hỏi về cân nặng, cách trang điểm của tôi vì đây là những câu hỏi cực kỳ bất lịch sự trong văn hóa phương Tây".

Những tình huống không vui của những cô cậu học sinh khát khao học tiếng Anh không tốn tiền với các du khách làm du khách bực dọc, có khi phũ phàng tránh né những cô cậu ham học hỏi này. Muốn cải thiện tình trạng không nên có này, nhiều nhóm có tổ chức đã tập họp các em, chỉ dẫn cách tiếp cận văn minh với du khách để hai bên cùng vui vẻ giao tiếp với nhau. Một trong những nhóm đó là nhóm *"Ask Me Anything"* (Hãy Hỏi Tôi Bất Cứ Chuyện gì), viết tắt là nhóm AMA, được thành lập từ tháng 4/2015. Cho tới nay nhóm đã quy tụ được hàng ngàn học sinh tham gia. Các buổi chiều cuối tuần, họ tụ tập tại đài Lý Thái Tổ, đối diện hồ Hoàn Kiếm, mang đồng phục trắng in hàng chữ *"Ask Me Anything"* và một tấm bìa mang hàng chữ: *"Ask Me Anything (for) Free. Direction, Cuisine, Culture, History, Where to Go, What to Do. We can speak English, Dutch, French, Chinese"*. Họ đi từng nhóm nhỏ khoảng chục người. Họ không tìm du khách nhưng du khách tìm tới họ để hỏi đường đi, ẩm thực, văn hóa, lịch sử, những nơi nên tới, nên biết. Họ học nói tiếng ngoại quốc nhưng không để du khách thiệt thòi khi muốn tìm hiểu địa phương nơi họ tới.

Người có sáng kiến bày ra lối học hai bên cùng có lợi này là anh Trần văn Tiến, chủ quán cà phê The Note nằm đối diện hồ Hoàn Kiếm. Anh may mắn được học bổng sang Mỹ du học khi vừa hoàn tất trung học phổ thông. Khi đó tiếng Anh của anh đã khá nhưng giao tiếp bằng tiếng Anh thì bết bát. Anh nhớ lại: "Thời điểm đó có lần nhìn người ngoại

Nhóm Ask Me Anything, Hà Nội.

quốc nói chuyện với nhau, mình nghe hiểu hết nhưng lại ngại tham gia vì sợ phát âm sai mọi người cười chê". Tiếng Anh của nhà trường có từ ngữ, có văn phạm, đọc và viết được nhưng nghe và nói thì chê. Anh Tiến bộc bạch: "Nhiều bạn đạt điểm cao tiếng Anh ở trường học chưa chắc có thể giao tiếp giỏi. Đó là một trong những điểm bất cập của hệ thống giáo dục trong nhà trường hiện nay". Quán The Note của Tiến được nhiều du khách, nhất là du khách dạng Tây ba-lô, lui tới vì trang *web* du lịch nổi tiếng Trip Adviser đã xếp hạng quán này vào hạng số dách về chất lượng và dịch vụ trong 3 năm liền. Làm việc ngay giữa lòng Hà Nội, anh Tiến nhận thấy có nhiều du khách không theo *tour* muốn biết những địa điểm ăn uống, các danh lam thắng cảnh cũng như những di tích lịch sử của thành phố. Ngược lại, nhiều bạn trẻ thích học ngoại ngữ lại có nhu cầu tiếp xúc, nói chuyện với người ngoại quốc để kiện toàn khả năng ngoại ngữ. Vậy là anh kiếm cách làm nhịp cầu nối kết hai bên với nhau.

Các em sẽ không chủ động tiếp xúc với du khách vì sợ phiền cho họ mà chỉ đứng tập trung một chỗ để nếu có nhu cầu, du khách sẽ tìm tới họ. Anh Tiến nói: "Tôi đăng ý tưởng này lên Facebook kêu gọi mọi người tham gia. Thoạt đầu chỉ có năm bảy người hưởng ứng. Sau đó dần dần phong trào này lan rộng, đến nay đã có hơn ngàn người đăng ký làm thành viên. Một số bạn trước khi đi du học cũng hào hứng tham gia".

Nhóm không hạn chế tuổi tác. Thành viên nhí nhất của nhóm năm nay mới 10 tuổi. Đó là cậu bé Nguyễn Quang Minh, rất được du khách mến vì những cử chỉ và lối hướng dẫn đáng yêu của em. Mẹ bé Minh, chị Khánh Ly kể lại: "Lúc đưa cháu đến hồ Hoàn Kiếm chơi thì thấy một nhóm bạn trẻ đang hướng dẫn du khách, Minh hào hứng chạy đến xem và đòi tham gia. Tôi thấy đây là một hoạt động bổ ích. Sau một thời gian, Minh trở nên dạn dĩ và tự tin hơn khi giao tiếp với người ngoại quốc".

Nhiều du khách đã hài lòng với dịch vụ *free* của nhóm. Họ tự ý đưa cho hướng dẫn viên chùa chút tiền *tip* nhưng quy tắc của nhóm là không nhận tiền của du khách. Họ chỉ nhận quà lưu niệm nho nhỏ hoặc đi ăn với du khách để tiếp tục giao lưu một cách…mặn mà.

Nhóm AMA đã mở rộng phạm vi hoạt động tới Huế. Con chim đầu đàn của nhóm Huế là anh Phạm văn Quý, sinh viên Đại học Y Khoa Huế. Tuy mới thành lập nhưng số thành viên đã lên tới 30 người. Họ "làm việc" vào những ngày cuối tuần, sau 17 giờ. Họ tụ tập tại bến thuyền du lịch Tòa Khâm rồi chia ra thành từng nhóm nhỏ từ 7 tới 8 người, đứng dọc tuyến đường đi bộ bên sông Hương.

Du khách rất khoái nhóm AMA. Hai vợ chồng du khách người Anh, ông bà David và Janet Renouf, khen ngợi: "Chúng tôi đã đi du lịch nhiều nước nhưng chưa bao giờ thấy có nhóm nào hướng dẫn miễn phí và nhiệt tình như thế, khiến chúng tôi vô cùng cảm kích. Ở một số nước cũng có người hướng dẫn cho chúng tôi nhưng họ lại đòi tiền công. Tôi nghĩ đất nước các bạn nên tự hào về những người trẻ này".

Chẳng phải chỉ ở các thành phố lớn các bạn trẻ mới hăng hái học tiếng Anh, tại Quảng Trị cô Hồ Thị Trang Thư đã tổ chức một câu lạc bộ học tiếng Anh tên *Kite English Club*. Các em được học 3 buổi mỗi tuần nhưng cái mới là thỉnh thoảng, các em được mặc đồng phục áo vàng ra Huế, Đà Nẵng hay Hội An để...săn Tây. Vì có tổ chức nên các em bé khoảng 10 tuổi nói tiếng Anh khá lưu loát được các du khách ưa thích chuyện trò.

Học sinh đổ ra đường phố để thực hành tiếng Anh với các du khách thì các tầng lớp mưu sinh ngoài đường phố cũng không bỏ qua cơ hội. Họ là những anh xe ôm, các chị bán hàng, các em bé bán giấy số. Đường phố là của họ, du khách luôn tiếp xúc mua bán với họ. Dù không chú tâm học họ cũng nói được ngoại ngữ. Nhiều người nói rất ngon lành. Phóng viên Lưu Trân đã ngạc nhiên khi thấy có những người bán hàng, một chữ bẻ đôi không biết, lại xì xồ tiếng Anh "như người bản xứ". Không phải tiếng Anh không, khách nước nào họ nói tiếng nước đó. Tiếng Pháp, tiếng Hàn, tiếng

Các em trong lớp tiếng Anh Kite English Club ở Quảng Trị đang thực tập tiếng Anh.

Hoa, tiếng Nhật, họ cân tuốt. Bà Nguyễn Thị Bình, 50 tuổi, 15 năm thâm niên bán áo quần là một người như vậy. Phóng viên Lưu Trân, khi làm phóng sự về giới buôn bán đường phố, đã tròn mắt thấy một bà bắn tiếng Nhật với một du khách Nhật: "*Irasshai mase, nanika osagashi desu ka*?". (Xin chào, quý khách muốn mua gì ạ?). Rồi bà giới thiệu hàng và mặc cả với khách bằng tiếng Nhật. Các bạn hàng khu vực chợ Bến Thành đều tôn em Hòa, chỉ mới 15 tuổi là ngôi sao ngoại ngữ. Em Hòa trú ngụ tại mái ấm bên cầu Calmette, chẳng cắp sách tới trường mà tiếng Anh, tiếng Hàn vi vút như người ngoại quốc. Phóng viên Lưu Trân kể lại: "*Tôi đoan chắc là Hòa mắc "bệnh nghề nghiệp" vì sau khi lễ phép chào chúng tôi, thằng bé nhanh nhảu đưa ngay xấp vé số lên, nói: "Hello madam, you're so beautiful. In Viet Nam, anybody like you is called a kind-hearted woman" (Xin chào quý bà, trông bà thật là quý phái, sang trọng. Ở Việt Nam, mọi người cho rằng những ai có tướng tá như bà thường là người rất tốt bụng). Tôi chợt bật cười khi nhìn thấy gương mặt non choẹt, sạm đen của thằng nhỏ khi cố tỏ vẻ mình là một quý ông thật sự. Hẳn là có rất nhiều khách vui vẻ mua vé số cho Hòa khi nghe được câu chào mát ruột mát gan ấy... Vậy còn tiếng Hàn? Em giỏi tiếng Hàn hay tiếng Anh hơn?", cô bạn đi cùng tôi thắc mắc. Hòa nghe vậy liền đáp lại bằng một chuỗi những câu tiếng Hàn, từ "Annyeong-haseyo" (Xin chào), đến "Eseo oseyo. Mueol dowa deurilkkayo?" (Xin chào, quý khách tìm mua gì vậy?), hay "Komap-sumnita" (Cảm ơn)... Ngữ điệu và cách nhấn nhá của Hòa y hệt mấy diễn viên trong phim bộ drama Hàn Quốc. Nếu không nói thì sẽ chẳng ai biết là cu cậu học lỏm được từ... mấy bài nhạc Hàn ở quán cà phê gần chợ hay mở. Hòa nói: "Em khoái Bigbang với SNSD (2 nhóm nhạc Hàn Quốc) nên em thuộc gần hết mấy bài nhạc luôn, vài bữa lớn có tiền nhiều em sẽ đi Hàn Quốc. À, mấy câu chào hỏi thì em học thuộc lòng chứ có biết gì đâu. Với bình thường khách người Hàn tới đây cũng toàn nói tiếng Anh, lúc nào nói chuyện với nhau họ mới dùng tiếng Hàn thôi", dứt câu, Hòa lại nhe răng cười".*

Em Hòa có sự lanh lẹ học một biết mười của tuổi trẻ. Với những người lớn tuổi nhưng cũng phải học tiếng Anh để mưu sinh, tình thế có khó khăn hơn. Ông Nguyễn Cơ đã 20 năm làm nghề chèo đò trên sông Hoài ở Hội An. Khi lượng khách du lịch đông đảo, ông chuyển sang chèo đò chở khách ngoại quốc. Đò ông ế chổng gọng vì ông không biết chào mời khách. Biết tiếng đâu mà nói, khách hỏi giá chỉ biết cười trừ. Muốn có tí ngoại ngữ dắt lưng phải học nhưng tuổi đã trên sáu chục, kiến thức không có, làm sao tới trường lớp. Vậy là vừa làm vừa học ngay trên sông nước. Học từ bạn chèo, từ hướng dẫn viên du lịch, từ những đứa nhỏ biết ngoại ngữ và ngay từ khách. Dần dần ông cũng nói được tuốt. Tiếng "bồi" thôi nhưng tiếp xúc được với du khách là đạt mục tiêu rồi.

Có một điều ít ai ngờ tới là dân miền Thượng nói ngoại ngữ giỏi hơn dân miền xuôi. Báo chí đã nói nhiều tới cô bé Mai, người H'Mong, nói tiếng Anh như gió. Mai chẳng nhớ mình biết nói tiếng Anh từ bao giờ. Khi em rời Tả Phìn lên SaPa bán đồ lưu niệm từ lúc còn rất nhỏ, em chỉ biết nói tiếng H'Mong. Giờ em nói tiếng Anh "kiểu gì cũng được". Không riêng gì bé Mai, các em bé chưa tới chục tuổi bán đồ lưu niệm nơi đây đều lưu loát tiếng Anh, tiếng Pháp. Có điều mọi người đều nhận thấy là dân miền cao, từ trẻ đến già, đều nói được tiếng Anh. Dù là có người chỉ nói tiếng "bồi" nhưng tất cả đều phát âm rất chuẩn. Chuẩn hơn dân miền thấp. Lý do khá bất ngờ: tiếng của các dân tộc thiểu số thường không có dấu, nói ngang ngang, nên họ phát âm ngoại ngữ rất dễ dàng, đúng chuẩn mực.

Tiếng Việt chúng ta có dấu, phát âm lên lên xuống xuống, nên khi phát âm tiếng ngoại quốc, chúng ta có khuynh hướng thêm dấu vào, nhất là dấu huyền. Tương dấu huyền vô tội vạ như vậy, Tây nghe phải ngỡ ngàng!

12/2023

SỐ XỊN

Cho tới những ngày chót của Việt Nam Cộng Hòa, tôi vẫn còn giữ được chiếc vespa Sprint. Và tôi vẫn nhớ như in cái bảng số xe. Thuở đó, thanh niên Sài Gòn cỡi xe vespa Sprint đã thuộc hạng le lói nhất thành phố. Nói thế quả có oan cho mấy ông bạn làm sở Mỹ của tôi. Mấy ông này chơi xe bốn bánh như Datsun hay Simca 1000. Nhưng tôi vẫn khoái chiếc xe hai bánh màu xanh tươi của tôi. Nhìn trẻ hơn loại vespa Piaggio đời cũ hơn có màu xanh sậm. Điểm khác biệt nữa là vespa Sprint chỉ có một yên xe dài chung cho hai người ngồi, giữa có một sợi giây da làm tay vịn cho người ngồi sau trong khi vespa Piaggio có hai yên cách nhau bằng một tay vịn kim loại trồi lên khỏi mặt yên. Ăn tiền là ở chỗ đó. Một yên mà vi vút chở đào thì hết chỗ chê. Nhưng không phải vì quý chiếc xe mà tôi nhớ bảng số xe. EB 6424! Bảng số xe này không phải là bảng số đẹp. Tôi không chơi bảng số như mấy anh bạn nhà quê của tôi nhưng tình cờ được cái số này do Nha Lục Lộ cấp tôi khoái vì số này cũng hay hay. Tôi vốn dốt toán nhưng không biết sao khi cầm bảng số trên tay, tôi xuất thần làm toán… tiểu học. 6x4=24! Vậy là nhớ tới bây giờ. Không chơi mà hóa ra chơi, nhưng chơi một cách trí tuệ với toán nhân. Đời tôi rất ngại những con số. Tới chiếc xe tôi đang đi bây giờ có ai hỏi bảng số ra sao, tôi chịu chết.

Cũng cưỡi vespa nhưng không phải xe xưa.

Vậy nên khi thấy người ta chơi bảng số đẹp, tôi mới hiểu kinh Phật dạy đời là bể khổ. Anh Nguyễn Tuấn Anh có tới ba chiếc xe bốn bánh nhưng vẫn khổ. Anh cư ngụ tại Thái Nguyên và sở hữu ba chiếc xe Huyndai SantaFe, Ford Ranger và Ford Everest nhưng xe vẫn nằm ụ trong nhà chờ anh đấu giá được bảng số xịn mới lưu thông. Ngày 15 tháng

9 vừa qua, anh đặt tiền cọc để tham gia đấu giá hai bảng số đẹp. Chỉ trong vòng vài phút đầu, số tiền đấu giá cho mỗi bảng số 30K-555.55 và 30K-567.89 đã lên cao vượt ngoài sức tưởng tượng của anh. Anh đành buông. Ngày 21/8 anh lại xông pha vào cuộc đấu bảng số 20A-688.88. Cuộc đấu giá mới có 12 phút, số tiền đã lên tới 1,2 tỷ đồng. Anh lắc đầu: "Mức giá này rất cao so với tương quan thị trường và con số tôi định mức tối đa là 800 triệu đồng, tôi không theo đuổi nữa". Chỉ ham bảng số đẹp, ba chiếc xe vẫn được anh đắp chiếu chờ thời.

Bạc tỷ bỏ ra mua một bảng số xe, dân ta có nhiều thú vui khá tốn tiền. Đó chỉ là tấm bảng gắn trên xe để nhận diện, làm chi phải tốn tiền vô ích như vậy. Đây không phải là chuyện ruồi bu mà là quốc sách. Ngày 15/11/2022, Quốc Hội đã ra nghị quyết số 73/2022/QH15 về đấu giá biển số ô tô đàng hoàng. Nghị quyết có hiệu lực kể từ ngày 1/7/2023. Bộ Công An đã đưa ra 153.104 biển số trên 63 tỉnh thành để đấu giá thu tiền về cho công quỹ. Với con số hàng trăm ngàn bảng số này, công quỹ sẽ phồng lên đáng kể vì giá khởi đầu cho mỗi bảng số là 40 triệu. Theo tỷ suất hiện tại, vào khoảng 1640 đô Mỹ. Mỗi tiếng trả là 5 triệu đồng, khoảng 200 đô Mỹ. Đây là số tiền không nhỏ đối với phần đông dân chúng.

Sau khi nộp tiền lập hồ sơ 100 ngàn đồng và tiền cọc 40 triệu đồng, người tham gia đấu số sẽ được cấp một mã số để tham gia đấu. Việc đấu giá hoàn toàn được tổ chức trên mạng. Nếu không đấu được biển số, số tiền này sẽ được hoàn trả trong vòng 3 ngày nếu không vi phạm nội quy đấu giá. Công

An sẽ đưa ra toàn bộ bảng số của mỗi địa phương để đấu giá, bảng số đẹp cũng như không đẹp. Bảng số không đẹp thì cần chi đấu giá. Những bảng số xấu xí này sẽ được trả về để cấp không cho những người cóc cần bảng số đẹp. Chắc họ đưa ra cho có nếp có tẻ ra cái điều công bằng dân chủ. Người đấu giá chỉ nhìn vào những bảng số đẹp. Đây là trò chơi của dân có tiền mua xế muốn cho chiếc xe của mình là…hoa hậu bảng số. Ông Thiếu Tướng Lê Xuân Đức, Phó Cục Trưởng cục Cảnh Sát Giao Thông ngôn như sau: "Chúng tôi không quan niệm đâu là "biển đẹp", đâu là "biển xấu". Danh sách biển số đưa ra đấu giá là biển số của tất cả 63 tỉnh thành nên trong đó có cả những biển số có đuôi 49 và 53. Trong thời gian 30 ngày kể từ khi quá trình đấu giá diễn ra, những biển số nào không được người dân lựa chọn, hệ thống sẽ tự động đưa vào kho số để người dân thực hiện đăng ký bằng hình thức bấm số ngẫu nhiên như quy định hiện hành".

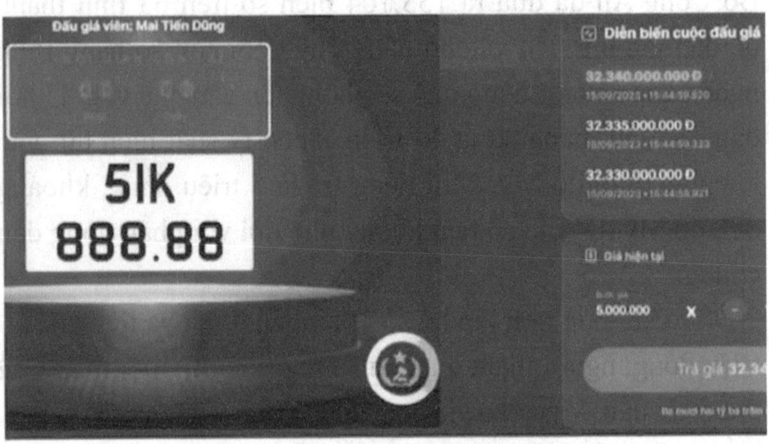

Bảng đấu giá.

Quy định hiện hành phân biệt bảng số do bấm số và bảng số đấu giá. Bảng số thông thường không được chuyển nhượng khi bán ô tô. Chủ xe mới mua lại xe phải bỏ tiền mua bảng số mới. Biển số đấu giá có quyền chuyển nhượng khi bán xe. Chủ bảng số xịn có thể chuyển nhượng tiếp cho chủ xe mới hoặc trao đổi, tặng cho người khác hoặc giữ lại gắn cho xe mới của mình. Muốn bảng số của mình sống mãi trên xe liên tiếp nhau, người ta phải thọc tay vào túi. Thọc rất sâu.

Ngày 15/9 có 11 bảng số xịn được mang ra đấu giá. Anh B.Đ.L. ở Hải Phòng đã đấu trúng bảng mang số 15K-188.88 với giá 650 triệu. Tôi không sống với tiền bạc triệu nên không biết giá trị như thế nào. Bèn phải làm một con tính. Khoảng 26.640 đô Mỹ. Anh L. gắn trên chiếc xe Lexus 350 di chuyển thường ngày của anh. Đây là con số bèo nhất trong phiên đấu giá này. Bảng số đấu với giá cao nhất là 32,34 tỷ đồng. Bạc triệu tôi đã quýnh quáng, bạc tỷ còn quýnh quáng hơn. Tôi phải loay hoay bấm máy tính nhiều lần mới biết được số tiền trên tính ra đô Mỹ là 1.325.409,84. Trên một triệu đô! Tổng số tiền thu được của 11 bảng số xịn đấu giá trong ngày 15/9 này là 82,3 tỷ đồng. Tính ra tới 3 triệu 373 ngàn đô Mỹ.

Tiền đâu ra mà người ta có thể bỏ ra bạc triệu để mua cái bảng số nho nhỏ gắn trên xe chạy long nhong ngoài đường. Có lẽ vì cái bảng số tuy nhỏ nhưng có thể diễu phố cho dân chúng trầm trồ nên giá nó mới khủng như vậy chăng? Tại Việt Nam người ta khoe tiền bằng những biệt phủ, xe hơi, đồ gỗ (ngày nay gọi là nội thất) trạm trổ từ nguyên một tảng cây cổ thụ, nay có thứ khoe thêm nên không ngại bỏ tiền ra cho cái bảng số.

Anh N.T.Đ. mới 47 tuổi, dân Hà Nội trúng đấu giá bảng số 99A-666.66 với giá 4,23 tỷ đồng, gắn vào chiếc xe Mercedes GLS 400 "để đi lại". Mệt thật, lại phải làm toán. Khoảng 173.360 đô Mỹ. Anh Đ. giải thích tại sao anh kết con số này: "Biển có năm con số 6 tượng trưng cho chữ "lộc", đồng thời đầu số biển thuộc tỉnh Bắc Ninh là 99 cũng là đầu số đẹp và lớn nhất của cả nước. Tổng thể biển số rất đẹp nên tôi nhất định đấu giá bằng được". Nói thế nhưng khi vào đấu giá anh dự tính cao lắm là từ 2 tới 3 tỷ đồng là ôm được bảng số về. Nhưng khi dân ta đấu lên tới con số anh dự tính này, anh chịu thua toan rút lui. Nhưng vợ anh bỏ nhỏ bên tai: tới luôn bác tài. Vậy là anh đạp số ga ai tới đâu tôi theo tới đó. Anh thổ lộ: "Đến lúc đó tôi đã định quay ra nhưng xin được ý kiến "nóc nhà" nói tôi thích đấu cứ đấu thoải mái, tâm lý tôi thoải mái hơn hẳn vì được vợ ủng hộ nên mạnh dạn đấu. Tới 4,27 tỷ không ai trả nữa nên tôi may mắn trúng đấu giá. Cảm xúc vỡ òa sung sướng vì là người đầu tiên trúng đấu giá biển số đẹp". Anh ví việc chơi bảng số đẹp như chơi cây cảnh. Nếu thích thì bao nhiêu cũng mua, không thích thì không bỏ ra một xu. Anh Đ đã bỏ ra cả núi tiền. Anh *post* lên Facebook cho biết sáng ngày 20/9 anh đã nộp đủ tiền cho nhà nước.

Trong bất cứ cuộc đấu giá nào cũng có những người trả giá cao nhưng sau đó xù. Cuộc đấu giá bảng số xe có dự trù chuyện này. Sau 15 ngày, người trúng đấu giá phải nộp đủ tiền. Nếu xù sau khi đã đấu giá được, đương sự sẽ bị phạt bằng cách bị trừ nghiến số tiền đặt cọc 40 triệu. Vậy là mất toi 40 triệu mà không được chi. Nếu xù lần thứ hai sẽ bị cấm không được tham gia đấu giá nữa.

Số xịn trên xe xịn.

Số đẹp không chỉ là những con số vô tri. Theo các chuyên gia phong thủy nó có số mạng. Theo chuyên gia phong thủy Hải Yoga, các con số đều có ý nghĩa trong các môn tử vi, phong thủy, trạch cát, độn giáp. Ông chia sẻ: "Trong phong thủy có quy luật cửu cung, tức là người ta quan niệm tổng số của dãy số nếu chia hết cho 9 là tốt hoặc dư 8 là tốt". Mỗi con số đều tượng trưng cho ngũ hành như kim, mộc, thủy, hỏa, thổ, khi xếp cạnh nhau cũng mang những ý nghĩa tương sinh hay tương khắc. Ông Hải Yoga nói thêm: "Tùy vào năm sinh, cung mệnh của chủ xe mà nên chọn những ngũ hành phù hợp "tương sinh" cho mình". Ngoài chuyện phong thủy, người ta còn coi là số đẹp nếu tính nút hoặc theo phát âm. Tỷ như âm Hán Việt đọc số 6 và số 8 là "lộc – phát" vậy là tốt. Số 4 đọc là tứ nghe ra như "tử", số 7 là thất, thấy rõ ra "mất", là những con số xấu.

Quốc hội Việt Nam khi ra nghị quyết về bán đấu giá bảng số xe hơi đã nói mục đích là để đáp lại nguyện vọng của người dân và tăng thu ngân sách. Chuyện tăng thu ngân sách có lẽ là mục đích chính. Chuyện đáp lại nguyện vọng của người dân nghe ra khập khiễng. Nghị quyết chỉ đáp ứng nguyện vọng của những người dân đông địa có thể bỏ bạc tỷ ra để mua bảng số đẹp. Phần lớn người dân đâu có phải đại gia nên đối với họ, chuyện đấu giá bảng số chỉ là chuyện ruồi bu.

Người dân các nước khác cũng khoái có bảng số xe đẹp. Nhưng quan niệm đẹp của họ khác với người dân Việt. Họ không chơi theo số mà theo sáng tạo riêng của từng người. Chính phủ đã đáp ứng nguyện vọng chính đáng này. Các nước khác sao tôi không biết nhưng tại Mỹ và Canada người dân có quyền tự sáng tạo bảng số xe. Người dân tại các nước này đúng là người dân vì hầu như ai cũng di chuyển bằng xe bốn bánh. Chính phủ không có mục đích thu tiền bảng số xe tự chọn để làm giàu cho công quỹ mà chỉ thu vừa đủ tiền để điều hành việc cấp bảng số tự chọn.

Tất cả mọi công dân có quyền tự sáng tạo bảng số xe mà không phải đấu giá đấu giếc lôi thôi chi cả. Tại Montreal chúng tôi, chỉ phải đóng lệ phí 272,49 đô cho năm đầu. Mỗi năm sau đó phải gia hạn bảng số tự chọn này. Giá cả rất vừa túi tiền của dân, chỉ có 37,66 đô. Tiền đóng gia hạn sẽ được báo trước bằng thông báo gửi tới nhà vài tuần trước ngày sinh nhật của đương sự.

Quy định thiết lập bảng số tự chọn rất giản dị. Tại tỉnh

IMLATE!

bang Quebec mỗi bảng số xe tự chọn chỉ giới hạn tối đa 7 số hoặc chữ. Chữ phải là chữ ABC thường dùng, mấy thứ chữ ngoằn ngoèo như rắn bò đi chỗ khác chơi. Chữ phải dễ đọc. Kiểu như nhóm chữ MWMMWM hoặc IIII hoặc B8B8 sẽ không được chấp thuận. Cũng không được dùng quá 4 chữ giống nhau đứng liền tù tì. Thí dụ như AAAAA.

Về ý nghĩa bảng chữ và số, không được có nghĩa bất tuân sự an toàn giao thông, không mang ý nghĩa thô tục hoặc khơi động tình dục, bạo lực hoặc khiêu khích. Cũng không được dùng tên của những thương hiệu quen thuộc như Nike, Adidas, Columbia... Nhưng chữ Apple thì được phép dùng vì ngoài ý nghĩa là một thương hiệu nổi tiếng, *apple* còn là tên gọi của một loại trái cây.

Thông thường người ta chọn tên người thân, hoặc tên gọi thân mật *(nickname)* hoặc tên vật nuôi cưng quý, hoặc tên môn thể thao hay thú vui riêng. Nhưng có nhiều người chơi ngẳng thích chọc cười bằng những bảng tên tếu tếu vui vui. Chuyện chi tếu tếu là có tôi. Tôi thường hay chú ý tới những loại bảng tên này để kiếm niềm vui trên đường phố. Đố các bạn không nhếch mép mỉm cười khi đọc được các bảng số đại khái như: "ICECRM" viết tắt của *Icecream* (kem). Thiệt đã khát nếu đang lái xe dưới cái nóng như đổ lửa. Một bảng khác: "CARSICK", chán xe cộ quá mà vẫn phải lái hàng ngày. Hoặc "IMLATE", tôi bị trễ. Ý nói nếu tôi có lạng lách thì xin thông cảm. Thời buổi bảo vệ môi trường, nhiều người dùng xe điện. Một chiếc xe điện tôi bắt gặp trên xa lộ mang bảng "BYBYGAS", *bye bye* xăng nhớt, ra cái điều ta đang chạy xe điện đây nhé! Một chiếc xe Tesla cũng cùng một ý nghĩ khi trưng bảng "4GETOIL", quên dầu xăng đi. Một bảng số khác: "WHERAMI", viết gọn của *"where am I",* tôi đang ở đâu đây. Một chiếc xe khác chân phương hơn "IMLOST", tôi đang lạc đường đây. Một chiếc có lẽ chủ nhân là người thiếu kiên nhẫn ghi "OMGMOVE", nhúc nhích đi cha nội. Một cái bảng chán chường "GETAJOB", chắc chủ nhân đang thất nghiệp. "HI COPS", chào các bác cảnh sát, không biết ông hay bà này muốn chào thiệt hay muốn chọc quê mấy anh bạn dân.

Đó là những bảng số (gọi là bảng số hay bảng chữ?) tôi sưu tập được. Còn nhiều bảng số khác có thể tếu hơn mà tôi chưa có diễm phúc thấy. Ra đường tại Montreal, tôi chưa hề gặp một bảng số tự chọn của người Việt. Đó là điều tôi ấm ức. May thay, vào Facebook, tôi bắt gặp một bảng số tự chọn trên một chiếc xe Mercedes lưu hành tại Cali, nơi có nhiều dân ta cư ngụ. Tấm bảng ghi: "XINHGAI". Không có dấu nhưng chắc ai cũng đọc được và mỉm cười thú vị.

Xinh Gái!

Trong năm 2022, tỉnh bang Quebec chúng tôi đã từ chối cấp phép cho một số bảng mang chữ: TESLA, HONDA, LINUX, BUGATTI, MARYKAY và SPRITE, những tên thương hiệu. Các bảng TIMBITS, PIKACHU, BRUINS, MINIONS, AVENGER, MADONNA cũng không được cấp phép dùng. Quebec cũng đã từ chối cấp phép cho các bảng FUCKYOU, FCKCOPS, FASTER, MURDER, COCAINE, ASSASIN, STOLEIT, DEALER, SALAUD, POMPIER.

Bảng số tự chọn có mặt trên đường phố Montreal chúng tôi kể từ ngày 27/7/2018 làm tôi chú ý nghĩa bảng số của những chiếc xe xuôi ngược trên đường phố. Nếu chỉ là cái bảng số chân phương như bảng số xe của tôi, có điên mới nghía, vừa hại mắt, vừa dễ gây tai nạn. Chỉ có những chàng cảnh sát giao thông mới chăm chăm tới bảng số xe. Nghề của chàng mà! Một khi các chàng này hú còi chạy theo đọc bảng số là có chuyện.

10/2023

TÌNH CHÓ

Ngày 10/11 năm nay là ngày sinh nhật của chú chó Hachiko. Hachiko sanh năm 1923 và mất ngày 8/3/1935. Trong gần 12 năm sống trên đời chú chó nổi tiếng này đã làm nẫu lòng người khắp thế giới. Hachiko được Giáo sư Hidesaburo Ueno của trường Đại học Tokyo nhận nuôi vào tháng 4 năm 1924. Mỗi sáng, Hachiko tháp tùng ông chủ tới ga Shibuya tiễn ông lên tàu đi làm và 3 giờ chiều ra ga đón ông về. Ngày 12/5/1925, Giáo sư Ueno bị đột quỵ và mất ngay tại trường. Chủ không về nhưng sau đó Hachiko vẫn cứ đều đều tới ga vào lúc 3 giờ chiều để thất vọng ra về. Trong ngót 10 năm trời đằng đẵng, chú chó trung thành không một ngày nào quên ra nhà ga vào lúc 3 giờ. Ngày 8/3/1935, Hachiko đã gục chết ngay tại ga Shibuya trong khi nằm chờ chủ.

Tin về cái chết của Hachiko được đăng trên trang nhất của nhiều nhật báo tại Nhật và dân chúng đã dành một ngày để tang. Dân trên khắp nước Nhật đã quyên góp được một số tiền đủ để đúc một bức tượng đồng đặt ngay tại nơi mà trong gần 10 năm Hachiko đã nằm đợi chủ nhân. Nhưng chỉ vài năm sau, Nhật tham gia Thế Chiến 2, tất cả mọi thứ bằng kim loại đã được thu gom để chế tạo vũ khí. Bức tượng đồng của Hachiko cũng cùng một số phận. Sau đó người ta đã cho đúc một bức tượng khác còn tồn tại tới ngày nay.

Năm 2016, tôi đã tới ga Shibuya, chẳng leo lên một chuyến tầu nào mà chỉ muốn tận mắt nhìn bức tượng của chú chó nay đã nổi tiếng khắp thế giới. Trước kia, quận Shibuya, nơi có nhà ga, là một quận chưa phát triển. Nhờ có tượng của Hachiko mà khách du lịch nườm nượp kéo tới khiến nhà ga nhộn nhịp suốt ngày đêm. Chính Hachiko đã vực dậy quận Shibuya này. Tôi tới ga Shibuya vào buổi trưa, du khách chen lấn vòng trong vòng ngoài quanh bức tượng, tôi muốn chụp một tấm hình mà phải vất vả chen lấn tới mướt mồ hôi.

Tác giả bên tượng chó Hachiko.

Hachiko là một chú chó may mắn. Trên thế giới này có nhiều chó trung thành với chủ không kém Hachiko nhưng không được "tôn sùng" như Hachiko. Hachiko quả là có số hưởng.

Chó Fido cũng "thành tích" như Hachiko nhưng chuyện của Fido ít người biết. Fido là một chú chó hoang trên đường phố Luco di Mugello, một thị trấn nhỏ ở Florence tại Ý. Năm 1941, ông Carlo Soriani thấy Fido bị thương nằm bên đường. Ông đưa Fido về săn sóc và nuôi dưỡng. Ngày ngày, ông Soriani bắt xe buýt trở về từ nhà máy nơi ông làm việc, chú chó Fido luôn có mặt đón ông. Cả hai cùng đi bộ về nhà. Suốt hai năm trời đằng đẵng, ngày nào cũng vậy, Fido không một lần vắng mặt khi chiếc xe buýt dừng lại cho ông Soriani xuống. Tình người và chó đang êm đềm thì biến cố xảy ra. Nhà máy nơi ông Soriani làm việc bị trúng bom của phe Đồng Minh, ông Soriani thiệt mạng. Fido chờ mãi không thấy chủ, bèn quay về nhà. Ngày hôm sau, chú chó trung thành lại ra bến xe để ngước mắt nhìn vô vọng lên xe, chẳng thấy bóng dáng ông chủ đâu. Fido không nản chí. Trong suốt 15 năm ròng rã, ngày nào Fido cũng ra bến xe kiên nhẫn nằm chờ người không bao giờ trở về. Fido chỉ ngưng ra bến xe khi nhắm mắt vĩnh viễn vào năm 1958. Dân chúng đã chôn Fido ngay cạnh mộ của ông Soriani.

Gần chúng ta hơn có chú chó Hawkeye. Chủ của Hawkeye là Jon Tomlinson, thành viên của đội người nhái nổi tiếng SEAL của Hải Quân Hoa Kỳ. Năm 2011, anh Jon thiệt mạng khi chiếc trực thăng Chinook chở đội đặc nhiệm bị bắn rơi. Giữa lúc đám tang của Jon được cử hành, Hawkeye bước tới gần quan tài, gục xuống và trút ra tiếng thở dài như than vãn. Chú chó trung thành nằm bên cạnh thi hài của chủ trong suốt đám tang. Sau đó Hawkeye được một người bạn của Jon cảm mến, mang về nuôi.

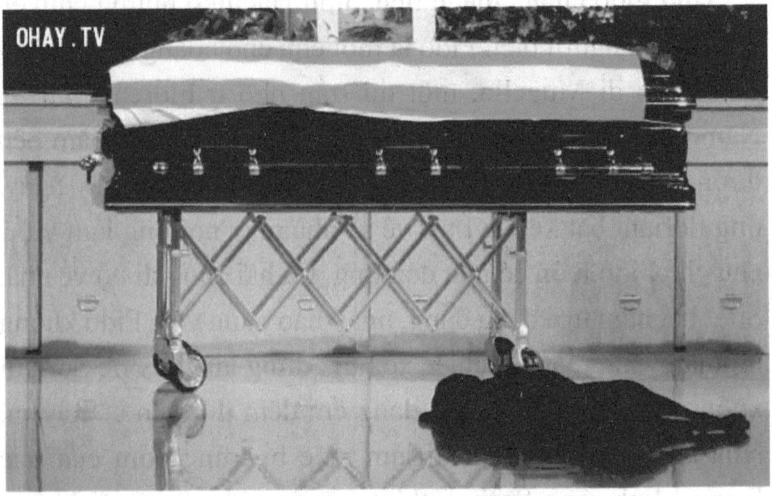

Chó Hawkeye nằm dưới quan tài của chủ.

Nếu cần phải kể thêm một gương trung thành của chó gắn kết với chủ nhân, người ta phải nhắc tới chú chó Capitan. Capitan thuộc giống *berger* Đức được ông Manuel Guzman nuôi dưỡng. Khi ông chủ người Argentina qua đời vào năm 2006, chú chó Capitan cũng biến mất. Vài tuần sau tang lễ, khi gia đình tới thăm mộ, họ ngạc nhiên khi thấy Capitan đứng chờ họ tại nghĩa trang. Ngạc nhiên là phải vì chú chó Capitan không hề biết ông chủ Manuel Guzman được chôn cất tại đây. Chú đã tự tìm tới nghĩa trang và tìm ra được ngôi mộ của chủ. Capitan theo gia đình trở về nhà nhưng đêm đêm lại quay trở lại ngôi mộ. Dường như Capitan không muốn ông chủ nằm cô đơn một mình trong đêm tối.

Đức tính trung thành của chó ai cũng thấy. Nguyên nhân nào loài chó có sự trung thành này? Theo tìm hiểu của Kimi Pet, một công ty chuyên về săn sóc chó mèo, có ba nguyên nhân chính. Thứ nhất, mã *gen* của loài chó khiến chúng luôn ở trong tình trạng của một đứa bé đang phát triển. Đặc điểm nổi bật của trạng thái trẻ con là luôn muốn tiếp xúc, tiếp nhận tình yêu thương. Đó là nội dung một nghiên cứu của tạp chí khoa học Science Advances vào tháng 7 năm 2017. Thứ hai là lối sống bày đàn của chó. Trong tự nhiên, chó thường xúm nhau vào sống bày đàn, đó là do chúng có xu hướng xã hội, tin cậy lẫn nhau để cùng tồn tại và phát triển. Khi được một chủ nhân săn sóc và thương yêu, chúng coi người này như một thành viên trong bày nên trung thành và tin cậy tuyệt đối. Thứ ba, do sự gia tăng của *hormone oxytocin* giữa chó với chủ nhân. Trong một thí nghiệm của Science Direct, họ cho chó ngửi mùi của chủ nhân trong khi được vuốt ve và nghe những lời nói dịu dàng, người ta thấy não bộ của chúng tiết ra nhiều *hormone oxytocin* hơn. Khi tiết ra *hormone* này chó sẽ có sự hưng phấn, thích thú khi tiếp xúc với chủ nhân. Từ đó hình thành sợi dây liên kết bền chặt và trung thành với chủ nhân.

Lòng trung thành được biểu lộ khi chủ nhân gặp gian nan nguy hiểm. Chó Dorodo là một chú chó đã được huấn luyện để dắt người mù. Chủ nhân của chó là ông Rivera. Ông bị mù nhưng vẫn đi làm việc. Sở làm của ông nằm trên tầng 71 của tòa nhà Tháp Đôi *Twin Towers* ở New York. Ngày ngày Dorado dẫn ông tới sở và ở lại cùng ông. Chắc chúng ta chưa quên là ngày 11/9/2001, tòa tháp này bị quân khủng bố cho hai máy bay cảm tử đâm vào. Khi chiếc máy bay thứ nhất chui vào tòa nhà, ông Rivera biết đang gặp biến, tính mạng như ngàn cân treo trên sợi tóc. Ông biết một người mù như ông không thể thoát ra được căn phòng dày đặc khói nên đã tháo dây xích cho Dorodo và bảo chú chạy ra ngoài. Nghe lời chủ nhân, Dorodo chạy tìm đường thoát thân. Nhưng khoảng 10 phút sau, ông Rivera lại thấy Dorado cạ cạ vào chân. Chó đã quay lại cứu chủ. Nhờ thêm sự trợ giúp của một đồng nghiệp, ông Rivera đã mò mẫm xuống cầu thang thoát hiểm. Họ phải mất hơn một tiếng đồng hồ mới đi hết 72 tầng cầu thang bộ và thoát ra ngoài an toàn. Ngay khi họ vừa thoát, tòa nhà đã đổ ụp xuống chôn sống cả ngàn người bên trong.

Trung thành hình như là một đức tính của loài chó nói chung nhưng chó có nhiều giống, giống nào trung thành hơn? Sau nhiều cuộc nghiên cứu, Kimi Pet đã có một bảng xếp hạng.

Đứng đầu bảng là giống Akita của Nhật. Chú chó nổi tiếng nhất thế giới Hachiko thuộc giống này. Dân Nhật coi chó thuộc loài Akita là...quốc khuyển.

Kế đến là giống Doberman, tên đầy đủ là Doberman Pinscher. Đây là giống chó có nguồn gốc tại Đức, xuất hiện vào thế kỷ 19 và đã được lai tạo để bảo vệ Louis Doberman. Đây là giống chó duy nhất lấy tên chủ nhân đặt cho một giống chó. Chắc cũng nên biết qua về người được đặt tên cho một giống chó. Karl Friedrich Louis Dobermann là một người đi thu thuế, sanh ngày 2/1/1834, mất ngày 9/6/1894.

Nghề thu thuế ngày đó là một nghề nguy hiểm, cần có một chú chó hung dữ và trung thành để bảo vệ khi bị bọn cướp chặn đường. Ông cho lai giống nhiều loài chó để tìm ra một giống chó lai trung thành, thông minh và hung dữ nhất. Cuối cùng ông đã tạo ra được giống chó mong muốn. Sau khi ông mất, dân Đức đặt tên giống chó ông lai tạo được là Doberman Pinscher. Khoảng nửa thế kỷ sau họ bỏ chữ Pinscher.

Tiếp theo bảng xếp hạng là giống chó Border Collie, một giống chó năng nổ, rất thông minh, và thành thạo trong việc tiếp nhận những tín hiệu của chủ nhân. Sở dĩ giống chó này có tên Border vì chúng được tìm thấy và nuôi dưỡng nhân giống tại vùng biên giới (*border*) giữa hai nước Anh và Scotland.

Dân Việt chúng ta thích nuôi chó berger Đức. Chúng ta quen nhìn thấy "chân dung" giống chó này trên những bảng cảnh báo "Nhà có chó dữ" treo trước cổng các biệt thự. Dân ta coi các chú berger này là thứ số dách, tự tin, thông minh, can đảm, quyết bảo vệ chủ nhân và giang san nhà chủ.

Tiếp theo sau là các giống Golden Retriever, Labrador Retreaver, Rottweiler, Shiba Inu, Staffordshire Bull Terrier, Samoyed, Pyrenees, Poodle và Bull Terrier.

Chú chó thuộc giống Border Collie nổi tiếng nhất là chó Shep, sống trong thời kỳ nước Mỹ đại suy thoái những năm 1930. Khi đó bệnh viện Sainte Clara tại thành phố Fort Benton, tiểu bang Montana, tiếp nhận một bệnh nhân đau nặng. Chú chó Shep đã theo sát bên người bệnh tới cổng bệnh viện và bị chặn lại không cho vào. Chú ngồi lỳ tại đây. Một nữ tu phụ trách nhà bếp của bệnh viện thương tình cho chó Shep ăn trong suốt thời gian tử thủ. Ít lâu sau, ông chủ của Shep từ trần. Gia đình nhờ bệnh viện gửi thi thể ông ta về quê tại miền Đông nước Mỹ. Xe chở thi hài tới nhà ga Fort Benton để lên tàu. Chú Shep theo tới sân ga, cố nhảy lên tàu nhưng bị ngăn chặn. Tàu rời sân ga. Chú Shep vẫn ngồi lỳ tại chỗ trông theo những chuyến tàu ngược xuôi, hy vọng người ta sẽ mang chủ của chú trở lại. Nhân viên nhà ga xua đuổi thế nào, Shep vẫn cố thủ tại chỗ. Cái nóng mùa hè và cái lạnh mùa đông của Montana vẫn không làm nản lòng chờ đợi chủ nhân của chú chó trung thành. Người ta đồn đãi về sự kiên quyết của Shep khiến nhiều người tới coi và chụp hình. Nhân viên nhà ga chịu thua, ngày ngày cho Shep ăn uống. Shep ở lỳ tại sân ga trong sáu năm cho tới khi già yếu, chân tê cứng, tai không còn tinh tường. Một ngày mùa đông rét mướt, chú thơ thẩn trên đường ray. Một chuyến tàu tới, còi hú nhưng Shep đã không nghe thấy, người lái tàu cũng không kịp thắng. Shep đã bị tàu nghiến chết. Dân vùng Fort Benton đã tổ chức đám tang cho Shep. Ngôi mộ nằm trên sườn đồi trông xuống thành phố, cạnh bờ sông Missouri, nơi có những chuyến tàu xuôi ngược trong đó có một chuyến đã mang thi hài chủ nhân của Shep về quê.

Thật thiếu sót nếu tôi không kể chuyện về lòng trung thành của một chú chó tại xã Tân Thành, huyện Tân Thạnh, tỉnh Long An. Chú chó tên Mực, một cái tên cho người ta biết chú có màu lông đen tuyền. Mực được gia đình bà Nguyễn thị Út xin về nuôi khi đứa cháu nội của bà tên Kiệt mới được 2 tuổi, đang lẫm chẫm tập đi. Bé Kiệt và Mực chơi đùa quấn quýt nhau suốt ngày. Ngày vui chẳng được bao lâu, chỉ nửa

Chó Mực nằm trên mộ bé Kiệt.

năm sau khi Mực về nhà, bé Kiệt bị tai nạn qua đời. Kể từ đó Mực mất hẳn sự hiếu động vốn có khi chơi đùa với bé Kiệt, thường ra một góc nhà nằm thui thủi một mình. Ngày đám tang bé Kiệt, Mực đi theo ra tới mộ huyệt tại khu ruộng phía sau nhà. Bà Út kể lại: "Kiệt mất được ba ngày, gia đình tôi hoàn tất việc xây mộ phần cho cháu. Ngày xây xong mộ, bỗng nhiên không thấy con Mực ở nhà, nó ra mộ Kiệt nằm từ sáng tới chiều. Có bữa nó ở xuyên đêm luôn. Chỉ giữa trưa, trời nắng gắt, nó chịu không nổi mới vô nhà nằm một xíu rồi lại ra mộ". Thế nằm của Mực trên mộ xuôi chiều với bé Kiệt nằm khuất dưới mộ. Mực luôn chỉ nằm theo đúng thế đó khiến tấm đá hoa cương trên mộ in hằn dấu vết của nó. Thương cái tình của Mực, nhiều lần bà Út ra gọi nó về nhà nhưng Mực chỉ vẫy đuôi, ngước nhìn bà rồi tiếp tục gục đầu, đặt cái mõm đen kịt xuống ngôi mộ. Bà Út kể tiếp:

"Thấy thương lắm! Mấy bữa trước trời nắng gắt nó cũng ra mộ nằm. Nắng nóng từ mặt trời, nhiệt hắt lên từ tấm đá hoa cương khiến lông nó rụng đầy. Thương quá, tôi cắm đại cái cây làm cột, chặt tàu dừa che lên mộ để nó nằm đỡ nắng".

Anh Rỡ, cha của bé Kiệt chia sẻ: "Tôi không ngờ con Mực lại có tình cảm, trung thành đến vậy. Mới đầu tôi cũng không tin. Thế nhưng sau gần ba năm chứng kiến nó nằm ở mộ con trai, tôi mới tin nó có tình cảm sâu đậm với chủ. Khi ba tôi xin con Mực về nuôi, mẹ tôi còn không đồng ý. Bà nói: "Ông xin chi con chó còi cọc về nuôi". Thế mà bé Kiệt thương con Mực lắm, suốt ngày ôm ấp vuốt ve. Lúc ba tôi mang con Mực về, nó và bé Kiệt gần như bằng tuổi nhau. Thấy cháu nội thương con chó, mẹ tôi không nỡ chia cách. Bà đi mua xà bông về tắm rửa cho Mực để Kiệt thoải mái chơi cùng".

Vết chó Mực nằm in hằn trên mộ đá hoa cương.

Tội cho Mực và thương cho sự trung thành với chủ của Mực, tôi cố tìm coi tin tức mới nhất của câu chuyện thương tâm này. Bài báo của ký giả Phan Diệp ngày 15/7/2023 cho biết Mực nay đã già, ít ăn, sức khỏe không còn được như xưa nên một tháng chỉ ra mộ khoảng chục ngày. Tin tức về chó Mực lan truyền rộng rãi trên mạng khiến nhiều người từ xa đã tới để chứng kiến câu chuyện kỳ lạ. Các nhà hảo tâm đã dựng mái che bằng tôn trên ngôi mộ để Mực tránh mưa nắng. Gia đình tính khi Mực mất sẽ chôn Mực ngay cạnh bên mộ của bé Kiệt. Tính đến nay, Mực đã quấn quýt trên mộ bé Kiệt được sáu năm.

Có người yêu mến Mực đã trả giá mua 300 triệu đồng nhưng gia đình không bán. Tình thương khi nào cũng vô giá, nhất là tình mặn nồng giữa vật và người!

11/2023

TOILET CÔNG CỘNG

Đi du lịch có một điều luôn băn khoăn mỗi khi thiên nhiên réo gọi. Đi đâu, tới đâu cho có chỗ có chàng để xả. Chúng ta quen sống tại các nước Bắc Mỹ, *shopping center* nào cũng có chỗ đón tiếp những kẻ...sa cơ. Chỉ việc bước vào khu có hình hai người, một mặc váy một mặc quần, là mọi sự êm đẹp. Các nơi khác mọi sự không dễ dàng như vậy. Ngay tại thủ đô ánh sáng của Pháp, thứ phòng quý giá đó rất khó tìm. Đã có lần tại bảo tàng viện Louvre, tôi đã chạy mòn chân mà chưa tìm được cái hình hai người đen đen đó trong khi hình nàng Mona Lisa và các mệnh phụ phu nhân áo váy rườm rà nghệ thuật thì nhan nhản chỗ nào cũng có. Tôi tới Paris nhiều lần, lần nào cũng phải nhờ cậy ông McDonald. Ông này rất cắc cớ, bắt mình uống nước rồi mới cho xả. Tới Vatican cũng rứa. Thiên đàng không có những chỗ trần tục cho các tín đồ đi vào đi ra. Tôi mới được đọc một bài về chuyện xả khi du lịch của một ông bác sĩ không thấy hài tên trên mạng. Ông tới Vatican và kể lể nỗi lòng : "*Những cường quốc châu Âu vốn tự hào là có một nền văn minh cao hơn mọi người nhưng các nhà vệ sinh còn nhiều bất tiện. Các nhà vệ sinh ở những nơi công cộng thường thiếu, không cung ứng đủ nhu cầu ở những nơi có hàng ngàn du khách viếng thăm một lúc nên tình trạng giữ gìn vệ sinh thiếu kém và phải chờ đợi lâu ví dụ như ở quảng trường St Peter ở Vatican chẳng hạn. Du khách thường phải vào các tiệm ăn, quán nước ăn uống để dùng phòng vệ sinh. Nếu không ăn uống thì phải trả tiền. Trong phòng vệ sinh thường có một mụ già trông như bà chằng đứng đòi tiền, nếu không trả tiền trước thì sẽ bị nghe tiếng Ý, tiếng Tây, tiếng Tây Ban Nha..., có khi bị chặn lại không cho vào. Vì thế du khách lúc nào cũng phải thủ vài đồng tiền lẻ trong túi mà phải là tiền địa phương, nhiều chỗ không nhận tiền đô la. Mấy đồng bạc lẻ đối với một người du khách không đáng vào đâu nhưng khiến du khách muốn tìm cái tiểu tiện hay đại tiện mà chỉ thấy bất tiện, phiền toái nhất là đang khi cái bọng nước căng tức óc ách, cảm thấy thương hại cho những người giữ phòng vệ sinh và cảm thấy ô nhục cho nước chủ nhà thật là ti tiện*".

Chuyện các bà chằng ngồi gác cửa...thiên đàng chẳng phải chỉ có ở Âu châu. Tôi đã gặp nhiều bà như vậy. Trong một chuyến đi vòng quanh Cuba, xe vừa dừng, chúng tôi túa vào nơi phải vào gấp. Một bà mập thù lù, mặt khó đăm đăm ngồi sau một cái bàn thấp trên có một đống tiền xu. Chưa biết bỏ bao nhiêu, bà hất mặt lên một thông cáo viết tay dán trên tường. Đọc nhanh: nữ 50 xu, nam vào phòng tiểu 50 xu, nam chỉ dùng bồn tiểu 25 xu. Vứt vội 25 xu vào đống tiền trên bàn, tôi dợm bước. Bà kêu lại, cầm đồng tiền 25 xu Mỹ tôi vừa vứt vào, lắc đầu. Chưa hiểu sự tình ra sao, bà nhón một đồng 25 xu Cuba, giơ ra cho tôi ngầm hiểu là phải tiền Cuba, tiền đế quốc Mỹ không được *welcome*. Ông đứng kế tôi vội đưa cho tôi 25 xu Cuba, không biết vì ông tốt bụng thiệt hay vì cái bụng của ông đã quá óc ách. Thiệt rầu cái bụng đầy nước, lập trường chính trị xâm nhập tới cầu tiêu!

Ấn Độ tôi chưa tới vì tôi không ưa cà-ri. Có lần một ông bạn ghiền cà–ri nị rủ tôi vào nhà hàng Ấn Độ ở Montreal. Nể bạn, tôi gật đầu. Bữa đó tôi bỗng rất khảnh ăn. Vậy nên Ấn Độ không bao giờ là điểm tới của tôi. Nhưng ông bác sĩ vô danh đã tới và kể lại sự tình. *"Bước xuống phi trường Delhi, cái hàng chờ kiểm tra nhập cảnh ngoằn ngoèo cả ngàn người xếp hàng. Trong khi chờ đợi, bực bội, bước vào phòng vệ sinh muốn tìm một chút thoải mái. Bước qua cửa. Bồn tiểu kiểu dân gian Ấn Độ nhuộm mầu cà ri vàng khè, nồng nặc mùi khai. Người gác cửa một tay cầm một lon nước, một tay cầm mớ giấy vệ sinh cũng vàng khè mầu gia vị masala. Người dùng có quyền chọn lựa. Nếu lấy lon nước (thường là dân bản xứ) thì phải cho tiền trà nước (tiền tip), có ít một chút cũng không sao, còn nếu cầm xấp giấy thì bắt buộc phải trả tiền mua giấy. Anh ta bán giấy chứ không cho giấy. Bán thì có giá của nó. Chịu không nổi, không thể bước thêm vào trong nữa, tôi phải dội ra ngay. Những ngày sau đó, ngồi trên xe bus, xe lửa ngắm cảnh bên đường. Buổi sáng sớm, sát cạnh ven đường, hàng dẫy người, ngồi xổm, bên cạnh để một lon sữa bò đựng nước, ngắm nhìn du khách đi qua".*

Ông bác sĩ có đôi chân hay đi này đã tới những nơi mà

tôi chưa hề ghé tới. Như Ai Cập. Ông đã trải qua nhiều thú vị bất ngờ. *"Một lần ở Ai Cập, theo chân đoàn lạc đà vào sa mạc sống đời du mục với tộc người Bedouins, đêm về dựng lều ngủ giữa sa mạc mênh mông. Không còn gì thú hơn ngồi và hóng gió trên biển cát mênh mông dưới trời trăng lồng lộng. Trước khi đi hóng gió sa mạc, tôi hỏi xin giấy vệ sinh. Đám dân du mục rũ ra cười, cho tôi là dân tỉnh ngố, họ bảo rằng tôi cứ yên chí, ngoài đó đã có sẵn đồ chùi. Giữa hoang vu của đêm trăng sa mạc, không một bóng người nhưng tôi vẫn thấy ngại ngùng, tìm đến một mô cát rồi ngồi núp ở phía sau, không có người nhưng có chị Hằng, sợ chị xấu hổ mà chui vào nấp trong mây giấu mặt thì mất cả cái thú vừa ngắm trăng vừa hóng gió. Nhìn quanh, chỉ mênh mông cát và cát, nhiều hơn cả Hằng hà sa số, không có cả một cái lá cây, không một cọng cỏ. Cuối cùng thì tôi biết. Những người sống trong sa mạc họ chùi bằng... cát. Chịu thua. Tôi đành phải hy sinh lấy cái quần lót. Chùi xong tôi bới cát chôn chiếc quần, sợ dân sa mạc này mà biết được, họ sẽ chế diễu mình là dân... thành phố".*

Ông bác sĩ khuyết danh này tới Bắc Kinh vào năm 2007. Tôi cũng tới Trung Quốc vào thời gian này, một năm trước khi Bắc Kinh tổ chức Thế Vận Hội vào ngày 8/8/2008. Ông nhận xét: *"Gần đây nhân dịp Thế Vận Hội, cố gắng giữ cho mặt mũi nước Trung Hoa được vệ sinh hơn, chính phủ đã cho xây một số nhà vệ sinh ở những nơi có nhiều du khách viếng thăm và tự hào xếp loại nhà vệ sinh giống như xếp hạng các khách sạn theo số lượng ngôi sao. Tôi bước vào một phòng vệ sinh 4 sao ở Tử Cấm Thành tìm cái tiền tiện nho nhỏ "bốn sao". Bồn vệ sinh theo kiểu Tây phương nhưng dùng chung với hàng triệu dân Trung Hoa ghiền trà đặc không lau rửa thường xuyên nên nhuộm màu nước trà đặc, đóng cáu bẩn giống như cáu bẩn nước trà đặc trong bình trà, trông như đồ giả cổ Trung Hoa. Sự bảo trì vẫn mang tinh thần đại đồng của chủ nghĩa cộng sản, nghĩa là làm cho xong. Số lượng bồn tiểu không đủ cung ứng cho người dùng, người chờ đông như kiến".*

Bảng nhà vệ sinh 4 sao tại Tử Cấm Thành.

Tôi cũng đã tới Tử Cấm Thành vào khoảng cùng thời gian với ông, cũng xếp hàng trước nhà vệ sinh này. Trên bức tường, ngay bên cạnh cửa ra vào, tôi thấy một tấm bảng đồng khắc bốn ngôi sao khá trang trọng. Vậy đây là thứ xịn. Bước vào bên trong, sao rơi rụng tức thời. Mùi bốc lên khó chịu, khói thuốc mù mịt, tôi dội, vội bước ra ôm miệng ho sặc sụa. Khi tới Hàng Châu, nhà vệ sinh công cộng ở đây chỉ có hai sao. Bạn cứ tưởng tượng bốn sao đã vậy, hai sao sẽ ra sao. Tôi cũng không biết ra sao vì đâu có dám mạo hiểm. Số sao được cơ quan du lịch nhà nước ấn định đàng hoàng, không phải tùy tiện muốn gắn bao nhiêu sao thì gắn.

Cuối cùng, ông bác sĩ này nhận xét chỉ có chỗ xả công cộng của Nhật là số dách, ăn đứt cả Mỹ. Tôi cũng đã tới Nhật nên có thể cho ông bác sĩ này nghỉ, tự tôi trải nghiệm cái sự số dách của con cháu thần Thái Dương. Trên đường đi cứ khoảng vài trăm thước là có tui. Cái nào cái nấy sạch như ly như lau. Chẳng có mùi gì khác ngoài mùi thơm. Dĩ nhiên mùi này không phải của du khách. Nhà vệ sinh thừa mứa như vậy nhưng khách ngoại quốc phải cẩn thận điều nghiên kỹ trước khi nhào vô. *Toilet* Nhật có hai trường phái. Trường phái tân tiến có bàn cầu giống như ở Âu Mỹ và trường phái cổ truyền có bàn cầu ngồi xổm. Ngày xưa, khi còn ở Việt Nam, chúng ta cũng xài thứ xổm này. Nhưng chúng ta ngồi mặt quay ra ngoài, Nhật lại quay vào trong. Không biết cớ sao lại trong ngoài hai lối như vậy. Thứ quay ra ngoài của chúng ta vui hơn nhưng lỡ cửa mở bất thần sẽ lộ hàng hết từ mặt xuống chân, xác nhận chủ quyền không chối cãi. Lối ngồi quay mặt vào trong của Nhật cô đơn và bí bách hơn nhưng có cái lợi là nếu cửa mở sẽ không lộ hàng, cái bàn tọa giơ ra sẽ vô danh, không biết của ai. Để khỏi nhầm lẫn, phía ngoài cánh cửa có vẽ hai kiểu bàn cầu, thích kiểu nào xô cửa vào kiểu đó. Thiệt là dân chủ. Dù là kiểu nào thì *toilet* công cộng của Nhật cũng có một thứ mà lần đầu gặp gỡ tôi đã dùng tài trinh thám coi nó là cái chi mà chịu không nhìn ra. Đó là một thiết bị gắn vô tường, có miếng nhựa tròn phía trên và miếng nhựa hình tam giác phía dưới. Nhìn vào hình vẽ một người ngồi trên bàn cầu và một đứa bé ngồi trên thiết bị này, tôi mới vỡ lẽ, tò mò mở thử. Hóa ra là cái ghế cho con nhỏ ngồi khi bà mẹ có mang con mọn theo. Con ngồi chơi, mẹ hành sự. Không vướng víu chi.

Nhật có nhiều công viên, công viên nào cũng có hoa đào nếu chúng ta tới đúng vào mùa *sakura*. *Toilet* trong công viên cũng sạch bong, không giống như những chiếc hộp tạm bợ trong các nơi công cộng của chúng ta. Vào là muốn dội ra.

Toilet là nơi riêng tư nên thường nằm ở nơi khuất nẻo, hơi tăm tối. Người Nhật là một dân tộc rất thoải mái về cơ thể nên *toilet* không hẳn như vậy. Họ có truyền thống tắm tiên *onsen* tại các suối nước nóng nên chuyện lộ liễu không thành vấn đề. Toilet lộ liễu là thứ tôi chưa từng thấy ở Nhật, chỉ thấy hình mới đây trên các trang mạng và báo chí. Đó là nhà vệ sinh trong suốt. Đứng ngoài nhìn vào thấy rõ ràng mọi thứ bên trong. Làm sao làm chuyện riêng tư một cách lộ liễu như vậy được. Lo ngại này sẽ không còn khi có người mở cửa bước vào. Chốt cửa vừa mở là bốn bề kính trong suốt bỗng mờ đi, cấm ngoại thủy không ai được biết liền một khi. Khi khách mở cửa ra, kính lại trong suốt. Đây là sáng chế mới của tổ chức phi lợi nhuận Nippon Foundation do ông Ryoichi làm chủ. Họ quan niệm những nhà vệ sinh công cộng hiện thời tuy sạch sẽ nhưng vẫn tối tăm, thiếu an toàn, gây ngại ngùng cho cư dân nên cần phải cải cách cho sáng sủa, an toàn hơn. Họ cộng tác với chính quyền quận Shibuya ở Tokyo để cải tạo 17 nhà vệ sinh trong quận hạt hầu xóa tan những quan niệm sai lầm này. Người trực tiếp thiết kế kiểu nhà vệ sinh này là kiến trúc sư Shigeru Ban. Màu kính thay đổi nhiều màu gồm lục lam, xanh chanh, xanh lam, vàng, hồng hoặc tím khiến về đêm, các nhà vệ sinh này là các công trình nghệ thuật đẹp đẽ lung linh. Để mách cho các bạn đang hoặc sắp đi Nhật, các nhà vệ sinh này hiện có tại các công viên Ebisu, Yoyogi Fukamachi Mini, Haru-no-Ogawa, Ebisu East, Nishihara Itchome và Jingu-Dori.

Toilet kính tại Nhật.

Toilet kính nói trên là một cách mở cho nhà vệ sinh ra ánh sáng. Bên Nhật còn có một cách mở khác. Mở toang hoác hết cỡ. Hoàn toàn trong suốt. Đó là nhà vệ sinh được mệnh danh là "nhà vệ sinh công cộng rộng rãi nhất thế giới".

Tuyến tàu lửa Kominato thuộc tỉnh Chiba chạy qua một vùng nông thôn rất đẹp. Đẹp nhất là khu nhà ga Itabu với cảnh đồng quê xanh mát trong lành. Giữa khung cảnh nên thơ này có một nhà vệ sinh không hề có trên bất cứ đâu. Đó là một *toilet* đúng nghĩa với những tiện nghi đầy đủ nhưng thoải mái hay không tùy người. *Toilet* này nằm gần nhà ga, chỉ mất một phút đi bộ. Bên ngoài là một bức tường cao bằng gỗ, cửa sơn màu đen. Trên bức tường cạnh cửa có một dấu hiệu cho biết đây là một nhà vệ sinh nữ. Và một bảng ghi: "Đây là nhà vệ sinh nữ. Sau khi sử dụng xin vui lòng để cửa mở". Quý bà quý cô cứ tự nhiên vào khi thấy cửa mở nhưng đừng quên đóng cửa khi đã vào trong.

Khách sẽ có thể chậm rãi bước trên một lối đi lát gỗ nằm giữa thảm cỏ thơ mộng. Nếu gấp gáp quá thì có thể…chạy tới hết lối đi, tới một căn phòng bằng kính trong suốt, bên trong có đầy đủ: bồn cầu, giấy vệ sinh, bồn rửa tay hiện đại. Khách cứ việc tự nhiên giải tỏa trong *toilet* tân tiến, dõi mắt ra ngắm thiên nhiên nắng ấm bên ngoài. Tuy không gian rộng nhưng chẳng có ai bén mảng tới. Giống như khi đi xe đò, bụng óc ách, xe ngừng giữa đường, tìm tới một nơi có hòn đá, gò đất che chắn, sè sè nấm đất bên đường, khoái chi mà khoái lạ. Khoái nhưng bụng không yên, mắt lấm lét nhìn quanh coi có cặp mắt gian xảo nào chung quanh không. Ngồi hưởng thú chỉ sau quận công trong nhà vệ sinh Itabu này, khách sẽ yên bụng, không e ngại người trần mắt tục, thản nhiên hưởng thú mình ta nồng nỗng giữa đất trời.

Nhiều vị nữ lưu đã cho biết sè sè nơi đây rất thú vị, có chút hồi hộp, có chút hoang dã trong khung cảnh thay đổi

Bên trong nhà vệ sinh rộng nhất thế giới.

theo mùa, khi xanh tươi, lúc u uẩn, khi mờ nhạt, lúc chói chang.

Nhưng người sáng tạo ra nhà vệ sinh công cộng bao la này cũng nghĩ tới những nữ lưu có tính e dè nên sát theo bốn tấm kính vây quanh có tấm màn trắng dồn vào một góc, ai cần thì có thể kéo màn ra che bốn bề. Người sáng tạo ra kiểu nhà vệ sinh mở này là kiến trúc sư Sou Fujimoto.

Tài liệu chỉ nói tới nhà vệ sinh nữ, không biết có khu nhà vệ sinh nam tương tự hay không. Tôi nghĩ là có vì như vậy mới có nam nữ bình quyền.

Hầu như ai cũng đồng ý là nhà vệ sinh công cộng ở Nhật Bổn sạch sẽ nhất. Sạch sẽ tới độ các sinh viên Nhật thường có thói quen ăn trong nhà vệ sinh. Theo một khảo sát với các thanh niên dưới 20 tuổi thì có tới 25% cho biết họ từng ăn trưa trong nhà vệ sinh khi họ không muốn mọi người biết họ cô đơn không có bạn. Nhiều trường đại học đã phải ra thông báo ghi rõ không được ăn uống trong nhà vệ sinh nhưng tình hình không cải thiện được bao nhiêu.

Nhà vệ sinh được đánh đồng với phòng ăn, nói năng chi cũng thừa!

12/2013

TUYẾT ƠI LÀ TUYẾT

Tuyết là một cô em xinh đẹp và quyến rũ. Chẳng thế mà ai cũng muốn được nhìn dung nhan người đẹp một lần trong đời. Cái lần đầu diện kiến ấy hồ dễ ai quên. Ông nhà thơ Phan Ni Tấn lại càng khó quên. *"Nhớ hồi tháng 3/1980, chúng tôi từ trại tỵ nạn Laem Sing, Thái Lan bay qua Canada định cư, vừa đặt chân xuống đất đã «ăn» phải một mùa đông tuyết giá lần đầu tiên trong đời. Dù hít hà lạnh run nhưng ai nấy đều hớn hở, thích thú dán mắt nhìn tuyết lóng lánh bám trên những cành cây trụi lá và tuyết lặng lẽ rơi bên ngoài cửa sổ. Tôi như con nít lên năm, lén thò tay bốc một nắm tuyết bỏ lẹ vô miệng, lạnh quíu lưỡi nhưng đã thiệt. Phải chi lúc đó xịt thêm vài xịt si-rô (syrup) thì có khác chi ăn nước đá bào trộn si-rô xanh xanh đỏ đỏ như hồi nhỏ ở bên nhà. Tôi mê tuyết cũng tại... thèm si-rô nước đá bào".*

Tôi gặp em tuyết sớm hơn ông bạn văn sống ở Toronto này. Từ năm 1967 tại New York. Ngày đó tôi không cầm lòng được trước em tuyết nên ngồi viết ngay một bài tả tình tả cảnh khi gặp người đẹp, gửi về cho ông Phan Kim Thịnh đăng trên báo Văn Học. Tới nay tôi đã quên khuấy tôi đã ba hoa ra sao, cố tìm lại nhưng không tìm được bài báo tình tứ đó. Chỉ biết lúc đó tôi đang ở khách sạn, phong phanh bộ quần áo mỏng mặc trong nhà, đã vội phi thân ra *balcon* hứng tuyết, hình như cũng có nếm tuyết như ông bạn văn râu ria hơi nhiều ở Toronto. Kết quả là bị một trận cảm lạnh sơ sơ như cái tát yêu của cô nàng đỏng đảnh.

Cô Karen N. Nguyen, một dược sĩ sống ở Maryland, viết trên Việt Báo: "*Dạo còn bé, Kim chỉ biết về tuyết qua sách vở và phim ảnh. Bao giờ tuyết cũng hiện ra với màu trắng thánh thiện, trắng tinh, sạch boong, tinh khiết vô cùng. Tuyết như mời mọc người ta chạy ra đường vò tuyết thành viên để ném nhau chơi, như quyến rũ người ta trượt tuyết trên những dốc núi phủ đầy tuyết trắng dưới một bầu trời xanh ngắt tuyệt vời. Tuyết như vẫy gọi trẻ con ra vườn, ra công viên làm những hình nhân bằng tuyết, lấy mấy hòn than đen làm cặp mắt, củ cà rốt cam cam làm cái mũi. Những người tuyết có thân hình tròn trĩnh, cổ quấn khăn, đầu đội nón, tay cầm cây chổi, miệng cười tươi, trông dễ thương vô cùng trong trí óc trẻ con của Kim*".

Tuyết là cô nàng đỏng đảnh. Người đẹp thường tự cho mình cái quyền nhõng nhẽo với các anh chàng đa tình. Đã đỏng đảnh lại còn nhõng nhẽo, vậy mới chết những tên trót mang nghiệp đa tình. Tuyết tới tha thướt trong làn áo trắng trinh nguyên, ỡm ờ vờn lả tả như trêu ngươi, õng ẹo vặn vẹo, ai mà không mê. Nhưng khi tuyết hết lả lơi, nằm yên trên

Một nét vui với tuyết.

đất, lúc đó mới biết đá vàng. Xúc tuyết chết cha. Ông bạn Phan Ni Tấn vỡ mộng: *"Năm nào mà chúng tôi không nhào ra sân xúc tuyết. Mấy mùa sau, thương vợ, tôi ra oai... cho phép bả ở trong nhà đứng dòm tôi một mình quần thảo với lũ tuyết đông. Có năm tuyết cao ngập háng, dù có máy xúc tuyết, xúc xong là mệt phờ râu, là hết thấy anh hàng xóm, chỉ thấy hồn vía tôi nằm vắt vẻo trên đống tuyết xanh xao, còm cõi, bạc phơ. Khổng Tử nói: "nhân chi nan" quá đúng. Làm người khó thiệt. Cái khó nó... ló cái khổ. Tôi khổ vì tuyết nên... rất tè tuyết".*

Xúc tuyết, tôi không muốn nghe nói tới vụ lao động khổ sai này. Năm nay tôi đã trải qua 38 mùa tuyết tại cái thành phố được coi là xứ tuyết này. Mỗi năm khi nàng tuyết xuất hiện, chúng tôi lại thở ngắn thở dài. Người đâu gặp gỡ làm chi. Đây là một cực hình không ai muốn có nhưng tránh không được. Không xúc thì làm sao ra cửa được. Xúc một dọc từ nhà ra tới lề đường đủ bở hơi tai. Tôi ở *condo* nên không sân trước sân sau. Mấy ông bạn tôi mua nhà cho lớn, sân trước sân sau rộng mênh mông, mùa hè cắt cỏ mùa đông xúc tuyết, cuộc đời vất vả hơn đi cày. Nhiều ông dở bài bây khi bị vợ dục xúc tuyết, gắt gỏng: "Sao em không lấy Mễ để nó xúc cho!". Tôi có ông bạn đã tử vì...tuyết. Ông có bệnh tim, cố xúc cho rảnh nợ, đã gục xuống rảnh nợ trần.

Ông Hoàng Xuân Sơn, nhà chỉ cách tôi cái giậu mùng tơi, vẫn ôm một cái nhà. Mỗi lần nàng tuyết tới chơi, ông méo mặt.

Năm nay trời tuyết dữ thần
Xúc. Hốt mệt nghỉ còn gân cốt nào
Bông tuyết đẹp ngàn ngàn sao
Mắt mình đom đóm nổ vào hư không.

Tuyết chẳng chỉ có ở xứ tuyết của tôi. Nàng bĩnh ra khắp nơi khắp chốn. Ông bạn Nguyễn Bá Trạc của tôi ở tuốt tận bên Turku, Phần Lan, cũng có nỗi khổ như tôi ở bên Canada. Ông "vui" xúc tuyết: *"Have fun! Vui lên! 5 giờ sáng thức giấc, mở cửa ra ngoài hút điếu thuốc. Mở không được. Tuyết ngập quá đầu gối. Hì hục cào cho hết đống tuyết trên hành lang trước cửa mới có thể mở cửa. Cào cho hết đống tuyết dọc cầu thang mới có lối đi xuống. Rồi cào cho quang lối xe ra. Tất nhiên phải quét cho hết tuyết phủ kín cái xe, nhất là phải cạo cho sạch nước đá đóng chắc trên các cửa kính mới có thể thấy đường mà lái cái xe. Tóm tắt là từ 5 giờ đến 8 rưỡi sáng, ba tiếng đồng hồ liên tục cà, xúc, quét. Lái được cái xe ra khỏi nhà, thoát được mấy con đường nhỏ ngập tuyết, ra được con đường lớn là cả một tổng hợp giữa: 1/ Mưu Trí, 2/Ý Chí 3/Biết cách xài chút sức khỏe còn sót lại của một lão già 82 tuổi - chào đời với lão Joe Biden cùng ngày cùng năm nhưng trước một tháng . Nói có vẻ thiếu khiêm tốn nhưng sự thật đơn giản là như vậy. Vì cùng tuổi con ngựa (Nhâm Ngọ): lão Biden sinh ngày 12 tháng 11 năm 1942, nhưng xem tivi thấy lão đi lên đi xuống cái cầu thang máy bay thì lập cập như muốn té. Thế đấy. Sáng nay vẫn lái xe đưa vợ đi dậy học được, khỏi phải đứng chờ xe buýt dưới trời lạnh lẽo. Xong. Lái thẳng đến hồ bơi tắm sauna với các lão già Phần Lan bụng phệ, rồi bơi dọc hồ 50 thước. Xong. Bây giờ 12 giờ trưa, Tuyết lại rơi! Lại phải vui (Turku, Finland 18/1/2024)".*

Thanh toán được đống tuyết trước nhà vẫn chưa thoát nợ. Lôi được cái xe ra khỏi đống tuyết là một kỳ công. Nàng tuyết âu yếm choàng chiếc áo trắng tinh lấp hết xe cộ đậu bên đường. Mỗi xe như lưng voi u u một đống biết cái nào ra cái nào. Nhiều khi đào cho cố, khi màu xe xuất hiện, tá hỏa vì không phải xe của mình. Bụng tức anh ách nhưng vẫn phải cố vui, coi như làm việc thiện. Vất vả như vậy nhưng cũng có niềm vui. Anh xúc chị xúc, hàng xóm nhìn nhau cười toe. Ai sao ta vậy, vừa xúc vừa hát toàn những bài ca ngợi tuyết. Tình hàng xóm láng giềng giờ mới mặn mà. Người nọ giúp người kia, vui như...tuyết! Nhiều nhà dựng mái che tuyết cho xe trên *driveway*. Xe có ấm áp sạch sẽ nhưng người vẫn không rời được chiếc xẻng. Xe ủi tuyết thành phố gạt tuyết sang hai bên lề đường. Đoạn đường từ nhà che tuyết ra tới đường trở thành đoạn đường chiến binh. Tuyết dồn lên thành đống, cũng phải xúc mệt nghỉ.

Mù mịt bên ngoài tay lái.

Lên xe chạy lại chửi thề nàng tuyết. Xe trơn trượt. Tỉnh bang Quebec chúng tôi quy định phải thay lốp xe mùa đông mỗi năm nên cũng đỡ. Phiền cái là phải chi tiền mua thêm bốn chiếc lốp xe mùa đông, mỗi năm hai lần tới *garage* nộp tiền thay lốp xe. Không thay là có chuyện với bạn dân ngay. Xe chạy nơi xứ tuyết phải là xe có bánh quay phía trước *(traction avant)* mới rẽ tuyết được. Xe máy quay bánh xe phía sau *(traction arrière)* coi như thua. Có lần tôi gặp một chiếc xe Mercedes bánh quay phía sau. Xe chạy như anh say rượu. Tôi lái chiếc Reliant K rẻ tiền phía sau cười ngất. Biết mèo nào cắn mỉu nào!

Đi bộ trên tuyết cũng vất vả không kém. Chuyện vồ ếch là chuyện thường ngày ở huyện. Anh em bạn bè tôi đố ai thoát khỏi cảnh dở khóc dở cười của bà Hồ Xuân Hương: *"Giơ tay với thử trời cao thấp / Xoạc cẳng đo xem đất ngắn dài"*. Chân phải xỏ vào đôi bốt có đế dày cộm bám tuyết. Muốn chắc ăn hơn thì gia cố thêm đinh. Cô Karen N. Nguyen tả tình tả cảnh: *"Đến chuyện đi trên tuyết cũng không phải dễ như Kim thường nghĩ. Tuyết rơi, nếu chỉ có tuyết xốp và khô thì cũng đỡ, đi trên tuyết không có vấn đề gì nan giải cả. Vậy chứ bước vào xe hơi, bước vô nhà, dẫu đã giũ tuyết kỹ, vẫn mang vào xe, vào nhà một mớ tuyết, và sau đó khi tuyết tan, một vũng nước ướt sàn xe, ướt sàn nhà,* messy *vô cùng. Nhưng nếu tuyết rơi, rồi sau đó có mưa, rồi nhiệt độ xuống thấp, hai mươi mấy độ, nước mưa đông lại thành nước đá, rồi tuyết lại rơi, cái* combination *tuyết nước đá tuyết là điều đáng sợ vô cùng. Mang đôi giày đi mùa đông nặng chình chịch, đế giày được thiết kế có bao nhiêu là điểm tựa để bám xuống mặt đường trơn, vậy mà Kim vẫn cứ trợt dễ như bỡn. Kim bước từ nhà ra chỗ đậu xe, bước từ chỗ đậu xe vào chỗ làm, mỗi bước chân là mỗi lần tim đập phập phồng, cầu mong bình yên vô sự không bị té gãy tay gãy chân gì cả. Chẳng còn hứng thú gì khi đi trên tuyết cả, khi tuyết không còn mang lại bình yên cho tâm hồn trên cái xứ sở đã có lắm chuyện làm con người* stress *triền miên!"*.

Chuyện *stress* vì tuyết mùa đông không phải là chuyện đùa. Đó là một bệnh có tên tuổi đàng hoàng. Bệnh *Seasonal Affection Disorder,* viết tắt là SAD. Đó là bệnh trầm cảm tái phát hàng năm trong khoảng từ bốn đến năm tháng thường bắt đầu khi ngày ngắn lại vào mùa thu và kết thúc khi ngày dài hơn trở lại. Người bị SAD cảm thấy ủ dột, u sầu, suốt ngày thấy lừ đừ, buồn ngủ, mệt mỏi, rã rời, không muốn làm ngay cả những công việc thường ngày. SAD là một hội chứng tương đối mới, chỉ được giới khoa học nghiên cứu vào thập niên 1970 và được Hiệp Hội Tâm Thần Hoa Kỳ chính thức công nhận vào năm 1987. Bác sĩ tâm thần Norman Rosenthal của Đại Học Georgetown, Hoa Kỳ, là người đầu tiên phát giác và nghiên cứu về chứng bệnh này. Chính ông cũng là một bệnh nhân. Là một di dân từ Nam Phi đến Mỹ, ông nhận thấy trong những ngày lạnh giá của mùa đông tại New York, nơi ông định cư, tinh thần ông xuống thấp hơn nhiều so với những ngày mùa đông nơi quê nhà của ông. Và ông bắt tay vào nghiên cứu một căn bệnh ẩn giấu vì không ai coi là bệnh. Bệnh phổ biến nhiều tại các nước ở phía Bắc địa cầu. Hoa Kỳ có tới 3% dân số vướng vào bệnh này. Tỷ lệ tại các tiểu bang phía Bắc như New Hampshire là 9,4%, Maryland 6,3%, New York 4,7% trong khi tiểu bang phía Nam là Florida chỉ có 4%. Canada chúng tôi ở phía Bắc của Hoa Kỳ có tới 35% dân số mắc chứng "buồn chán mùa đông", một dạng nhẹ của SAD. Khoảng từ 10% đến 15% vướng bệnh trầm cảm nhẹ theo mùa trong khi có tới từ 2% đến 5% mắc bệnh SAD nặng phải điều trị. Phụ nữ có tỷ lệ mắc bệnh nhiều hơn nam giới.

Ngoài kia tuyết rơi đầy.

Giáo sư Michael Terman của Đại học Columbia cho biết thiếu ánh sáng mặt trời là một trong những nguyên nhân chính gây ra bệnh SAD. Yếu tố này có liên quan đến các *hormone* sinh học trong não bộ. Ít ánh nắng mặt trời làm giảm lượng *serotonin*, chất giúp não bộ bình tĩnh, tập trung và thư giãn. Đồng thời làm tăng lượng *melatonin*, một chất dẫn truyền thần kinh gây buồn ngủ. Sự rối loạn giữa hai hoạt chất này làm mất cân bằng đồng hồ sinh học, gây nên tâm trạng bất cân bằng dễ gây ra trầm cảm. Ngoài ra việc thiếu *vitamin D* do trời ít nắng hoặc vì chúng ta ít ra nắng vì ngại lạnh cũng là nguyên nhân khiến lượng *serotonin* bị sút giảm trầm trọng.

Bác sĩ Robert Levitan, Trưởng Ban Nghiên Cứu của *Centre for Addiction and Mental Health* ở Toronto, cho biết triệu chứng khởi đầu của bệnh là mệt mỏi, buồn bã, lừ đừ, thờ ơ và trầm cảm. Tâm lý gia Tasha Shauli ở Toronto cho biết những người bị chứng buồn mùa đông có khuynh hướng muốn thu mình lại, rút lui khỏi xã hội dẫn đến cảm giác bị cô lập hoặc trầm cảm. Bà nói: "Một số người mô tả cảm giác thèm ăn giảm đi nhưng một số khác lại thấy thèm ăn nhiều hơn những loại thực phẩm có đường và *carbohydrate*". Họ tự cảm thấy nhan sắc sa sút, người không khỏe, tăng cân, buồn bã, cáu kỉnh, khó tập trung, không thích hoạt động. Sự chán nản dẫn đến tâm lý mệt mỏi. Cái lạnh gây tổn hại về thể chất khi phải dùng nhiều năng lượng hơn để giữ ấm cơ thể. Thêm vào đó là tuyết làm người ta bận tâm khi phải xúc tuyết hoặc áo trong áo ngoài mỗi khi ra đường làm kho dự trữ năng lượng bị hao hụt đáng kể.

Sống thân cận với tuyết đã gần bốn chục năm, tôi chán cô nàng đến hẹn lại lên này như cơm nếp nát. Mỗi năm, khi tới tháng 11, thời gian cô nàng mon men bắt đầu lai vãng tới, tôi...SAD. Người có điều kiện thì khăn gói quả mướp đi trốn cô nàng, người không có điều kiện thì chịu chết. Ráng mà ôm cô nàng vẻ như hiền dịu nhưng sống lâu mới biết đích thị là mụ cà chớn gây rất nhiều phiền toái. Thôi thì ráng chung sống với mụ ta. Ôi! Tuyết ơi là tuyết!

01/2023

TỶ PHÚ BÈO

Ông Geoffrey Holt chắc chẳng ai biết. Ông mới tạ thế vào ngày 6/6/2023 vừa qua. Sinh thời ông là người sống nghèo khổ trong một bãi đậu xe đầu kéo tại một thị trấn nhỏ tên Hinsdale có chưa tới 4 ngàn cư dân tại tiểu bang New Hampshire. Ông sống ở đó từ năm 1968 và trong 15 năm cuối đời ông ăn tiền xã hội. Khi mất ông đã tặng cho thành phố toàn bộ tài sản lên tới 3 triệu 800 ngàn. Đây là một món quà rất lớn cho một thành phố nhỏ. Các tổ chức địa phương và các trường học đều có phần để hoạt động tốt hơn. Phát ngôn viên Quỹ Từ Thiện New Hamspshire, bà Kristen Oliveri, nói với đài CNN: "Quỹ từ thiện rất vinh dự được giúp sức biến sự hào phóng đó thành hành động và chúng tôi mong muốn được phân bố số tiền này trong những năm tới. Sự hào phóng của ông Geoffrey Holt có thể giúp đem lại diện mạo mới cho cộng đồng nhỏ như Hinsdale". Ông Edwin Smith, người bạn thân thiết nhất của nhà triệu phú quá cố, cũng cho đài CNN biết: “Ông ấy không thích đứng trước đám đông. Ông ấy thích âm thầm nhưng không làm theo đuôi người khác. Ông đã để lại thành tựu của cả cuộc đời mình”.

Geoffrey Holt thời trẻ.

Ông Geoffrey Holt không đơn độc trong lối sống bèo tuy có bạc triệu trong túi. Thường người có tiền đều dùng để hưởng thụ cuộc sống. Có người thích xa hoa, có người thích có một cuộc sống chỉ cần đầy đủ vừa phải nhưng ít ai có tiền mà thích sống nghèo khổ. Vậy nên họ mới trở thành những người hiếm có trong xã hội. Có nhiều triệu phú khác, thậm chí cả tỷ phú, tiền bộn bề trong túi nhưng không ai biết họ có tiền. Họ chọn lối sống bèo để dành tiền giúp đỡ người khác.

Như ông Loh Kiong Poot ở Singapore. Ông được sanh ra trong một gia đình khá giả nhưng đã có một tuổi thơ vất vả và tự nuôi thân vì ông đã bỏ học và bỏ nhà ra đi từ năm 14 tuổi.

Chú bé vô gia cư Poot đã phải làm các công việc vặt vãnh để kiếm 20 đô mỗi ngày. Ông sống bằng số tiền còm cõi chỉ đủ cho sinh hoạt tối thiểu. Bước chân vào lãnh vực thương mại năm 1974, ông thành công và trở thành triệu phú. Có tiền, biết quý tiền nhưng ông không vụ vào tiền để có một cuộc sống xa hoa. Triết lý của ông: người ta không mang theo tiền khi sanh ra và cũng không thể mang tiền theo khi qua đời. Ông nói: "Nếu có thừa tiền thì sao còn giữ lại? Nếu có thể quyên góp và giúp đỡ mọi người thì cứ quyên góp. Đó là nguyên tắc của tôi". Kể từ năm 1990, ông thường xuyên góp tiền cho các tổ chức từ thiện.

Ông có ba người con. Phận làm cha, ông không thể không giúp đỡ con cái nhưng ông chỉ để lại cho chúng một số tiền nhỏ vì ông tin chúng có thể sống tự lập. Năm 50 tuổi ông đã làm di chúc tặng lại số tiền đang được ông đầu tư vào trái phiếu khi đó đã lên tới 20 triệu cho 10 tổ chức từ thiện. Người coi tiền như pha này đã sống một cuộc sống rất bình thường, ăn tiêu dè dặt, không hoang phí. Là một thương gia thành đạt nhưng khi cần đi máy bay, ông không ngồi hạng thương gia mà chỉ ngồi hạng...bèo nhất. "Nhà" ông chỉ là một căn chung cư nhỏ ở Bishan!

Kiếm tiền tới mức có bạc triệu trong tay là chuyện khó nhưng có tiền mà không tiêu cho sướng tay lại còn khó hơn. Tiền trong túi có cuộc sống riêng của chúng. Thường thì chúng làm con người ngứa ngáy không yên. Tiền có đôi chân dài chỉ muốn nhảy ra ngoài tìm trú ngụ nơi các két sắt của các cửa hàng. Loại thường thường bậc trung như chúng ta khó mà cưỡng lại được sự nhấp nhổm của những tờ bạc trong túi. Có tiền tội chi không tiêu cho sướng, đó là ý nghĩ thông thường của chúng ta. Có nhiều người không có tiền cũng vay nợ nhà băng để tiêu. Tôi có nhiều ông bạn năm nào cũng vay tiền ngân hàng đi nghỉ hè. Sống cái đã, chuyện trả nợ tính sau. Một ông bạn còn lý luận: sống ở đất nước này không nợ mới lạ. Sống thoải mái như vậy mới là người bình thường. Họ coi những ông Geoffrey Holt và Loh Kiong Poot là những người không bình thường. Tôi nghĩ họ không bình thường nhưng phi thường.

Một trong những người phi thường mà tôi bái phục là tỷ phú Charles F. Feeney mà người ta thường gọi với cái tên thân mật là Chuck Feeney. Ông sanh năm 1931, dân Mỹ gốc Ái Nhĩ Lan và có đầu óc kiếm tiền từ nhỏ. Ông gõ cửa từng nhà để chào bán thiệp Giáng Sinh trong mùa lễ cuối năm, nhặt bóng thuê trên sân quần vợt trong mùa hè, dọn tuyết trong mùa đông. Mùa nào anh con nít này cũng có cách kiếm ra tiền.Từ đầu thập niên 1950, khi đã là sinh viên Đại học, Chuck Feeney bán rượu không thuế cho thủy thủ Mỹ. Tiến lên một bước, ông bán xe hơi cho lính Mỹ. Tiến lên bước nữa, ông lập nên chuỗi cửa hàng bán đồ miễn thuế tại các bến tàu và sân bay. Từ đó ông phất lên khi doanh thu hàng năm đạt mức kinh khủng 3 tỷ đô. Thập niên 1960, khi Nhật Bản tổ chức Thế Vận Hội và dỡ bỏ hạn chế dân Nhật du lịch ngoại quốc, ông chụp ngay cơ hội để moi tiền của mấy anh chị con cháu thần Thái Dương. Ông giăng lưới thu những đồng tiền tiết kiệm khổng lồ của dân Nhật chất chứa bao năm khi không được đi du lịch ngoại quốc. Địa bàn hoạt động của ông mở rộng tại các địa điểm dân Nhật thường đổ xô tới như

Hawaii, Hong Kong, San Francisco, Saipan và Guam.

Tiền muôn bạc triệu trong túi nhưng Chuck Feeney vẫn giữ một cuộc sống giản dị. Ông vẫn sống trong một căn nhà thuê trong một thời gian dài. Theo báo New York Times tiết lộ ông không bao giờ mặc quần áo hàng hiệu. Các hãng thời trang không moi được tiền của ông. Hermes, Gucci và đồng bọn đừng hòng kiếm được một xu của ông. Bữa trưa của ông không phải tại các nhà hàng sang trọng mà chỉ một ổ bánh mì thịt tại Irish Pavillon Tommy Makem trên đường 57th East. Con cái ông tuy có cha là tỷ phú nhưng không phải con nhà giầu. Chúng cũng phải làm đủ các công việc lao động như bồi bàn, bồi khách sạn, bán hàng để có tiền tiêu trong các kỳ hè. Cha đã nêu gương tiết kiệm, các con đều phải noi theo. Nhưng chúng không phiền hà về lối sống tiết kiệm này. Thậm chí đứa con gái lớn của ông còn cho rằng cách sống của cha đã giúp họ có đời sống như những đứa trẻ bình thường khác, làm những việc đáng làm và vẫn có đủ tiền chi tiêu.

Dân ta có câu nói: "Bon chen cho lắm, tắm cũng cởi truồng", ông Chuck Feeney cũng có câu cửa miệng tương tự: "Bạn chỉ có thể mặc một chiếc quần vào cùng một thời điểm". Tiền ông mang đi làm việc thiện không chỉ tại Mỹ mà trải dài khắp thế giới như tại Úc, Nam Phi, Ireland và Việt Nam. Tiền của ông bỏ ra làm từ thiện không phải là những đồng tiền dư thừa mà hầu như toàn bộ gia tài lên tới 8 tỷ đô. Khác với những người làm từ thiện thường chỉ cho khi đã chết, ông cho khi còn sống. Cuối năm 2016, Quỹ Từ Thiện Atlantic Philanthropies do ông sáng lập đã rót khoản tiền cuối cùng 7 triệu đô cho Đại học Cornell nhằm hỗ trợ sinh viên làm công tác cộng đồng. Sau cú chót này ông hoàn toàn rỗng túi và sống những năm tháng còn lại trong một căn *apartment* thuê tại San Francisco. Khi đó ông đã 85 tuổi.

Vợ chồng tỷ phú Chuck Feeney tại Việt Nam.

Nói là rỗng túi nhưng cái túi của ông cũng còn 2 triệu dưới đáy để sinh sống trong những ngày cuối đời. Cỡ như tôi thì 2 triệu là con số có mơ cũng không có trong suốt đời người vất vả làm ăn. Nếu có 2 triệu tôi sẽ làm chi? Chắc phải vung vít cho bõ những khi mơ mòng. Nhưng với tỷ phú Chuck Feeney thì số tiền này chỉ là hạt cát, chẳng có chi mà vọng động. Ông thanh thản với cái túi đối với ông là quá thường tình nhưng với bá tánh chúng ta là cả một gia tài.

Gia tài đích thực của ông Chuck nay chỉ là những gì ông đã làm cho đời. Đó là hàng ngàn tòa nhà trên khắp thế giới nhưng không một chỗ nào có tên ông dù chỉ là một hàng chữ nhỏ trên một viên gạch. Một trong những điều kiện cho những người có đóng góp vào quỹ từ thiện Atlantic Philanthropies do ông sáng lập là không được công khai sự giúp đỡ của họ. Nguyên tắc của ông rất giản dị: "vải liệm không có túi"! Con người sanh ra tay trắng thì khi trở về cũng trắng tay. Của cải trần gian để lại cho trần gian một cách âm thầm. Có chi phải phô trương tên tuổi khi mình chỉ may mắn hơn người khác trong cuộc sống. Quỹ Atlantic Philanthropies đã ngưng hoạt động từ năm 2020. Hai người con gái của ông là Diane Feeney và Juliette Feeney tiếp tục theo gót cha làm từ thiện. Họ là chủ tịch một số tổ chức từ thiện của gia đình và cộng đồng. Hổ phụ sanh hổ tử, câu cửa miệng của dân Việt chúng ta quá đúng trong trường hợp này.

Hẳn chúng ta còn nhớ hai ông tỷ phú Bill Gates và Warren Buffett đã lập ra quỹ *Giving Pledge* (Cam Kết Cho Đi) vào năm 2010. Các tỷ phú muốn gia nhập quỹ này đều phải cam kết làm từ thiện bằng cách cho ít nhất nửa gia tài của mình. Ông Bill Gates đã được nói tới quá nhiều nên tôi không cần nói thêm về ông ở đây. Một lý do khác là vì ông này có lối sống rất mực hưởng thụ, không bèo chút xíu nào. Nhưng ông Warren Buffett thì không thể không nói tới. Nghề của chàng là buôn tiền, say sưa trong thị trường chứng khoán. Ông gia nhập thị trường này vào năm 12 tuổi. Vậy mà vào năm 2013, ở tuổi 83, ông vẫn còn tiếc là đã tham gia vào giới chứng khoán quá muộn!

Tỷ phú Buffett luôn nằm trong danh sách 5 tỷ phú giàu nhất thế giới, khi lên khi xuống nhưng không xuống dưới hạng 5. Sanh năm 1930 tại Omaha, tiểu bang Nebraska, ông được mệnh danh là "thiên tài chứng khoán". Ông say sưa kiếm tiền. Quan điểm của ông: "Không bao giờ là quá sớm nếu bạn có ý định làm giàu. Bất kể ở độ tuổi nào bạn cũng có thể trở thành một nhà đầu tư giỏi, chỉ cần bạn biết cách tiết kiệm mà thôi". Chưa tới chục tuổi, trong khi bạn bè vẫn còn xin tiền cha mẹ mua đồ chơi và kẹo bánh, chú nhỏ Warren Buffett đã biết kiếm tiền bằng cách bán kẹo cao su, bán nước Coca-Cola, bán báo và vào làm cho một cửa tiệm tạp hóa. Ông rủ bạn bè chung tiền mua một máy trò chơi lăn bi đặt tại một cửa tiệm hớt tóc. Từ số tiền kiếm được của chiếc máy này, họ nhân số máy lên dần dần cho tới khi có tới 8 máy đặt trong 8 tiệm hớt tóc. Năm 1942, Buffett làm ăn lớn. Dốc hết số tiền 120 đô để dành được mua 3 cổ phiếu của Cities Service Preferred. Khi cổ phiếu lên giá, cậu bé bán ra. Năm 14 tuổi cậu Buffett mua được một trang trại nhỏ.

Khi tốt nghiệp Đại học vào năm 1953, Buffett chỉ có trong tay chưa tới 10 ngàn đô nhưng chỉ hai năm sau số tiền ông có đã phồng lên tới 127 ngàn đô. Ngày nay số tiền trên trăm ngàn đô là số tiền không có chi ghê gớm nhưng tính theo thời giá, số tiền này tương đương khoảng 1 triệu 400 ngàn ngày nay. Ông tiếp tục đầu tư và trở thành triệu phú khi mới 32 tuổi. Ba chục năm sau ông lên chức…tỷ phú.

Theo một tài liệu được công bố vào trung tuần tháng 6/2013, tài sản của ông trị giá 61,6 tỷ, đứng hàng thứ ba trên thế giới sau Bill Gates và tỷ phú người Mexico Carlos Slim. Warren Buffett kiếm tiền theo kiểu ăn chắc mặc bền. Quy tắc của ông: "Tôi không bao giờ tìm cách nhảy qua một sào cao bảy bộ. Tôi nhìn quanh để tìm ra những sào chỉ cao hai bộ và…bước qua!".

Tỷ phú "ăn chắc mặc bền" này không bao giờ phí phạm. Ông khuyên mọi người: "Đừng mua những gì vượt quá nhu cầu thực sự của bạn". Ông vẫn ở ngôi nhà có ba phòng ngủ tại trung tâm thị trấn Omaha mà ông mua từ khi lấy vợ 50 năm trước. Báo chí hỏi ông tại sao không đổi nhà, mua vài ba căn biệt thự tại nhiều nơi nghỉ mát trên thế giới cho xứng với tầm tỷ phú, ông lắc đầu: "Chính ngôi nhà ấm áp vào mùa đông, mát mẻ trong mùa hè này đã luôn đem lại cho tôi cảm giác thoải mái. Ở đó tôi cảm thấy hạnh phúc. Tôi sẽ chỉ chuyển đi nơi khác nếu nơi đó cho tôi cảm giác hạnh phúc hơn. Tôi biết tôi sẽ không thể cải thiện được cuộc sống của mình chỉ với việc có nhiều ngôi nhà trên khắp thế giới".

Tỷ phú Warren Buffett

Mốt của các tỷ phú là có những chiếc du thuyền loại xịn nhất. Tỷ phú Buffett chê món đồ chơi này là một "cục nợ" không hơn không kém. Không nên lãng phí tiền bạc vào những thứ chỉ dùng trong chốc lát rồi bỏ xó. Ông cũng không có máy bay riêng tuy là chủ nhân ông của một công ty sản xuất máy bay lớn nhất thế giới.

Ai sao ông mặc kệ, không đua đòi dù dư phương tiện. "Hãy là chính mình. Đừng cố gắng để biến mình thành người khác". Ông hạn chế tối đa việc tham dự tiệc tùng. Sở thích của ông ngoài giờ làm việc là về nhà nằm khểnh vừa coi tivi vừa ăn món khoái khẩu là bắp rang bơ. Điện thoại di động? Quên đi, ông không bao giờ dùng. Ngay cả *laptop* là vật bất phân ly của các ông chủ bự, ông cũng chẳng thèm xài.

Kể cũng lạ ông tỷ phú chuyên buôn tiền này. Người say mê buôn tiền từ năm 14 tuổi tưởng phải coi tiền là lẽ sống nhưng ông lại không giữ tiền. Ông cam kết sẽ cho đi 99% tài sản. Ông cho tiền của ông đã đành, ông còn rủ rê người khác tặng tiền làm việc thiện. Quỹ *Giving Pledge* do ông đồng sáng lập với Bill Gates nay đã có tới 69 tỷ phú gia nhập.

Tiền cho những người xa lạ trong khi con cái ruột thịt chẳng hưởng được bao nhiêu. Vậy mà con cái ông chẳng *care*. Chúng cũng có máu từ thiện giống bố. Peter Andrew Buffett, con trai thứ hai của tỷ phú Buffett là một nhà soạn nhạc nổi tiếng. Khi ông con khởi nghiệp, ông bố chỉ cho một số tiền bèo bọt. Ông không buồn mà còn tỏ ra biết ơn bố: "Nếu tôi có một đống tiền từ cha tôi thì có lẽ cuộc sống của tôi đã không có ý nghĩa như ngày hôm nay. Tôi tin rằng những gì cha tôi làm xuất phát từ tình yêu thương. Cha tôi không tin vào tài sản thừa kế. Người ta vẫn thường nghĩ rằng con cái sẽ nhận được hàng đống tiền từ cha mẹ tỷ phú nhưng thực tế thì thứ mà cha tôi cho chúng tôi là các bài học về giá trị cuộc sống. Đó mới thực sự là thứ mà chúng tôi cần".

Thứ mà nhân loại cần, các tỷ phú có lòng này đã đáp ứng. Họ không giữ gì nhiều cho chính họ và con cái họ. Tôi thiển nghĩ chỉ có một chữ xứng đáng cho các tỷ phú bèo này. Đó là hai chữ "bồ tát". Họ là những bồ tát sống giữa nhân loại đầy tham sân si này.

12/2023

XÌ HƠI

Hệ thống thải của người và vật bị con tạo khinh rẻ khi đặt chúng ở tuốt phía dưới. Nhưng có một ngoại lệ là loài tôm. Học Lạc đã thơ: "Chẳng biết mình va cứt lộn đầu". Không biết có còn loài nào ngược ngạo như tôm không. Học Lạc đã không biết hết ý của con tạo. Chúng ta cũng vậy. Tôm tép là thứ chúng ta ăn thường xuyên. Con tạo ưu ái dành nguyên cả thân hình tôm cho chúng ta nhậu. Vậy còn chỗ đâu cho bộ đồ lòng. Phải mang lên để trên đầu. Đầu tôm là một chiếc hộp trong đó có dạ dày chiếm một thể tích lớn, nằm ngay sau não. Thức ăn sau khi được tiêu hóa ở dạ dày, sẽ được đẩy chạy dọc theo ruột là đường ống nhỏ chạy dọc theo lưng tôm, thứ các bà nội trợ thường xẻ vỏ tôm ra và vứt đi trước khi nấu nướng. Chất thải được tống ra ở một lỗ mở của ruột nằm ở đuôi tôm. Vậy là con tạo vẫn đi đúng hướng chứ không có biệt lệ như Học Lạc và phần lớn chúng ta hiểu lầm!

Hệ thống phía dưới của người gồm có hai ngã thông.

Nam hay nữ đều vậy. Một giống nhau và một khác nhau. Hai ngã nhưng có tới ba thứ chui ra. Vậy phải có một ngã chung đụng. Đó là ngã mà nam nữ bình đẳng. Ngôn ngữ nước ta xếp thứ tự ba thứ này thành đại, trung và tiểu. Ngã một công đôi việc xuất cảng hai thứ đại và trung. Ngã còn lại cho ra thứ tiểu. Ba thứ thuộc ba thể khác nhau: rắn, lỏng và hơi. Vậy căn cứ vào đâu mà phân chia lớn nhỏ, trên dưới. Thiệt không hiểu nổi các cụ ngày xưa. Các cụ nghĩ sao thì chẳng ai biết nhưng tôi đoán. Cái ngã làm được hai việc được coi như bà vợ lớn, ngã chỉ làm một việc như bà vợ nhỏ. Con bà lớn phải hơn con bà nhỏ nên chiếm hai ngôi đại và trung. Anh (và chị) con vợ nhỏ phải cam phận tiểu.

Anh trung con bà lớn là thứ gây ồn ào nhất. Trong khi anh đại và anh (hoặc chị) tiểu có chỗ có chàng đàng hoàng thì anh trung tung tẩy hoang đàng nhất. Bất cứ nơi nào, bất cứ ở đâu, anh cũng gây ồn ào. Như một thứ vũ khí.

Chúng ta hầu như ai cũng từng đọc truyện Trạng Quỳnh. Chuyện có thật hay không, không bàn tới nơi đây, nhưng đọc mà khoái vì Trạng đã dùng chiêu tiểu áp đảo chiêu trung như một thứ vũ khí ngoại giao. Chuyện như thế này: Năm ấy, có sứ nhà Thanh khét tiếng hống hách sắp sang nước ta, vua Lê chúa Trịnh tỏ ý lo ngại. Triều đình bèn cử Trạng Quỳnh ra tiếp. Trạng đóng giả một anh lái đò đưa khách sang sông, neo thuyền chờ sứ Tàu. Đò ra giữa sông, một tên trong đoàn sứ chột bụng làm một phát ồn ào. Hắn bèn chữa thẹn bằng một câu rất hỗn sược: "Lôi động Nam bang". Sấm động nước Nam. Trạng Quỳnh bỏ chèo, đứng thẳng người, vạch quần ra làm một phát cầu vồng và đối: "Vũ qua Bắc hải". Mưa qua biển Bắc. Tên sứ Tàu giận mất khôn, định xông vào hành hung Trạng. Trạng mắng lại: "Tiền phát lôi, hậu phát vũ, thiên địa chi lý nại hí". Sấm động trước, ắt sau sẽ có mưa, luật trời đất là thế. Sứ Tàu câm miệng không nói chi được!

Chàng trung là anh đại tếu. Trẻ già lớn bé, nam phụ lão ấu đều không giữ được tiếng cười khi anh xuất hiện mà không có ống hãm thanh. Chắc nhiều người cũng đã gặp trường hợp tức cười như tôi. Đứa cháu hai tuổi của tôi đang chơi, bỗng tuột ra một tiếng kêu khá lớn. Bé ngơ ngác nhìn quanh trong khi đám người lớn cười ầm ĩ. Cháu bỗng òa khóc. Không biết trong đầu cháu nghĩ chi. Mẹ cháu vội vàng ôm bé vào lòng dỗ dành. Chúng ta nghĩ chuyện không có chi mà ầm ĩ, rồi bé sẽ quên đi. Nhưng các nhà giáo dục Nhật Bổn không nghĩ vậy. Họ...giáo dục.

Tác giả Shinta Cho đã cho ra mắt một cuốn sách tranh, tiếng Nhật gọi là *ehon*, giải thích cơ chế sinh lý của con người. Sách mang tên "Chuyện Xì Hơi". Đầu tiên tác giả liệt kê và mô tả các kiểu xì hơi của vật và các loài vật. *"Con voi đánh rắm rất to: Buủmm! / Bong bóng thì kêu bục bục / Con người cũng đánh rắm"*. Sau đó giải thích một cách dễ hiểu rắm do đâu mà ra. *"Khi chúng ta ăn uống, không khí tràn vào qua đường miệng. Đặc biệt, càng ăn vội không khí tràn vào càng nhiều hơn. Ợ hơi là khi không khí thoát ra qua đường miệng. Còn đánh rắm là khi không khí thoát ra qua hậu môn"*. Tại sao khí thoát ra lại có mùi, tác giả giải thích cho con nít: *"Rắm bao gồm một phần không khí đã đi vào từ đường miệng và khí được sinh ra ở ruột già. Khí được sinh ra ở ruột già, nơi khí được tạo ra bởi thức ăn còn lại sau khi*

Bìa sách "Chuyện Xì Hơi" của Shinta Cho, bản dịch tiếng Việt.

đã tiêu hóa và bị phân hủy, bốc mùi rồi trở thành phân. Vì vậy nên rắm mới có mùi thối". Tác giả giải thích thêm là rắm sinh ra khi các em ăn thịt cá thối hơn rắm sinh ra từ thức ăn là rau củ quả vì thế "rắm của những loài động vật ăn thịt thì rất thối".

Trẻ em có cái hồn nhiên mà người lớn đánh mất kể từ khi hết trẻ. Chúng nhìn thế giới chung quanh với con mắt ngây thơ vô tội. Bởi vậy nên có những chuyện người lớn cho là cấm kỵ thì trẻ em coi như chuyện bình thường. Chuyện ị đái hay rắm rít chúng không e dè khi nói tới. Nhiều phần còn nói tới một cách thú vị.

Chuyện xì hơi, người lớn chúng ta cũng nói tới với nhiều nhiệt tình tuy chuẩn mực xã hội đè nén bắt chúng ta e dè. Nhưng có lẽ chúng ta cũng nên nói theo…khoa học. Khi chúng ta nhai nuốt thức ăn, không khí cũng thừa cơ lẻn theo vào miệng và trôi xuống ruột. Đám vi khuẩn trú ngụ trong ruột tác động vào đám khí thải này tạo thành hơi. Sự chuyển hóa này khiến phải vài giờ sau khi ăn, khí mới muốn tìm đường ra. Nội dung hơi thoát ra gồm 59% khí *nitrogen,* 21% *hydro*, 9% khí CO2, 7% *methane* và 4% *oxy*. Chỉ có khoảng 1% khí *hydro sulfur* và *mercaptan* (một chất có lưu huỳnh), vậy mà cái 1% tí xíu này có tác dụng giải tán đám đông một cách hiệu quả. Xì hơi có hai loại: loại chui rất yên ắng và loại phát ra âm thanh. Âm thanh này khi lớn khi nhỏ là do áp lực khí cũng như độ thắt của cơ hậu môn. Âm thanh này rất đa dạng, khi nỉ non ai oán, khi vắt vẻo như tiếng kèn, khi hùng dũng như tiếng bom nổ khiến nhiều người dùng làm trò chơi. Tần suất thả bom tùy theo dạ dày mỗi người nhưng người ta tính trung bình mỗi người xì hơi khoảng 14 lần mỗi ngày. Con số này khó được chấp nhận. Tuy chuyện xì là bình đẳng cho cả nam lẫn nữ nhưng chị em phụ nữ nhất định không chịu chấp nhận con số 14 này. Sự phản đối này là…phản khoa học. Một nghiên cứu đã cho biết nếu đưa cùng một loại thức ăn cho một phụ nữ và một nam nhân thì sau đó phụ nữ có xu hướng xì hơi nhiều hơn nam giới. Trong khi đó nhiều nam nhân rất hiên ngang không chấp nhận con số khiêm nhường này. Phải chăng các nhà nghiên cứu tính nhầm đơn vị. Có lẽ phải là 14 tràng. Về tốc độ lan tỏa, mỗi cú xì sẽ cho thoát ra khoảng 100 *mililitre* khí và chỉ trong 2 giây là khí tỏa ra chung quanh cho mọi cái mũi thưởng thức.

Tôi chịu khó viết bài này không phải là để mua vui mà nhằm mục đích cao cả hơn: vì sức khỏe mọi người. Mới đây, các nhà nghiên cứu chúi mũi vào chuyện xì hơi hơi nhiều. Bởi vì chúng ta mải cười nên còn rất lơ tơ mơ trong chuyện này. Bác sĩ Eamonn Quigley, chuyên khoa tiêu hóa của bệnh viện Methodist Houston, tiểu bang Texas, phàn nàn có nhiều người vẫn lẫn lộn chuyện đầy hơi và đầy bụng. Ông giải thích là đầy bụng không có nghĩa là cơ thể muốn thải khí ra ngoài mà đầy bụng là khi khí bị mắc kẹt trong hệ thống tiêu hóa. Khi khí mắc kẹt này tích tụ quá nhiều sẽ làm chúng ta cảm thấy khó chịu. Ông khẳng định đầy bụng hoàn toàn khác so với đầy hơi.

Chuyện hơi thoát ra đường dưới rất có ý nghĩa với y học. Có thể đó là tiếng trống báo hiệu các bệnh về bao tử hay ruột già như nhiễm khuẩn đường ruột, xuất huyết bao tử, loét dạ dày. Một ông bạn tôi bị bệnh chi, tôi không còn nhớ tuy ông có nói với tôi. Ông kẹt không xì được. Nếu hơi thoát ra được thì tình trạng bệnh sẽ khả quan hơn nhiều. Vậy là mọi người mong đợi trong hồi hộp một cú ngoạn mục. Nhưng thứ được mong đợi vẫn biệt vô âm tín. Cho tới lúc, lạy trời, ông nổ được phát súng. Mọi người đều mừng rỡ thích thú như khi coi đốt pháo bông.

Không xì hơi được hay cố nén xì hơi tai hại vô cùng.

Trong một bài viết mới đây trên tờ "The Conversation", bà Clare Collins, Giáo sư môn Dinh Dưỡng của Đại học Newcastle bên Anh, đã liệt kê những vấn đề về sức khỏe nếu vắng tiếng bom. Bà cho biết khi chúng ta ăn, có những thành phần khó tiêu trong thức ăn di chuyển xa hơn trong đường ruột. Khi đó vi khuẩn trong đường ruột phải ra tay bằng cách làm lên men, tạo ra khí và các *acid* béo. *Acid* béo được tái hấp thụ và sử dụng trong quá trình trao đổi chất. Khí sản sinh cũng được tái hấp thụ qua thành ruột, đi vào hệ tuần hoàn và cuối cùng ra khỏi cơ thể qua phổi hoặc trực tràng. Dĩ nhiên cơ thể chúng ta sẽ phản ứng theo chiều tự nhiên là tống khí xuống dưới theo đường ruột cho xì ra ngoài. Nếu chúng ta cố nhịn vì một lý do nào đó, khí sẽ bị đảo lộn đi ngược lên thoát ra bằng đường miệng. Nghe mà phát khiếp. Nhưng chuyện còn khiếp hơn.

Chuyện do chính khổ chủ kể lại trên trang cá nhân. Cô ca sĩ người Brazil tên Pocah có một buổi hẹn hò tại một địa điểm lãng mạn với bồ. Chẳng may tối đó cô luôn có cảm giác muốn xì hơi rất khó chịu. Nếu thuận theo tiếng gọi của thiên nhiên thì chuế quá, cô cố gắng nhịn. Sáng hôm sau, cô thấy bụng mình quặn đau dữ dội phải kêu xe cấp cứu ò e tới bệnh viện. Bác sĩ khám phá ra vì nhịn xì hơi trong một thời gian dài nên hơi tích tụ trong vùng bụng, chèn ép các cơ quan khác gây co thắt dẫn đến những cơn đau bụng liên tu bất tận. Sau khi được điều trị mọi chuyện đã tốt đẹp. Cô Pocah nhắn nhủ mọi người không nên đùa với chuyện xì hơi.

Anh Joe Rwamirama, 48 tuổi, sinh sống tại thủ đô Kampala của Uganda, không đùa với hơi của anh. Vì đó là hơi

Ca sĩ Pocah.

quý. Anh ăn uống như mọi người và khí thải của anh không có mùi chi đặc biệt khác người. Nhưng khí đó giết được loài muỗi truyền bệnh sốt rét cách xa 6 thước. Danh tiếng anh nổi như cồn. Anh xuất hiện ở đâu là nơi đó không còn muỗi vo ve. Anh thợ hớt tóc James Yoweri đã viết trên trang Talk of Najia: "Cả thành phố đều biết Joe là người có thể giết chết muỗi bằng xì hơi. Anh được mọi người chung quanh kính trọng". Một trưởng khu ở Kampala nói: "Tôi đã nghe về tài của Joe và nhờ anh ấy tới giúp đuổi muỗi đang tấn công các khu dân cư của chúng tôi. Điều kỳ diệu là anh ấy đã khiến những con côn trùng hút máu ấy rơi xuống và giúp loại bỏ chúng. Anh ấy chỉ xì hơi và muỗi rơi xuống như mưa". Anh Joe đã có kế hoạch khai thác chút tài mọn này bằng cách biến khí xì hơi của mình thành sản phẩm tiêu diệt côn trùng bán rộng rãi trên thị trường. Anh mơ màng: “Hãy tưởng tượng bạn mua một chai thuốc diệt côn trùng có in khuôn mặt tôi trên đó!”.

Xì hơi làm cho người ta ngại ngùng về hai chuyện: tiếng nổ và mùi vị. Chuyện tiếng nổ người ta, nhất là các vị nữ lưu, có thể điều chỉnh để hơi thoát ra từ tốn không gây ồn ào. Nhưng chuyện mùi vị thiệt là nan giải. Làm sao bịt được mũi thiên hạ dù hành động lén lút êm ru bà rù không gây động tĩnh chi. Không nên hốt hoảng, chuyện chi cũng có thuốc chữa.

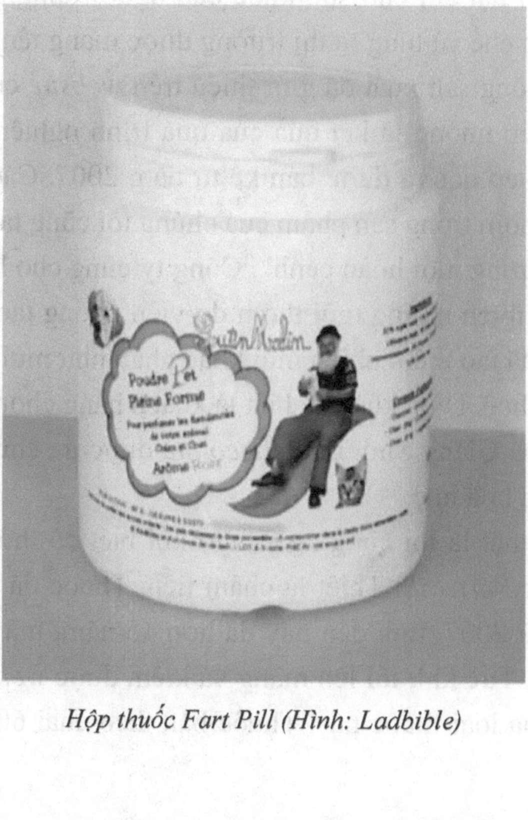

Hộp thuốc Fart Pill (Hình: Ladbible)

Một công ty ở Pháp đã phát minh được thuốc có tác dụng biến đổi mùi vị khí thải của con người từ khó ngửi tới dễ ngửi. Chúng ta chỉ cần uống một viên thuốc hình con nhộng vào là sẽ xì ra một làn hơi thơm ngát mang mùi hoa hồng, *chocolate* hay một số mùi dễ chịu khác. Cha đẻ của viên thuốc thần kỳ này là ông Christian Poincheval, người của thị trấn Gesvres thuộc miền Tây nước Pháp. Ông sáng chế thành công viên thuốc này từ năm 2007. Nói là viên thuốc nhưng thực ra viên nhộng này không có thuốc chi cả mà chỉ bổ sung vào chế độ ăn uống của con người một vài thành phần tự nhiên khiến hơi hướm phát ra dễ chịu hơn. Vì vậy nên thuốc không có hại chi cho sức khỏe của người dùng. Thuốc đã được bào chế và tung ra thị trường được mang tên *Fart Pill*. Dược phòng sản xuất đã giới thiệu trên *website* của họ như sau: "Viên nhộng là kết quả của quá trình nghiên cứu, thử nghiệm kéo dài và được bán kể từ năm 2007. Các biến thể về mùi thơm trong sản phẩm của chúng tôi cũng tạo thêm sự dễ chịu trong mọi hoàn cảnh". Công ty cũng cho biết khách hàng rất thích những mùi thơm do viên nhộng tạo ra. Công ty cũng đã tạo thêm nhiều mùi khác nhau như mùi gừng hay mùi hoa huệ. Điều khá đặc biệt là khách hàng chọn mùi theo mùa. Mùa Giáng Sinh mùi *chocolate* được ưa chuộng, mùa hè là mùi hoa huệ.

Thú thật là tôi cũng ngẩn ngơ khi biết có thứ thuốc dễ chịu như *Fart Pill*. Thiệt là chậm tiến. Thuốc đã bán ra thị trường từ 2007, tính đến nay đã hơn 15 năm, mà mình vẫn ngu ngơ. Tức khí, tôi lên mạng và kiếm được *website Lutin Malin* của loại thuốc này. Thuốc bán theo chai 60 viên, giá

Ông Christian Poincheval, cha đẻ của viên nhộng Fart Pill (Hình: Ladbible)

19,90 Euro, tiền gửi miễn phí. Bạn và tôi, chúng ta còn chần chờ chi nữa mà không móc hầu bao. Để thế giới này thêm thơm tho. Nuốt một viên, chuyện xì hơi sẽ là chuyện nhỏ miễn là chúng ta biết vặn nhỏ âm thanh cho khỏi phiền hàng xóm!

07/2023

PHỤ LỤC

PHAN XUÂN SINH, NGƯỜI CỦA MỌI NGƯỜI

Năm đầu thiên niên kỷ 2000, làng văn hải ngoại có một cuộc quần hùng tụ họp rất đông đảo. Nay thiên niên kỷ đã già 24 tuổi mà cuộc tụ hội này vẫn chưa bị phá kỷ lục. Tôi nghĩ với sự thưa thớt mỗi ngày của giới viết lách, sẽ chẳng bao giờ có một cuộc gặp gỡ kỳ thú như vậy. Ngày đó, từ bốn phương tám hướng chúng tôi kẻ lái xe hơi, kẻ cưỡi máy bay nhằm đích đến: Boston. Một số anh chị em chẳng cần cưỡi chi, họ ở ngay tại chỗ. Trần Doãn Nho, Lâm Chương, Nguyễn Trọng Khôi, Trần Trung Đạo, Dư Mỹ, Lương Thư Trung. Từ mọi miền đất nước Hoa Kỳ túa tới có Hoàng Lộc, Đức Phổ, Phạm Nhã Dự, Ngô Minh Hằng, Lê Mai Lĩnh, Trần Hoài Thư, Quan Dương, Hoàng Thị Bích Ti, Nguyễn Xuân Hoàng. Từ Montreal, Canada, chúng tôi gồm Luân Hoán, Hoàng Xuân Sơn, Nguyễn Vy Khanh, Hồ Đình Nghiêm, Lê Quỳnh Mai, Khải Minh và Song Thao tới bằng nhiều xe, mạnh ai nấy đi, chẳng hàng lối chi. Tôi đã cố điểm lại tất cả những khuôn mặt bên nhau ngày đó nhưng biết chắc cái trí nhớ đã lộn xộn của tôi không cách chi nhớ hết nổi.

Chuyện chi mà náo động thế giới vậy? Anh Phan Xuân Sinh ra mắt tập thơ "Đứng Dưới Trời Đổ Nát". Tập thơ thứ hai nhưng coi như tập thơ đầu. Trước đó, vào năm 1996, anh đã cùng đứng chung với Dư Mỹ trong tập "Chén Rượu Mời Người". Anh Phan Xuân Sinh chăm sóc cho tập thơ đầu trong cung cách mà chúng tôi không ai theo nổi. Anh cặm cụi ngồi khâu, làm bìa cứng cho từng cuốn. Nhìn những chồng sách chỉnh chu cao nghệu nằm trên bàn, chúng tôi lắc đầu lè lưỡi. Ngày đó cái tên Phan Xuân Sinh còn có phần xa lạ trong văn giới nhưng nhờ đâu anh lại tổ chức được một cuộc ra mắt sách dữ dội như vậy? Tôi nghĩ là nhờ cái tình của anh với sách vở và với anh em viết lách. Có lẽ đây là dịp nhiều người gặp anh Phan Xuân Sinh lần đầu. Tôi cũng vậy. Chạm trán anh, tôi cảm thấy ngay cái thân tình trong dáng vẻ xuề xòa của anh. Khi đó anh là người đang rất thành công trên thương trường. Tôi chỉ loáng thoáng nghe anh có tiệm này tiệm kia, tiệm nào cũng đông khách, nhất là tiệm rượu. Rượu bữa đó tràn đầy như tấm lòng của anh với anh em. Chuyện anh mới tới định cư tại Boston được vừa đúng chục năm theo diện HO mà thành công như vậy, chẳng ai nói ra. Bữa đó, chỉ có chuyện chữ nghĩa. Và nghĩa tình. Từng đó con người mà không ai phải ở khách sạn. Ngôi nhà rộng rãi của anh chị Phan Xuân Sinh – Thiên Nga và nhà của các văn hữu trong vùng đã là nhà của mọi người.

Cái tình của anh chị Phan Xuân Sinh với anh em văn giới thiệt hiếm có. Nhà thơ Quan Dương kể lại: *"Lúc tôi mới qua Mỹ ở nhà thuê . Bà xã tôi thấy tiền thuê nhà mỗi tháng ngang với tiền mua nhà nhưng có sự khác biệt đó là trả tiền mua nhà sau khi trả hết thì là nhà của mình. Còn trả tiền thuê nhà thì trả hoài trả hủy thì vẫn là nhà của người ta. Thế là có ý định mua nhà. Muốn mua nhà thì phải có tiền đặt cọc ít nhất là 5% trị giá căn nhà trước khi vay ngân hàng. Hai vợ chồng tôi mới qua đi làm công cho hãng xưởng làm gì có tiền đặt cọc. Thế là tôi đem chuyện này lên quán Cây Me để hỏi. Hỏi là hỏi vậy thôi chứ không hy vọng gì. Vậy mà chưa*

Nhà thơ Phan Xuân Sinh và Song Thao (Boston, 2000)

đầy 24 tiếng đồng hồ sau, ông bưu điện đem khẩn cấp đến nhà tôi tấm check của anh Phan Xuân Sinh ký cho mượn khi nào có tiền thì trả, bao lâu cũng được . Tấm check anh gửi overnight . Nhờ sự giúp đỡ sốt sắng này mà vợ chồng tôi mới có tiền đặt cọc mua căn nhà này để ở tới bây giờ . Điều đáng quí trọng đó là chỉ quen biết nhau qua chiếc cầu thơ văn thôi chưa gặp mặt vậy mà anh chị quyết định cho mượn tiền không sợ quịt nợ chỉ vì tôi là dân tị nạn chính trị mới qua Mỹ theo diện HO".

Phan Xuân Sinh tốt nghiệp trường sĩ quan Thủ Đức, đã bỏ lại một bàn chân trên chiến trường. Trong cuốn tạp bút "Bơi Trên Dòng Nước Ngược", cuốn sách chỉ có 206 trang nhưng được anh Lương Thư Trung cho là "tình người" nhất khi viết trong bài tựa: *"Mười bốn đoản văn trong tập sách này là mười bốn bức tranh trong một dòng sống mà tác giả đã từng bơi qua hơn một lần thật vô cùng sống động. Chúng tôi không nghĩ là nó sẽ hay hơn các bài thơ của ông mà chúng tôi tin là nó sẽ làm cho chúng ta hiểu tấm lòng tác giả hơn và không khỏi bồi hồi xúc động về một thân phận đầy bất hạnh giữa dòng sông đời mênh mông vô định, về một tâm hồn nghệ sĩ. Trong tập sách nhỏ này nó không có chỗ cho sự khen chê mà là một chuyên chở những chất liệu quý báu vô cùng của một khoảng đời hơn nửa thế kỷ qua mà tác giả đã từng trải".*

Anh Phan Xuân Sinh sanh ngày 2/1/1948 tại Nại Hiên Tây, Đà Nẵng, mồ côi mẹ khi mới 11 tháng tuổi. Sống với người cha dạy học gà trống nuôi con, anh chịu thiệt thòi ngay từ tấm bé. Anh có chí lập thân ngay từ lúc thiếu thời. Anh đã sống trọn với đất nước trong cuộc chiến, đã mất mát nhiều kể cả bàn chân phải nhưng vẫn sống với lòng nhân hậu, với cái tâm của một người hiền. Anh viết trong "Lời Mở Đầu" cuốn "Bơi Trên Dòng Nước Ngược" về cuộc chiến mang lại nhiều mất mát của anh: *"Những chuyện đúng sai, công tội, để lịch sử phán xét, và tùy ở quan niệm cá nhân. Trong tư cách của chứng nhân, tôi viết trong trạng thái bình thường, không hằn học, hận thù. Dù trước đây tôi là một người lính của miền Nam, mất một phần thân thể trong cuộc chiến đó. Cái nhìn của tôi có thể sai lệch vì định kiến, nhưng chung quy, tôi viết về cuộc chiến mà tôi trực tiếp tham dự bằng trung thực của trái tim mình. Tôi tránh viết về chiến tranh vì mỗi lần đụng tới nó, vết thương cũ của tôi lại đau nhức nhưng rồi cũng không tránh được".*

Từ Boston, anh rời nhà qua Houston khi nào, tôi không

Từ trái: nhà thơ Phạm Nhã Dự, nhà thơ Nguyễn Xuân Thiệp, nhà thơ Phan Xuân Sinh, nhà văn Lâm Chương, nhà thơ Triều Hoa Đại, nhà văn Lương Thư Trung, nhà văn Thu Thuyền, nhà thơ Hoàng Xuân Sơn, vợ chồng Song Thao, họa sĩ Chung Thanh Thủy.(Boston 8/2004)

rõ. Tôi thường lui tới thành phố này và mỗi lần tới thế nào cũng gặp anh và anh Lương Thư Trung. Hai anh như hình với bóng. Vẫn với cái dáng lè phè, quần áo xộc xệch và giọng nói thân tình như ngày ở Boston. Không biết có phải anh như một cục nam châm thu hút anh em không mà các anh Lương Thư Trung, Trần Doãn Nho, Nguyễn Trọng Khôi cũng đều từ miền Đông qua miền Tây với anh. Trong những cuộc trò chuyện, anh cho biết anh dời chỗ ở vì công việc làm ăn. Đây là cú chót anh thách đố với số phận. Anh bán tất cả các cơ sở thương mại tại Boston, ôm bạc triệu qua Houston mua nguyên một khu thương mại gồm nhiều cửa hàng. Phần lớn anh cho thuê, chỉ giữ lại một căn làm tiệm rượu và một cây xăng. Nếu thắng, anh sẽ rũ tay khi kiếm được một mớ tiền đủ để gia đình sống suốt đời để sống trọn vẹn với chữ nghĩa. Vận may không mỉm cười với anh. Chưa khai thác cơ sở mới được bao lâu, Walmart mở cửa hàng ngay trước mặt, khu thương mại của anh mau chóng sập tiệm.

Với nhà thơ Phan Xuân Sinh (Houston 08/2011)

Những lần tôi tới Houston sau đó, anh cho biết đang từ từ làm lại gần như từ đầu. Cái mất mát không nhỏ này hình như không làm khó được tính kiên nhẫn của anh. Có có không không, anh có vẻ coi như pha. Anh đã nhiều lần ngã và nhiều lần đứng dậy. Cú ngã nặng nhất là khi đất nước tan tành, tên lính thua trận ngu ngơ sống trong chế độ mới.

Anh bị đẩy ra bán chợ trời. Chỉ được ít tháng, phần vì hết

vốn, phần vì bị công an đuổi, anh giã từ vỉa hè. Anh sống lây lất những ngày khi đói khi no tới khi ông bố từ Đà Nẵng vào cho 3 lượng vàng để làm ăn. Đây là số tiền ông dành dụm được sau suốt một đời dạy học. Anh góp ba cây vàng quý hóa này với 3 người bạn để sản xuất bột giặt. Anh chỉ biết sơ qua cách chế biến bột giặt nhưng tới đường cùng nên bốc phét biết làm cho bạn yên tâm. Sau nhiều ngày thí nghiệm, từ thất bại này tới thất bại khác, nhờ trời anh thành công. Khi đó hàng tiêu dùng khan hiếm, bột giặt được giá, giá thành một bán ra lời mười nên anh phất lên nhanh chóng. Chỉ sau 4 tháng hoạt động, nguồn vốn từ vài cây vàng phồng lên thành 400 cây. Khoái chí mấy chàng độc thân bốc như rượu. Trong khi cả nước đi xe đạp, mỗi chàng mua một chiếc xe hơi vi vu với đời. Vui chơi nhưng vẫn không quên bạn bè. Các bạn văn trong đó có nhà thơ Tường Linh và nhà văn Vũ Hạnh được anh lòn cửa sau mỗi ngày tuồn cho mỗi người 50 kí mang đi bán chợ đen. Sáng lấy hàng đi bán, chiều về trả tiền. Ngày nào bị công an hốt sạch thì xí xóa, lấy hàng khác đi bỏ mối. Khi nhà nước đổi tiền, cơ sở làm ăn mất hết vốn vì mỗi người chỉ được đổi có 200 đồng. Sau đó là đợt đánh tư sản mại bản, cơ sở sản xuất bột giặt bị kiểm kê. Trong hồi ký, anh viết về cú sập tiệm này: "*Tất cả cái gì có trong cơ sở đều bị vơ vét, tụi tôi bước ra mình không với vài bộ áo quần cũ và chuẩn bị đi vùng kinh tế mới. Từ những người có nhà lầu, xe hơi, tiền bạc vào ra như nước, sau một đêm trở thành những kẻ bần cùng, thân tàn ma dại. Những người thân, bạn bè cũ một phần sợ liên lụy, một phần sợ nhờ vả, không ai dám gặp tụi tôi. Đứng ngoài đường nhìn đoàn xe chở đồ đạc của mình đi nơi khác, anh em ôm nhau rơi nước mắt".* Anh cùng bạn bè quay ra làm bột trẻ em Đông Phương. Tổ hợp làm ăn khá khẩm. Không những cho trẻ em ăn, bột còn được các bà vợ mua mỗi lần đi thăm nuôi các ông cải tạo. Sau đó là các cơ sở làm lương khô cho bộ đội và kem đánh răng Mimosa. Những lần gục ngã, những lần đứng dậy, anh Sinh chẳng bao giờ chịu thua hoàn cảnh. Cho tới khi gia đình anh được qua Mỹ theo diện HO.

Phan Xuân Sinh biết làm ăn nhưng cũng biết làm thơ. Anh đi vào văn học bằng thơ trước khi viết văn. Học giả Nguyễn Hiến Lê có lần viết: "Chúng ta có thói quen đọc sách chỉ để hiểu một truyện hay một hệ thống tư tưởng, ít khi tìm hiểu tấm lòng của tác giả". Đọc văn Phan Xuân Sinh, độc giả dễ dàng nhận ra tấm lòng của anh. Nó bộc lộ rõ ràng trong mỗi bài viết, dù là một bài văn xuôi hay một bài thơ. Thơ "cụt chân" mà không thấy oán than, trách móc. Trái lại chỉ cầu mong hòa bình cho đất nước khỏi tanh bành.

ở chiến trường như đứa ngu ngơ
nên đạn tìm ta một lần đốn ngã
máu không về tim nên xối xả
xui xẻo một lần thành đứa cụt chân
khi tỉnh giấc hồn dạ bần thần
ta vĩnh viễn làm tên vô dụng
ngó xuống bàn chân xưa đã mất
ta điếng người, tàn cả một đời trai
vẫn còn nghe tiếng đạn réo bên tai
cứ mỗi đêm lên cơn kinh động
người đuổi giết người như say máu

tỉnh giấc ngó quanh vã mồ hôi
chiến trường sao cứ mãi sục sôi
cứ mãi xé tanh bành đất nước
hòa bình, hòa bình sao chưa thức?
nối lại giùm ta, dịu bớt cơn đau

Lỗ một phần thân thể vì đạn của phía bên kia nhưng khi ngồi nhậu với nhau, hai "anh hùng" của hai phía vẫn muốn "để không phải còn nhìn nhau hận thù ngun ngút".

Hãy rót cho ta thêm cốc nữa đi
Ngồi với bạn hôm nay làm ta hứng chí
Chuyện ngày mai có chi đáng kể
Dẹp nó đi cho khỏi bận tâm.

Thằng lính nào không rét lúc ra quân
Khi xung trận mà không té đái
Ta cũng có người yêu nhỏ dại
Mỏi mắt trông chờ song cửa quê nhà
....
Người yêu của bạn ở ngoài phương Bắc
Giờ này đang hối hả tránh bom
Hay thẫn thờ dõi mắt vào Nam
Để chờ người yêu mình trở thành liệt sĩ

....
Uống với bạn hôm nay ta phải thật say
Để không phải còn nhìn nhau hận thù ngun ngút.

Thơ Phan Xuân Sinh không có những mộng mơ vì đời không cho anh có thời giờ mộng mơ. Anh rất thực tế nên thơ của anh rất đời, rất hào sảng.

Con người không bao giờ mỏi mệt với cuộc sống, không bao giờ cà khịa với cuộc đời, lúc nào cũng đầy đặn với mọi người đã bị một cơn trụy tim hất ra khỏi cuộc đời vào ngày 28/2/2024. Tôi nghĩ anh rất ngơ ngác vì cú hất này. Chia tay với anh trong ngỡ ngàng, tôi mượn câu thơ nho nhỏ của anh bạn Hoàng Xuân Sơn trong bài "Sinh Khấp".

Bơi đi
Bơi đi
Bơi đi
Nước ngược rồi cũng tới thì
Xuôi tay

28/2/2024

ĐỌC "ĂN MÀ KHÔNG CHƠI" CỦA ĐỖ DUY NGỌC

Nhà văn Đỗ Duy Ngọc ra đời tại Quảng Bình, di cư năm 1954, học hành tại Đà Nẵng, trưởng thành tại Sài Gòn. Tôi ra đời tại Hà Nội, di cư năm 1954, sống tại Sài Gòn. Chúng tôi có những điểm chung trừ sanh quán. Vậy mà sao ông lại có những hồi ức về ăn uống thời trẻ giống tôi. Chẳng hạn như ông tàu bán đậu phụng rang húng lìu. *"Đó là một ông người Hoa khoảng năm sáu chục tuổi, người hom hem, mặc bộ đồ "xá xẩu" đen, có khi màu xám cũ kỹ. Áo có hai vạt như áo cánh, tay lửng, nút áo bằng vải, cài ở giữa, ông mặc cái "quần tiều" dài quá đầu gối một chút, ống rộng. Ông đội cái*

nón rộng vành đan bằng tre, đỉnh nón nhọn, nhìn như các hiệp khách giang hồ trong phim kiếm hiệp Hồng Kông. Ông mang trước ngực một thùng thiếc vuông, có lẽ là thùng bánh biscuit Lu, một loại bánh tây nổi tiếng thời ấy. Trong thùng đựng đậu phộng rang. Khi có khách ông lấy ra một gói giấy cuốn nhọn đầu bé tí, bỏ vào khoảng hai chục hạt đậu rang. Ít thế nên lúc nào ăn cũng còn thèm... Đậu rang của ông thơm húng líu, mùi từa tựa như ngũ vị hương... Đậu phụng rang húng lìu của ông này ngon lắm, thơm, bùi,béo giòn ăn mãi không ngán. Nó có một mùi thơm rất đặc biệt. Nó cũng là món ăn vặt của tuổi thơ tui". Nếu ông Đỗ Duy Ngọc rộng lượng mang ông già tầu này từ Đà Nẵng ra Hà Nội, đặt vào tháp Hòa Phong bên hồ Hoàn Kiếm Hà Nội thì đúng là ông tầu bán phát xa húng lìu thời thơ ấu của tôi. Trên đường tới trường Dũng Lạc, hầu như ngày nào tôi cũng phải ghé tới tháp Hòa Phong nộp tiền cho ông già có bộ răng lúc nào cũng nhe ra như cười. Sao cái bốc tay của ông đều tới như vậy. Thọc sâu vào hộp lạc rang một cách mạnh bạo nhưng móc ra chỉ chục hột cho vào cái tổ sâu kèn bằng giấy.

Những ngày Hà Nội đó, chuyện ăn uống của chúng tôi quanh bờ hồ hay trước cửa trường Dũng Lạc ngày đó vẫn bám lấy ký ức của tôi. Món bánh mì của mấy đứa trẻ ôm bao bố chứa những chiếc bánh mì nho nhỏ bán dạo quanh hồ Hoàn Kiếm, phía trước cửa báo Cải Tạo, ngon hết biết. Chú nhỏ rọc bánh theo chiều dọc, nhét vào miếng ba-tê mỏng dính, rắc muối tiêu, vậy là xong. Chỉ có vậy sao ngon ơi là ngon. Bánh mì giò chả của anh chàng Lý bán trước cửa trường còn ngon ác ôn hơn. Nhưng dễ chi gặm được ổ bánh mì của chàng Lý được chúng tôi gọi thân mật là Lý Toét dù mắt anh không toét! Phải chi ra số tiền gấp bội bánh mì bờ hồ. Ông Đỗ Duy Ngọc cũng nhắc tới "thần tượng" của chúng tôi ngày đó. Nhưng ông chỉ biết ông Lý Toét khi ông đã di cư vào Sài Gòn, trở thành cụ Lý Toét. Từ Hà Nội vào Sài Gòn, bánh mì Lý Toét vẫn là bánh mì Hà Nội. *"Bánh mì cụ Lý ngon mà giá bình dân. Chả đủ loại: chả lụa, chả chiên, giò thủ, chả mỡ. Chả nóng hổi, phảng phất mùi hương của thì là. Chả của cụ Lý không cắt lát như những xe bánh mì khác mà cụ cắt từng miếng lớn, lộn xộn để lung tung trên mẹt lót lá chuối xanh rờn. Từ lúc dừng xe dựa vào hàng rào, cụ cắt không ngơi tay, khách hỏi chuyện, cụ lại nhón miếng chả đưa khách ăn chơi. Xé ổ bánh mì, hồi trước bánh mì nướng củi, vỏ bánh vàng, ruột bánh trắng phau chứ không như bánh mì bây giờ, cụ nhét đại mấy miếng chả vào, bốc một nắm hành tây, rắc chút muối tiêu, xì dầu hay nước mắm theo yêu cầu của khách, thế là xong một ổ bánh, không ba-tê, chẳng dưa chua, hành ngò chi cả. Khách chen nhau, lần lượt. Cầm ổ bánh mì nóng, chả tràn trề, cắn một miếng, ngon nhức xương".*

Di cư vào Sài Gòn năm 16 tuổi, thế hệ của tôi dễ hòa nhập vào Sài Gòn. Nếu tuổi thơ của tôi là Hà Nội thì tuổi thanh niên là Sài Gòn. Cả hai nơi đều là những tháng ngày hạnh phúc mà chuyện ăn uống góp một phần lớn vào hạnh phúc đó. Cụ Lý Toét là cái gạch nối giữa hai thành phố, nhưng phá lấu, nước mía thì đặc sệt Sài Gòn. Hơn hai chục năm sống ở Sài Gòn, đi học rồi đi làm, cu ky một mình rồi bồ bịch, thú "ăn mà không chơi" vẫn dính lấy những người Hà

Nội chuyển sang Sài Gòn thời đó. Ông Đỗ Duy Ngọc "ăn mà không chơi". Chữ "chơi" của ông được giải thích như sau: *"Đặt tên sách "Ăn Mà Không Chơi" vì tôi chỉ rành ăn mà không biết gì các món chơi bời của Sài Gòn"*.

Khi mới tới nhà ông Luân Hoán nhận cuốn sách, đọc cái tựa, tôi lại nghĩ khác. Người ta thường nói "ăn chơi ngon hơn ăn thiệt" để diễn tả cái "chơi" ăn đứt cái "thiệt". Những ngày những năm Sài Gòn, ăn chơi không thể nào bỏ qua món phá lấu, bò khô, nước mía tại góc đường Lê Lợi – Pasteur. Thỉnh thoảng, nhớ Sài Gòn, tôi vẫn vào YouTube coi các *clip* quay cảnh phố phường Sài Gòn. Khi ống kính quay tới cái ngã tư "ăn chơi" này, tôi không thể nén tiếng thở dài. Tòa nhà có hai chữ "Viễn Đông" nghễu nghện nay đã không còn dấu vết. Đó là thiên đàng ăn chơi, hiểu theo nghĩa ăn chơi ăn thiệt, của chúng tôi ngày đó. Chúng tôi đây nhất định không thể thiếu ông sành ăn Đỗ Duy Ngọc.

Tôi phải thú nhận chết mê chết mệt với món bò khô, còn gọi là gỏi khô bò. Từ những ngày Dũng Lạc. Hồi đó ít có ngày tôi không mải mê với tiếng kéo lách cách rao hàng của ông bán bò khô trước cửa trường. Chỉ là những lát đu đủ, chút rau thơm, khô bò, thêm xì dầu, giấm, tỏi, ít tương ớt mà sao ngon lạ ngon lùng. Nhìn hai tay ông điệu nghệ hai chai, một trắng chứa giấm tỏi, một nâu sậm xì dầu, rắc đều xuống đĩa gỏi, đã thấy ngon. Cái ngon đó tôi bắt gặp lại tại Sài Gòn. Ông Đỗ Duy Ngọc cũng rứa. Cho tới nay tôi đã từng nếm thử gỏi khô bò tại nhiều tiệm ở Montreal này mà chưa bắt được cái vị của bò khô Pasteur. Ông Đỗ nhem thèm: *"Chủ chiếc xe bò khô là một ông Bắc kỳ tuổi trung niên, chuyên mặc bộ đồ đen, đôi khi hiếm hoi cũng mặc chiếc áo nâu. Chiếc xe đẩy của ông chứa trọn bộ đồ nghề. Ở giữa là những chiếc đĩa nhôm, một bên đựng bò khô, bên kia chứa đu đủ bào. Phần còn lại để mấy chai nước tương, ớt, giấm. Khô bò của ông ngon vô phương. Vừa bùi lại vừa giòn, ngòn ngọt, cay cay. Miếng bò khô thơm phức, dày, hơi đen cháy cạnh chứ không đỏ như khô bò của người Hoa. Khô của ông được chế biến từ lá lách bò, thịt ở má bò vì má bò có gân nên vừa mềm vừa dai, nhai sướng miệng lắm. Hồi đó xe gỏi của ông nổi tiếng Sài Gòn không chỉ khô bò ngon đặc biệt mà nước chan giấm ớt, nước tương cũng ngon hết biết. Ăn một đĩa chưa đã thèm, ăn thêm đĩa nữa lại muốn ăn thêm. Miệng đã thấy cay, má đã hơi bừng bừng, mồ hôi rịn trên mắt, đã gì đâu".*

Xe nước mía Viễn Đông kế bên là thứ nước làm dịu đi cái cay cay xoắn xuýt miệng lưỡi. Ly nước mía vừa ép ra, tươi mát, ngọt thanh, bọt trắng bám quanh thành ly, uống tới đâu ruột gan nở ra tới đó.

Linh hồn của khu ăn chơi này là những mẹt phá lấu. "*Trên khay để đầy phá lấu nhiều màu, toàn những màu sẫm là lòng heo, dồi trường, tim, lưỡi, lá sách, bao tử, gan, ruột non, phèo, phổi. Nói chung là toàn bộ đồ lòng của con heo lại thêm lòng gà đầy đủ gan, tim, ruột lòng thòng xoắn xoắn. Miếng phá lấu được cắt nhỏ lủm một miếng chưa đầy miệng, cắm một cây tăm. Trên khay còn có tương đen, tương đỏ. Khách lái xe xuôi đường Pasteur, thắng xe ghé lại, thích gì ăn nấy, cây tăm khi đã bỏ miếng phá lấu vào miệng thì chú Ba Tàu lại ghim một cây tăm khác vào cổ tay của ông, có sợi cao su buộc ngang. Khách ăn xong chú Ba căn cứ vào số tăm trên tay mà tính tiền. Miếng phá lấu ở đấy bây giờ nhớ lại thấy ngon lạ lùng. Miếng lá sách có gai như miếng khăn lông nhai sần sật, miếng ruột non, ruột già beo béo, miếng gan bùi bùi, miếng lưỡi, miếng phèo hơi dai càng nhai càng ngọt mùi... Gần nửa thế kỷ rồi, nhắc lại món phá lấu ở địa chỉ ấy bỗng dưng trên đầu lưỡi phảng phất cái mùi ngũ vị hương, cái mùi húng lìu, nước tương hòa lẫn vị béo, dai, bùi của phá lấu năm xưa. Nhắc để gặm nhấm kỷ niệm của một thời chở cô bạn gái ghé vào đây, hoặc đi với mấy thằng bạn, chấm chấm, nhai nhai sao đời nghèo mà vui thế".* Bao nhiêu năm ở Sài Gòn là bấy nhiêu năm tôi la cà nơi chốn "thiên đàng" này. Từ những ngày học sinh dắt chiếc xe đạp, tới những ngày trưởng thành đi làm, lên đời xe máy rồi xe *vespa*. Từ những lao xao bạn bè tới những hân hoan người tình, những ngày tháng chẳng bao giờ quên được.

Ông Đỗ Duy Ngọc chơi ác. Vết nhớ chưa liền da đã bị ông vực dậy làm thêm phần ray rứt. Thành phố đó đã chở chuyên những tháng ngày ngọt lịm của thế hệ tôi, thư sinh rồi râu tóc vào đời. Trách ông nhưng cũng ơn ông đã cho tôi một lần sống lại quá khứ ngọt ngào của lớp tuổi đẹp nhất trong đời.

Trong 350 trang sách gồm 85 bài viết, tác giả đã bàn tới nhiều món ăn chơi cũng như ăn thiệt. Thiệt là một tay hảo ăn. Tôi vốn khoái nước mắm và các thứ mắm, từ mắm tôm mắm tép tới mắm ruốc mắm rươi nên không thể không đu đưa về những bài ông viết về nước mắm và mắm. Có tới bốn bài lận. Nước mắm là thứ được chế biến từ cá và muối. Đó là thứ nước mắm truyền thống. Ngày nay người ta giết chết nước mắm khi thứ nước mắm bán trên thị trường phần lớn là nước mắm công nghiệp pha bằng hóa chất. Ông gọi đó là thứ nước mắm giả của những kẻ thiếu lương tâm. Tôi cũng đã nhiều lần viết về chuyện giả thật của nước mắm, điều mà ngay các bà nội trợ nhiều bà vẫn không phân biệt được. Ông Đỗ coi bộ phẫn nộ hơn tôi. *"Trước 1975, ở miền Nam, luật pháp khá rõ ràng, kỷ cương còn được tôn trọng. kẻ phạm pháp sẽ bị trừng trị đích đáng, do đó việc làm giả nước mắm khó hoạt động và không phổ biến. Giờ đây, chính những kẻ cầm cân nảy mực, thi hành luật pháp lại tiếp tay mở đường cho nước mắm giả với cái tên mỹ miều là "nước mắm công nghiệp" và họ tìm mọi cách để những thứ giả này xuất hiện trên bàn ăn của những gia đình người Việt. Loại này không thể gọi là nước mắm bởi nó không làm ra từ cá và muối mà từ những hương liệu và hóa chất. Gọi tên cho đúng thì đó là "nước chấm công nghiệp". Một chai gọi là nước mắm đó cõng trên nó 17 lọai hóa chất, thế thì sao gọi là nước mắm được".*

Tôi mê phở, chuyện thường. Dân Hà Nội mà không mê phở mới là chuyện đáng nói. Nhưng dân Quảng Bình, sống tại Đà Nẵng và Sài Gòn như ông Đỗ Duy Ngọc mê phở như mê người tình mới là chuyện lạ. Ông viết về Phở Hoàng, Phở Minh, Phở "Cậu Hai Sài Gòn", Phở Kỳ Đồng, Phở Lý Quốc Sư, Phở gà Hà Nội, Phở Cao Thắng nhưng tâm ông dành trọn cho Phở Dậu. Chà! Phở Dậu! Tôi với ông ý hợp tâm đầu dữ.

Nhà văn Đỗ Duy Ngọc đã trên năm chục năm liên tục say đắm phở Dậu, trừ ít năm qua Pháp. Tôi cũng là *fan* cứng chỉ ít lâu sau khi phở Dậu ra lò vào năm 1958 cho tới khi tôi đi Canada vào năm 1985. Bà Dậu là người tiên phong mở quán nhưng sau đó nhường tiệm lại cho bà Uy. Tiệm ngày đó xộc xệch, bàn ghế vá ráp, không tên tuổi chi. Gọi phở Dậu là thực khách truyền miệng nhau thôi. Còn tiệm không bảng hiệu chi cả. Gọi là tiệm cũng là khiên cưỡng. Nó như một quán nhỏ thân tình, thực khách hầu như đều biết nhau. Bà Uy thì biết từng sở thích của khách. Ông Đỗ nhớ lại: *"Hồi đó chỉ là một quán phở nhỏ lợp tôn, trên có chừa một khoảng trống lớn, nắng dọi vào làm thành một vệt ánh sáng mà mấy cha nhiếp ảnh rất mê. Luồng sáng dọi xuống trên người hai bà cụ với làn khói xanh từ bếp củi bay lên rất là nhiếp ảnh. Người bán là hai bà cụ già, nên tôi gọi là phở bà cụ. Ngày trước dân văn nghệ thường ăn sáng tại đây. Tui thường gặp họa sĩ Đinh Cường, Trịnh Cung, Đỗ Quang Em, nhạc sĩ Trịnh Công Sơn".*

Phở Dậu ngày cũ là phở nhà, nơi ai cũng biết nhau. Sau 1975, muốn biết tin tức bạn bè, ai dzọt được, ai đi tù chưa về, ai vượt biên bị tóm, cứ tới phở Dậu khắc biết. Trong một bài viết về phở Dậu, tôi đã ghi: "*Sau 1975, phở Dậu là ngã ba hẹn hò của giới ăn phở Dậu trước đó, khi thành phố chưa đổi tên. Ngày đó, bạn bè chúng tôi tan tác sau cơn bão dữ, ai còn, ai đi thoát, ai chưa "cải tạo" về, cứ tới phở Dậu là biết hết. Gọi là "ngã ba hẹn hò" cho thêm phần tình cảm chứ thật ra chúng tôi chẳng ai hẹn ai. Cứ thuận chân tới. Tới sẽ gặp. Gặp rồi đấu láo chửi thề. Thường chúng tôi mắng mỏ nhau sao chậm lụt thế. Trông thấy cái mặt nào còn trình diện là thêm một ngao ngán. Chuyện đi đứng có lẽ là chuyện rổn rảng nhất. Tôi có giấy bảo lãnh đi Canada. Bà Uy mà ai cũng mặc nhiên tưởng bà tên Dậu, cũng cùng một trường hợp. Bà và tôi có thêm thân tình của người đồng hội đồng thuyền. Bà ôm riết tiệm chẳng có thời giờ. Tôi rảnh chân chạy chỗ này chỗ kia nên có một số tin tức. Mỗi lần tôi tới, bà ngước mắt hỏi. Chúng tôi lại to nhỏ. Có lần bà xếp tôi ngồi vào góc chiếc bàn trong bếp, bên cạnh những hành ngò, nằm bẹp giữa những thùng bánh phở, những chậu xương còn máu me đỏ lòm. Chẳng phải để bàn chuyện bí mật quốc gia chi mà chỉ vì tiệm hết chỗ".*

Viết tới đây tôi thấy mình vô duyên hết cỡ. Tôi đã lợi dụng cuốn "Ăn Mà Không Chơi" của nhà văn Đỗ Duy Ngọc để mang chuyện ăn uống của tôi hồi nhỏ ra chèn ép cuốn sách. Sách không chỉ bàn tới phát xa húng lìu, bánh mì Lý Toét, bò khô, phá lấu và nước mía Viễn Đông, nước mắm và mắm, hay phở Dậu. Trong 85 bài viết, tác giả đã dành nhiều trang cho các món khác. Món cá chuồn, các món xứ Quảng, bún suông, mì Cao Vân, món Huế, cháo huyết, cháo lòng, rươi, con bù tọt, xe mì, khoai lang khô ngào đường, bún cá ngừ, cá kình, cá đối cồi, cá ồ, cá hố kho dưa cải, cá he, hủ tiếu sa tế nai, lòng heo xào nghệ, bún bò Huế, canh mít non, bún ốc, hủ tiếu Thanh Xuân, bánh canh, chả cá, mắt cá ngừ đại dương hầm thuốc bắc, thịt vịt, món xà bần, bún vịt, canh cá giếc nấu rau răm, hột vịt lộn, cá chép cá trắm kho. Đủ thập bát ban đớp hít.

Nhà văn Đỗ Duy Ngọc hiện sống tại Sài Gòn, đánh bạn với hai ông Tiến Chỉnh và Đỗ Trung Quân. Ông Tiến Chỉnh trước đây là tay *guitar bass* trong ban nhạc trẻ nổi tiếng

Spotlight hát hò cùng với các ông Đức Huy, Billy Shane. Sau chán cây đàn ông gia nhập không quân lái máy bay chiến đấu Skyraider bắn đì đoàng. Ông này cũng là đệ tử ruột của phở Dậu, luôn rủ tôi về tới Dậu ăn cho thỏa chí tang bồng. Ông Đỗ Trung Quân, chắc cũng có máu Bắc kỳ vì ông là dân Ngã Ba Ông Tạ, lại chống phở Dậu mà phò mì Quảng. Xin mách với ông là trong cuốn sách này ông Đỗ Duy Ngọc có tới hai bài viết về mì Quảng. Thấy chưa, ông Đỗ chơi với bạn rất chí tình, cỡ nào ông cũng chiều được!

Đọc xong cuốn "Ăn Mà Không Chơi" tôi khoái ông Đỗ Duy Ngọc hơn. Chúc ông răng cứng lưỡi mềm để tiếp tục nếm các món ngon vật lạ, độc giả của ông, trong đó có tôi, sẽ lại được ăn hàm thụ. Ăn giả mà ngon như ăn thiệt!

01/2024

ĐỌC "TUYỂN TẬP THƠ ĐỨC PHỔ"

Tôi vừa nhận được cuốn "Tuyển Tập Thơ – Đức Phổ" do nhà văn Hồ Đình Nghiêm trao lại. Nhà văn họ Hồ đã giữ giùm sách do nhà thơ Hoàng Xuân Sơn nhờ đưa giùm trước đó. Trước đó nữa, nhà thơ họ Hoàng đã nhận sách từ bưu điện do nhà thơ Đức Phổ gửi từ Atlanta, Hoa Kỳ. Cuốn thơ có bìa cứng, không nhẹ , chạy lòng vòng như vậy là vì cô Vi. Cô này nhỏ xíu, không biết có miệng hay không, nên dễ bị đổ tội. Nếu không có cô bé chanh chua này thì cuốn thơ in rất đẹp, trang nhã này đã không phải vất vả chạy kiểu đèn cù như vậy. Anh em ới nhau đi cà phê hay đi nhà hàng, sách trao đi trao lại là xong.

Đứa con mới nhất của nhà thơ Đức Phổ cũng đôn đáo y như giao tình giữa tôi và nhà thơ. Tôi gặp Đức Phổ hai lần, đều trên đất…lạ. Vào năm 2000 và 2004 tại Boston. Anh từ Atlanta bay qua, tôi từ Montreal lái xe tới. Boston ngày đó quy tụ khá nhiều quần hùng: Lâm Chương, Trần Doãn Nho, Phan Xuân Sinh, Trần Trung Đạo, Lương Thư Trung, Chân Phương, Nguyễn Trọng Khôi, Hoa Văn, Dư Mỹ. Thỉnh thoảng Boston lại ới anh em bốn phương về chung vui với những buổi ra mắt sách rất đông đảo và thân tình. Năm 2000, vừa bước qua thế kỷ mới, nhà thơ Phan Xuân Sinh trình diện "Đứng Dưới Trời Đổ Nát". Khi chúng tôi đang chén chú chén anh ở vườn nhà Phan Xuân Sinh thì Đức Phổ tới. Nhìn thấy dáng đi thẳng băng của anh tiến tới chỗ tôi ngồi, tôi được anh em giới thiệu đó là nhà thơ Đức Phổ. Đó là lần gặp đầu. Nhưng Đức Phổ nhìn tôi, hỏi: "Anh có nhớ tôi không?". Tôi ngỡ ngàng. Anh mỉm cười giải tỏa thắc mắc của tôi: "Ở Trung Tâm Huấn Luyện Quang Trung, nhớ không?". Khi đó tôi mới thấy anh quen quen. Anh nhắc thêm: "Đại Đội F, Tiểu Đoàn Nguyễn Huệ!". Vậy là anh có trí nhớ hơn tôi nhiều. Cũng phải thôi vì khóa sinh Nguyễn Đức Phổ sanh năm 1948, thua tôi đúng chục niên.

Nếu có một điều phải nhớ tới Đức Phổ sau ba tháng quân trường, hai lần gặp tại Boston, chắc chắn là bộ vó chắc nịch, đi đứng chững chạc và nụ cười he hé nhưng đủ gây cảm tình với mọi người. Anh là người được bạn bè quý mến. Tập thơ mới nhất của anh, sau "Một Chỗ Về" và

"Mùa Tình, Xin Kịp Gặt", dày tới 360 trang đã được nhiều bạn bè gồm Hoàng Xuân Sơn, Trần Doãn Nho, Lương Thư Trung, Nguyễn Vy Khanh, Dương Thuấn, Luân Hoán góp bài nhận xét.

Nhà thơ Hoàng Xuân Sơn viết: *"Tình bạn của anh đối với anh em là chung nhất, trước sau không hề thay đổi, luôn luôn đối xử với bằng hữu như bát nước đầy. Tôi chưa hề thấy anh oán giận trách cứ ai, luôn luôn tươi cười với đời, với người bằng cái tâm độ lượng. Dù xa cách đã lâu chưa một lần tái ngộ, tôi vẫn luôn hướng về Đức Phổ như một tấm gương sáng trong cung cách ứng xử với bạn bè. Một người bạn lân tài, dễ mến thật vô cùng hiếm hoi trong khu rừng văn nghệ hỗn nguyên tạp nhạp"*.

Đức Phổ quý bạn bè, một lần gặp là một lần mừng. Bạn bè hình như là cuộc sống của anh.

Bây giờ gặp lại mừng ghê lắm
ngó nhau thấy gần như hôm qua.
Ta cười mặt nhăn như khỉ đột
mới hay. Thế cuộc khiến ta già!

Nhà văn Lương Thư Trung nhận xét: *"Qua những vần thơ với phong cách rất riêng của Đức Phổ, tác giả đã chia sẻ cùng người đọc những câu thơ về nỗi nhớ nhà, nhớ mẹ, nhớ quê đầy tình người, những tứ thơ vừa ý nghĩa, vừa thâm thúy, những thể thơ không mới lạ nhưng vô cùng ý nhị làm cho thơ anh không xa cuộc đời và rất gần với con người"*.

Đức Phổ xa quê nhưng vẫn đau đáu về Đà Nẵng. Anh là người sống nội tâm, câm nín trước cuộc đời, hầu như lúc nào cũng cuốn hồn về một cuộc sống khác, rất xưa cũ.

Từ trái: nhà thơ Đức Phổ, nhà văn Lâm Chương, Song Thao. (Boston 8/2004)

Ta treo ta giữa cuộc phong trần
máu trận mạc mấy đời vong phụ?
Theo chim đã bao mùa di trú
phút tương phùng lòng ta phục sinh.

Sẽ mang theo suốt cuộc hành trình
giọng nói bạn, nụ cười...Đà Nẵng.
Thân đất khách lạc loài mưa nắng
sông Thu Bồn dỗ giấc mơ quê!

Bàn kỹ hơn về thơ Đức Phổ, nhà văn Trần Doãn Nho hạ bút: *"Thơ Đức Phổ, trước hết, là một nỗ lực: nỗ lực muốn bay, bay thoát cái chật chội của những hình thức diễn đạt sáo, mòn, cũ trong thơ. Nói theo ngôn ngữ thời thượng: Cách*

Tân. Nhưng, tôi thích gọi thơ Đức Phổ là một cách tân thầm lặng. Không theo kiểu bày hàng. Không sốc nổi. Không theo kiểu hăm hở, háo hức. Không quá tân kỳ đi đến chỗ cầu kỳ, đôi khi chỉ nhằm mục đích gây "sốc". Dường như (tôi đoán) anh ước lượng vừa tầm, vừa sức mình mà bước. Và dường như, trong một vài bài, anh muốn với tay dài hơn một chút, xa hơn một chút, nhưng rồi lùi lại, chấp nhận cái vừa đủ. Đủ với người. Đủ với mình. Và đủ với thơ".

Thử đọc một đoạn thơ rất…Đức Phổ:

Bây giờ trên những con đường em đi
sẽ cỏ hoa và mây hiền buổi sớm
có thể mưa giăng hay gió chướng buổi chiều
em chớ vội kẻo nghiêng tình nón
lá yêu kiều sẽ rụng. Tội vai thon!

Nhà phê bình Nguyễn Vy Khanh nhận định: *"Thơ Đức Phổ vừa mang hồn người Việt, vừa có nét quốc tế năm châu, vừa truyền thống, vừa hiện đại. Đức Phổ luôn khát khao đem lại sự cách tân cho hình thức thơ Việt. Ông như một người thợ kim hoàn tài hoa. Ông biết kết hợp các thứ sao chỉ vừa đủ độ, cho nên đọc thơ ông rất ám ảnh và ghi dấu ấn mãi trong lòng".*

Với tôi, Đức Phổ là bạn văn thơ nhưng cũng là bạn quân trường. Sau 9 tuần cùng nhau đổ mồ hôi, nếm mùi chà láng, vượt đoạn đường chiến binh, cùng ních cơm nhà bàn có cá mối làm chuẩn, tôi quay về nhiệm sở tiếp tục công việc cũ. Đức Phổ đi xa hơn. Anh đã trở thành sĩ quan Hải quân, sống cuộc đời nay đây mai đó, sông hồ biển cả. Tôi không gần anh những ngày anh trận mạc đó. Đành chỉ chia sẻ với anh bằng cách đọc vài câu thơ anh viết về thời chinh chiến cũ:

Hãy vá giùm nhau điều loang vỡ
bao vết cài bom đạn sẽ đơm da
Có khi nhắm mắt hồn bất tử
là lúc đời thương buổi hẹn về!

09/2020
Hoàn chỉnh: 03/2024

KHI KHÁCH LÀ BẠN

tặng anh Song Thao

Luân Hoán

@

lâu lâu bạn thân ghé thăm nhà
lấy báo, luôn tiện để nhìn ta
mặt mũi tóc tai hàng ria xấu
có theo thân chủ chúng cùng già

chuyện vãn linh tinh hơn nửa giờ
bánh ngọt không ăn, hạt điều lơ
nể lòng gia chủ tu ngụm nước
lạnh tanh trắng nhách giống như thơ

bạn nhắc ngày sinh kẻ ra sau
thay lời mừng chúc nói thành câu
ta cười ngượng nghịu vui trong bụng
đôi chút buồn già chợt phai màu

tình bạn thời nay chẳng khác xưa
thân tình bộc trực không đẩy đưa
không dám trưng ai ra so sánh
nhưng giống đất trời đủ nắng mưa

CÙNG MỘT TÁC GIẢ

Bỏ Chốn Mù Sương (tập truyện, Kinh Đô, Houston, Hoa Kỳ 1993)

Đong Đưa Cuộc Tình (tập truyện, Ngày Nay, Houston, Hoa Kỳ 1996)

Còn Đó Bóng Hình (tập truyện, Văn Mới, Los Angeles, Hoa Kỳ 1997)

Chân Mang Giầy Số 6 (tập truyện, Văn Mới, Los Angeles, Hoa Kỳ 1999)

Cuối Ngày, Một Lần Ngồi Lại (tập truyện, Văn Mới, Los Angeles, Hoa Kỳ 2001)

Bên Lưng Những Con Chữ (tập truyện, Văn Mới, Gardena, Hoa Kỳ 2003)

Phiếm 1 (Văn Mới, Gardena, Hoa Kỳ 2005)
(In lần thứ hai - Nhân Ảnh, Toronto, 2006)
(In lần thứ ba - Nhân Ảnh, Toronto, 2008)

Phiếm 2 (Văn Mới, Gardena, Hoa Kỳ 2005)
(In lần thứ hai - Nhân Ảnh, Toronto, 2006)
(In lần thứ ba - Nhân Ảnh, Toronto, 2008)

Phiếm 3 (Nhân Ảnh, Toronto, Canada 2006)
(In lần thứ hai - Nhân Ảnh, Toronto, 2008)

Chốn Cũ (tập truyện, Nhân Ảnh, Toronto, Canada 2006)

Phiếm 4 (Nhân Ảnh, Toronto, Canada 2007)
(In lần thứ hai - Nhân Ảnh, Toronto, 2015)

Phiếm 5 (Nhân Ảnh, Toronto, Canada 2008)
(In lần thứ hai - Nhân Ảnh, Toronto, 2015)

Phiếm 6 (Nhân Ảnh, Toronto, Canada 2009)
(In lần thứ hai - Nhân Ảnh, Toronto, 2015)

Phiếm 7 (Nhân Ảnh, Toronto, Canada 2009)
(In lần thứ hai - Nhân Ảnh, San Jose, 2016)

To the Top of Whistler (tập truyện chuyển sang Anh ngữ, Nhân Ảnh, Toronto, Canada 2010)
(In lần thứ hai - Nhân Ảnh, San Jose, 2016)

Phiếm 8 (Nhân Ảnh, Toronto, Canada 2010)
(In lần thứ hai - Nhân Ảnh, San Jose, 2016)

Phiếm 9 (Nhân Ảnh, Toronto, Canada 2011)
(In lần thứ hai - Nhân Ảnh, San Jose, 2016)

Phiếm 10 (Nhân Ảnh, Toronto, Canada 2011)
(In lần thứ hai - Nhân Ảnh, San Jose, 2016)
Phiếm 11 (Nhân Ảnh, Toronto, Canada 2012)
(In lần thứ hai - Nhân Ảnh, San Jose, 2016)
Phiếm 12 (Nhân Ảnh, Toronto, Canada 2012)
(In lần thứ hai - Nhân Ảnh, San Jose, 2016)
Tuyển Tập Truyện Ngắn Song Thao, Tập I
(Nhân Ảnh, Toronto, Canada 2013)
(In lần thứ hai - Nhân Ảnh, Toronto, 2015)
Phiếm 13 (Nhân Ảnh, Toronto, Canada 2013)
(In lần thứ hai - Nhân Ảnh, San Jose, 2016)
Tuyển Tập Truyện Ngắn Song Thao, Tập II
(Nhân Ảnh, Toronto, Canada 2013)
Phiếm 14 (Nhân Ảnh, Toronto, Canada 2014)
(In lần thứ hai - Nhân Ảnh, San Jose, 2016)
Tuyển Tập Truyện Ngắn Song Thao, Tập III
(Nhân Ảnh, Toronto, Canada 2014)
Tuyển Tập Truyện Ngắn Song Thao, Tập IV
(Nhân Ảnh, Toronto, Canada 2014)
Phiếm 15 (Nhân Ảnh, Toronto, Canada 2014)
(In lần thứ hai - Nhân Ảnh, San Jose, 2016)
Phiếm 16 (Nhân Ảnh, Toronto, Canada 2015)
Phiếm 17 (Nhân Ảnh, Toronto, Canada 2016)
Phiếm 18 (Nhân Ảnh, Toronto, Canada 2016)
Dấu Chân Lang Bạt I (Nhân Ảnh, Toronto, Canada 2016)
(In lần thứ hai - Nhân Ảnh, Huntington Beach, Hoa Kỳ 2022)
Phiếm 19 (Nhân Ảnh, San José, Hoa Kỳ 2017)
Phiếm 20 (Nhân Ảnh, San José, Hoa Kỳ 2017)
Phiếm 21 (Nhân Ảnh, San José, Hoa Kỳ 2018)
Phiếm 22 (Nhân Ảnh, San José, Hoa Kỳ 2019)

Phiếm 23 (Nhân Ảnh, San José, Hoa Kỳ 2019)
Phiếm 24 (Nhân Ảnh, San José, Hoa Kỳ 2020)
Phiếm 25 (Nhân Ảnh, San José, Hoa Kỳ 2020)
Phiếm 26 (Nhân Ảnh, San José, Hoa Kỳ 2021)
Phiếm 27 (Nhân Ảnh, San José, Hoa Kỳ 2021)
Dấu Chân Lang Bạt II (Nhân Ảnh, Huntington Beach, Hoa Kỳ 2022)
Phiếm 28 (Nhân Ảnh, Huntington Beach, Hoa Kỳ 2022)
Phiếm 29 (Nhân Ảnh, Huntington Beach, Hoa Kỳ 2023)
Phiếm 30 (Nhân Ảnh, Huntington Beach, Hoa Kỳ 2023)
Phiếm 31 (Nhân Ảnh, Huntington Beach, Hoa Kỳ 2024)

Nhà xuất bản NHÂN ẢNH
18366 Mapledale LN
Huntington Beach, CA 95678
U.S.A.
E-mail: han.le3359@gmail.com

Liên lạc với tác giả:
TẠ TRUNG SƠN
7805 Claire Fauteux, #1
Montréal, Qc., H1K 5B6 - Canada
Điện thoại: 514-354-5338
Cell: 514-916-5338
Email: tatrungson@hotmail.com

www.ingramcontent.com/pod-product-compliance
Lightning Source LLC
LaVergne TN
LVHW032022041026
849517LV00008B/2700
* 9 7 9 8 8 6 9 2 6 3 2 5 4 *